360⁰

360^0

ஜி. கார்ல் மார்க்ஸ்

எதிர்
வெளியீடு

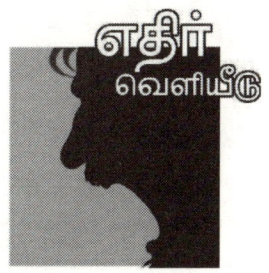

360°

கட்டுரைகள்

ஜி. கார்ல் மார்க்ஸ்

முதல் பதிப்பு: ஆகஸ்ட் 2017

எதிர் வெளியீடு,
96, நியூ ஸ்கீம் ரோடு, பொள்ளாச்சி - 642 002.
தொலைபேசி: 04259 226012, 99425 11302.

விலை: ரூ. 150

360°

Essays

© G. Karl Max

First Edition: August 2017

Published by
Ethir Veliyedu, 96, New Scheme Road, Pollachi - 642 002.
email: ethirveliyedu@gmail.com
www.ethirveliyedu.in

Price: ₹ 150

ISBN: 978-81-933955-3-0

Layout : Space Designs
Back Wrapper Photo: Karthikeyan
Printed by: Jothy Enterprises, Chennai.

All rights reserved. No part of this book may be reprinted or reproduced or utilised in any form or by any electronic, mechanical or other means, now known or hereafter invented, including photocoping and recording, or in any information storage or retrieval system, without permission in writing from the Publisher.

முகப்புரை

'சாத்தானை முத்தமிடும் கடவுள்' நூலுக்குப் பிறகு அதே வரிசையில் இரண்டாவது நூல் இது. சென்ற வருடம் வெளிவந்த அந்நூல் பரவலாக வாசிக்கப்பட்டது. தொடர்ந்து வாசிக்கப்படுகிறது என்பதை எனக்கு வரும் மின்னஞ்சல்கள் மூலம் நான் தெரிந்துகொள்கிறேன். சமூகஊடகங்களில் அந்தப் புத்தகம் பற்றிய நேர்மறையான கருத்துகள் பகிர்ந்துகொள்ளப்பட்டன. சில நண்பர்கள், அடுத்த புத்தகம் எப்பொழுது என்று கேட்டார்கள். கட்டுரைகளைப் படிக்கும் வேறு சில நண்பர்கள் இந்த கட்டுரைகளை எல்லாம் தொகுத்து நூலாக்கி ஆவணப்படுத்துங்கள் என்று சொன்னார்கள்.

உண்மையாகச் சொன்னால், சமூகஊடகங்கள் மற்றும் அச்சு ஊடகங்களில் வெளிவந்த கட்டுரைகளைத் தொகுத்து மீண்டும் ஒரு நூலாகக் கொண்டுவருவதில் எனக்குத் தயக்கம் இருந்தது. முக்கியமாக, இதில் உள்ள எல்லாக் கட்டுரைகளும் அந்தந்தக்கால சமூக, அரசியல் நிகழ்வுகளைப் பிரதிநிதித்துவப்படுத்துபவையாக இருந்தன. அவற்றைத் தொகுக்கும்போது, அந்த நிகழ்வுகளில் நிறைய மாற்றங்கள் வந்துவிடுகின்றன. ஆனாலும் ஒரு கட்டுரை, அத்தகைய பழமை உணர்வையும் மீறி, வரும் காலத்துடன் பொருந்தி நிற்கிறதா என்பதை நான் உறுதிப்படுத்திக்கொள்ள விரும்பினேன். அதன் பொருட்டே தயங்கினேன். ஆனால் நண்பர்கள் மிகுந்த உற்சாகமாக அது குறித்துப் பேசினார்கள். அப்படி இருக்கின்றன என்று நம்பிக்கையூட்டினார்கள்.

கடந்த ஆண்டு ஜனவரி முதல் இப்போதுவரை எழுதப்பட்டவற்றில் தேர்ந்தெடுக்கப்பட்ட கட்டுரைகள் இதில் உள்ளன. இந்தக் காலம் நிகழ்வுகளின் ஊழித்தாண்டவமாக இருந்தது. நாம் விழித்தெழும் பொழுதிலிருந்து, உறங்கச்செல்லும் நேரம்வரை செய்திகள் நம்மை புரட்டிப்போட்டபடியே இருந்தன. மாநில அரசியல் தொடங்கி மத்திய அரசியல் வரை பரபரப்புக்குக் குறைவே இல்லை. சமூக அளவிலும் அப்படித்தான். ஆனால் அந்தப் பரபரப்பின் ஊடாக வெகுமக்கள் திரளின் கவனத்துக்கு வராத, பல நேரங்களில் தந்திரமாக

மறைக்கப்பட்ட அல்லது அதன் உண்மைத்தன்மை அல்லாது வேறாக தோற்றம் கொண்டிருந்த நிகழ்வுகள் குறித்த எனது பார்வையை நான் முன்வைத்திருக்கிறேன். அதன்மீது குறிப்பிட்ட அளவு வெளிச்சம் பாய்ச்சுவது எனக்கு சுவாரஸ்யத்தைத் தந்தது.

எழுதப்படும் எல்லாவற்றிலும் உரையாடலுக்கான, மாற்றுக்கருத்துக்கான வெளி திறந்துவைக்கப்பட்டிருக்கவேண்டும் என்பதை ஒரு நிபந்தனையாக மனதில் வரித்துக்கொள்வது எனது இயல்பு. படிக்கும் நீங்கள் எழுத்தினூடாக இதை உணரமுடியும். மூர்க்கமான கருத்துநிலை ஒன்றில் ஊன்றி நின்றுகொண்டு தனது தரப்பை மாத்திரம் மேலும் மேலும் காத்திரமாக சொல்லிக்கொண்டே இருக்கும் எழுத்துகளை என்னால் படிக்கமுடிவதில்லை. அதையே ஒரு அளவுகோலாக எனது எழுத்துகளைப் படிப்பவர்களுக்கும் நான் பொருத்திப்பார்க்கிறேன். எல்லைகளற்ற உரையாடல்களை சாத்தியப்படுத்தவேண்டும் என்பதே என் எழுத்தின் அடிப்படை. இந்தத் தொகுப்பின் அடிப்படையும் அதுதான். இதில் உடன்பட, முரண்பட மற்றும் இதை நிராகரிக்க என எல்லா வெளிகளும் திறந்தே வைக்கப்பட்டிருக்கின்றன. இதை ஒரு பிரகடனமாக சொல்லவேண்டிய காலத்தில் வாழ்ந்துகொண்டிருக்கிறோம் என்பதால் இதை அழுத்திச் சொல்லவேண்டியிருக்கிறது.

இதில் உள்ள சில கட்டுரைகளை வெளியிட்ட ஆனந்த விகடன், புதிய தலைமுறை, உயிர்மை போன்ற இதழ்களுக்கும் Thetimestamil.com இணைய இதழுக்கும் நன்றி தெரிவித்துக்கொள்ள இதுவொரு வாய்ப்பு. கவிதா சொர்ணவல்லியுடனான எனது உரையாடல்களுக்கு இந்தக் கட்டுரைகளின் உருவாக்கத்தில் அதன் உள்ளடக்கத்தில் பெரும்பங்கு உண்டு. இவை எழுதப்பட்ட காலங்களில் அதை உடனுக்குடன் கவனப்படுத்தியும், பாராட்டியும், விமர்சித்தும் என்னுடன் உரையாடிக்கொண்டே இருக்கும் சாருநிவேதிதாவுக்கு என் அன்பு. சரவணனின் பங்களிப்பு இல்லாமல் எனது எந்த நூலும் சாத்தியமில்லை. இதுவும் அப்படித்தான். 'எதிர்' வெளியிடும் எனது மூன்றாவது நூல் இது. அனுஷுக்கு எனது பிரத்யேக நன்றி.

ஜி. கார்ல்மார்க்ஸ்,
(gkarlmax@gmail.com)
557, கீழ பிள்ளையாம்பேட்டை,
உமாமகேஸ்வரபுரம் அஞ்சல்,
கும்பகோணம் -612 103.

ஜெயமோகன்: விருது மறுப்பின் அரசியல்

ஜெயமோகன் பத்மஸ்ரீ விருதை மறுத்தவுடன், எனது நண்பர்கள் சிலர் கண்ணீருடன் நெகிழ்ந்திருந்தனர். ஜெமோவின் மாமனாருக்கும் மாமியாருக்கும் கூட விருதை மறுத்ததில் வருத்தம்தான் என்று அவரே பதிவு செய்திருந்ததால், அந்த ஈரத்தில் நானும் நனைந்துபோனேன். விருதுக்காக முயற்சிசெய்த நண்பர்களுக்குக்கூட ஜெமோ வருத்தம் தெரிவித்திருந்த பண்பு என்னை மிகவும் கவர்ந்தது. "நான் இந்த அரசு தரும் எந்த விருதையும் ஏற்றுக்கொள்ள மாட்டேன்" என்று அவர் முன்பே அறிவித்திருந்தார். பிறகு ஏன் அவரது நண்பர்கள் அது தெரியாமல் விருதுக்கு முயன்றார்கள் என்று ஆச்சர்யமாக இருந்தது.

விருதுகளைக் கலைஞர்களோ, எழுத்தாளர்களோ மறுப்பது வரலாற்றில் புதிதொன்றும் இல்லை. விருது மறுப்பு என்பது அதிகார எதிர்ப்பாகவும், ஒடுக்குமுறைக்கு எதிரான அரசியல் செயல்பாடாகவும் பயன்படுத்தப்படும் காத்திரமான கருவி.

ஆனால் ஜெமோ என்ன சொல்கிறார்?

"அரசை அண்டி வாழும், அரசை மிரட்டி சுயலாபங்களை அடைந்து திரியும் ஒட்டுண்ணிகள் இதற்காகவே நான் பணியாற்றுகிறேன் என்பார்கள். தேசவிரோதக் கருத்துகளுக்காக தரகுவேலை செய்பவர்கள், அதிகாரத் தரகர்களான அறிவுஜீவிகள் நானும் அவர்களைப் போன்றவனே என்பார்கள். அவர்களுக்கு எதிரான என் விமர்சனங்களை இதைக்கொண்டே எதிர்கொள்வார்கள். அந்த வாய்ப்பை நான் அளிக்கலாகாது, நான் கலைஞன். கலைஞன் மட்டுமே" என்கிறார்.

மேலே சொல்லியிருக்கும் காரணமென்பது முழுக்க முழுக்க ஒரு வலதுசாரி அமைப்பைக் காப்பாற்றும் முயற்சிதான். ஒற்றைப்படையான பண்பாட்டு வெறிக்கும், அவர் சொல்லும் பன்மைத்துவப் பண்பாட்டுக்கும் நடுவில் நின்றுகொண்டு ஜெமோ ஆடும் நடனம் அது. ஆனால் இந்த தந்திர நடனத்துக்கு இப்போது வந்திருப்பது ஒரு சோதனை. இந்த விருதை ஜெயமோகன் பெற்றுக்கொள்வது அவரை அம்பலப்படுத்திவிடும் என்பது

ஒருபுறம் இருக்க, மாற்றுக் கருத்துடையவர்கள் மீது, அவர் சுமத்தும் அவதூறுகளுக்கு ஒரு தடையை இது ஏற்படுத்தும். இந்த விருதைவிட அந்த வெளி அவருக்கு முக்கியம். அதுதான் அவரது அரசியல்.

ஜெயமோகனின் அரசியலை, மிக எளிமையான வாக்கியங்களில் புரிந்துகொள்ள முயன்றால், "இந்த தேசத்தின் பண்பாட்டின் மீதும் கலாசாரத்தின் மீதும் நம்பிக்கையுள்ள எழுத்தாளன். அந்த பண்பாட்டை அதன் மீதுள்ள புரிதல்கள் இல்லாமல் நிராகரிக்கிற இடதுசாரிகள், பெரியாரிஸ்ட்கள் மற்றும் வேறு இயக்கங்கள் மீது கடும் விமர்சனத்தை வைக்கிற ஒரு எழுத்தாளன். இந்துப் பண்பாடு என்பது ஒற்றைப்படையானது அல்ல, அது பன்மைத்துவத்தை அடிப்படையாகக் கொண்டது என நம்பும் எழுத்தாளன்." இதுதான் அவர் தன்னைக்குறித்து கட்டமைக்க விரும்பும் பிம்பம். இப்போது இந்த அடிப்படையில் அவரது விருது மறுப்புக்கான காரணங்களை ஆராய்வோம்.

"தேசவிரோதக் கருத்துகளுக்காக தரகுவேலை செய்பவர்கள், அதிகாரத் தரகர்களான அறிவுஜீவிகள் நானும் அவர்களைப் போன்றவனே என்பார்கள், அதனால்தான் விருதை மறுக்கிறேன்" என்று பதட்டமாக எதற்குக் கையை உதறுகிறார் ஜெயமோகன்?

"நான் கலைஞன், கலைஞன் மட்டுமே" என்று சொல்கிறார் இல்லையா? அது நிஜமென்றால் அவர் இவ்வாறு சுட்டுவது யாரை என்று வெளிப்படையாகச் சொல்லியிருக்க வேண்டும். யார் அவர்கள்? கம்யூனிஸ்ட்களா? பெரியாரிஸ்ட்களா? தலித்தியவாதிகளா? என்ஜிவோக்களா? இதை ஏன் வெளிப்படையாக அவரால் சொல்ல முடியவில்லை?

காரணம் இதுதான்:

அதை வெளிப்படையாகச் சொன்னால், அவர் நம்பும் இந்த "தேசத்தின் பன்மைத்துவத்தை" சிதைப்பவர்கள் யார் என்பதையும் அவர் சொல்ல வேண்டியிருக்கும். எம்.எஃப் ஹுசைனை இந்த நாட்டை விட்டுத் துரத்திய "கலாசார தலிபான்கள்" யார் என்று சொல்ல வேண்டும். கல்புர்கியைக் கொன்ற ஒற்றைப்படையான மதவாதம் எது, அதை முன்னெடுப்பவர்கள் யார் என்றும் சொல்ல வேண்டும். இஸ்லாமியர்களை எதிராகக் கட்டமைத்து, ஒற்றைப் பண்பாட்டை அவர்கள் மீது வன்முறையாகத் திணிப்பவர்கள் யார் என்றும் சொல்லவேண்டும். இதை அவரால் சொல்ல முடியாது. ஒரு அரசியலாளன் ஜெயமோகன் எழுத்தாளன் ஜெயமோகனிடம் தோற்றுத் தலைகுனியும் இடம் அது.

ஆனால் அந்தக் கசப்பை மிகவும் தந்திரமாக, மற்றவர்கள் மீது

சுமத்துகிறார். 'எளிய எழுத்தாளன்' என்பது முதல் 'குடும்பத்தின் கண்ணீர்' என்பது வரை பயன்படுத்துகிறார். இதில் என் நண்பர்களின் கண்ணீரும் இருக்கிறது என்பதுதான் என்னை இது குறித்து எழுதத் தூண்டுகிறது.

இந்த விருது மறுப்புக்குப் பின்னால் கலைஞனின் குரலே இல்லை என்பதுதான் துயரம். இது ஜெயமோகனின் வாழ்நாள் அபத்தம். ஆமாம். ஜெயமோகன் இந்த விருதைப் பெற்றிருக்கவேண்டும். அந்த மேடையில் தனது அரசியல் என்ன என்பதை மிகத்தெளிவாகப் பிரகடனப்படுத்தியிருக்க முடியும்.

"நான் இந்த தேசத்தின் பண்பாட்டை நம்புகிறேன். அதன் பன்மைத்துவத்தை மதிக்கிறேன். அதை மூர்க்கமாக நிராகரிக்கும் அறிவுஜீவிகளை எதிர்க்கிறேன். அதேசமயம், இந்தப் பண்பாட்டை ஒற்றைப்படையான பண்பாடாக சுருக்கி எதிர்களைக் கட்டமைக்கும் மதவெறியையும் எதிர்க்கிறேன்" என்று சொல்லியிருக்க வேண்டும்.

அதை அவரால் சொல்ல முடியவில்லையே ஏன்?

இங்குதான் அவர் கலைஞனைக் கைவிட்டு ஒற்றைப்படையான கலாசார தேசியத்தைக் கட்டமைக்க முயலும் வலதுசாரி அமைப்பைக் காப்பாற்றும் அவலம் நேர்கிறது. இது ஒரு விவாதமாக மாறுகிறபோது "நான் கலைஞன் அல்லவா" என்ற சொல்லாடலை முன்னிறுத்தி, கண்ணீர்த் திரைக்குப் பின்னால் ஒளிந்துகொள்ள வேண்டியிருக்கிறது.

இங்கு அவர் செய்வது, "தேசத்தைக் காட்டிக்கொடுப்பவர்கள்" என்ற சொல்லாடலை உருவாக்குவதன் மூலம், தன்னை நம்பி வாசிக்கும் எளிய வாசகனை ஹிந்துத்துவத்திற்குள் பிணைப்பதுதான். அதற்காகத் தான் இந்த விருது வழங்கப்படுகிறது என்று அவருக்குத் தெரியும். அதுதான் அவரைத் தத்தளிப்புக்கு உள்ளாக்குகிறது. அதே நேரத்தில் நான் அரசை எதிர்க்கவில்லை என்றும் அரற்ற வைக்கிறது. இது இந்த தேசம் எனக்களிக்கும் விருது என்று பசப்ப வைக்கிறது.

எல்லா கலாசார மையங்களிலும் இடதுசாரிகள் ஆக்கிரமித்திருந்தார்கள், இப்போது அது மாறத் தொடங்குகிறது என்று சொன்ன ஜெயமோகன், அந்த இடம் இப்போது காவிகளால் நிரம்பத் தொடங்குகிறது என்பதை மறைக்க விரும்புகிறார்.

அதனால்தான் விருதுகள் குறித்து, தான் இதுவரை எழுதியதன் முன்னே அவர் சரணடைய நேர்கிறது. தானே வெட்டிய குழிக்குள் ஜெயமோகன் வீழ்ந்த இடமது. விருது மறுப்புக்கான செண்டிமெண்ட் காரணங்கள் முளைக்கும் இடமும் அதுதான்.

குழப்பமான சொல்லாடல்களால் தனது அரசியலை மறைத்துக்கொள்வது அவருக்கு ஒன்றும் புதிதல்ல. "பெரியாரிய மூர்க்கம்" என்று சொல்லிக்கொண்டே அவரைக் கண்டால் விழுந்து வணங்குவேன் என்று சொல்வது, பிராமணர்களால் எதையும் உருவாக்க முடியாது, ஆனால் அவர்கள் நல்ல தொகுப்பாளர்கள் என்று "இனவாதம்" பேசிக்கொண்டே, அவர்கள் மீதான விமர்சனங்களை "இனவெறி" என்று வரையறுப்பது, கம்யூனிஸ்ட்கள்தான் இந்த தேசத்தின் பண்பாட்டை அழித்தவர்கள் என்று கூறிக்கொண்டே அவர்கள்தான் "மனசாட்சியின் குரல்" என்று மருகுவது என நிறைய உண்டு.

இந்த விருது மறுப்பிலும் அதுதான் நடந்திருக்கிறது. தான் நம்புவது "பன்மைத்துவப் பண்பாடு" என்று சொல்லிக்கொண்டே, ஒற்றைப்படையான பண்பாட்டை வலியுறுத்தும் ஒரு வலதுசாரி அமைப்புக்கு முட்டுக்கொடுத்தபடி, விருதை மறுத்து ஜெமோ புரிந்திருப்பது ஒரு சாகசம். அவரைப்போலவே நமக்கும் வெற்று சாகசத்தில் ஆர்வம் இல்லையென்பதுதான் இதில் முரண். அவர் இப்போது மறுத்த இந்த விருதுக்காகவும், வரும்காலங்களில் மறுக்கப்போகும் விருதுகளுக்காகவும் வாழ்த்துகள் !

- ஜனவரி 26, 2016 Thetimestamil.com.

கையில காசு கறாரான ஓட்டு

தேர்தலில் வாக்காளர்களுக்கு பணம் தரும் விவகாரம் ஒன்றுபோதும், நாம் எவ்வளவு மோசமாக சீரழிந்திருக்கிறோம் என்று புரிந்துகொள்வதற்கு. தேர்தல் நேரத்தில் பணப்பட்டுவாடா மிக லாவகமாகக் கையாளப்படுகிறது. குறிப்பாக, போன தேர்தலில் பெண்கள் இதில் நேரடியாக களமிறக்கப்பட்டார்கள். மகளிர் சுய உதவிக்குழுக்கள், மற்றும் சிறிய அளவில் அரசியல் ஆர்வம் உள்ள பெண்கள், பணப் பட்டுவாடாவை பொறுப்பாக செய்தார்கள். பெண்கள் பணத்தைக் கையாளும்போது அதில் தில்லுமுல்லுகள் இருக்காது என்பது பொதுவான நம்பிக்கை. அயோக்கியத்தனத்திலும் கூட நேர்மை. அட்டகாசம். அது பலிக்கவும் செய்தது.

பணத்தை வாங்கத் தயங்கியவர்களிடம், "ஏங்க... ஒரு ஓட்டுக்கு இவ்வளவு பணம்னு வந்துடுச்சுங்க. நீங்க வாங்கிக்கலைனா அத என்ன 'வட்டம்' திருப்பியா அனுப்பப்போறாரு, அவருதான் வச்சிக்கப் போறாரு, அதுக்கு நீங்களே வாங்கிக்க வேண்டியதுதானே" என்று குழந்தைக்கு சோறூட்டுவது போல நைச்சியமாக பணத்தைப் பட்டுவாடா செய்தார்கள். ரொம்ப பிகு செய்தவர்களிடம், "ஏங்க... அவங்க என்ன சொத்த வித்தா நமக்கு தர்றாங்க, நம்ம பணம் தான... வாங்கிக்கங்க" என்று தர்க்கப்பூர்வமாக பேசிக் கொடுத்தார்கள்.

இந்த இடத்தில் ஒரு சின்ன ட்விஸ்ட். திமுகவில் பணம் கொடுக்கும்போது 'இதெல்லாம் கண்டிப்பாக திமுக வோட்டுதான்' என்று தெரிந்த வீடுகளில் பணம் தருவதைத் தவிர்த்தார்கள். அவர்களுக்குக் கொஞ்சம் கூச்சமாகக்கூட இருந்தது. அதிமுகவில் அந்தப் பேச்சே இல்லை. மொய் வைப்பது போல, "நம்முடைய மொக்கை ஸ்டேடஸுக்கு கூட கமெண்ட் போடுகிறார்களே என்று நாம் லைக் போடுகிறோமே" அதே தொனியில் எல்லோருக்கும் பணம் கொடுத்தார்கள். "கழுதையை வேட்பாளராக நிறுத்தினால்கூட என் வோட்டு திமுகவுக்குத்தான்" என்ற கடும் உடன்பிறப்புகளையே கலங்கடித்தார்கள் ரத்தத்தின் ரத்தங்கள். ஆண்கள் வேண்டுமானால் முறுக்கலாம். அவர்கள் நேரடியாக டீல் செய்தது வீட்டுப் பெண்களை

அல்லவா. இது போன தேர்தலில் எங்கள் ஊர் நிலவரம்.

சிறுதாவூரில் கண்டெய்னர்கள் அணிவகுப்பு, கலெக்டர்கள் விசாரணை, தேர்தல் கமிஷன் கெடுபிடி என்ற செய்திகள் வருவதை மகளிரணி ஒரு குறுகுறுப்புடன் பார்த்துக்கொண்டிருக்கும் என்றுதான் நினைக்கிறேன். இந்த முறை கடமை நிறைய இருக்கிறது என்று இப்போது படைப்பூக்கத்துடன் நகம் கடித்துக்கொண்டும் இருக்கலாம். எப்போது கரண்ட்டை நிறுத்த வேண்டும் என்று லயன்மேன்கள் திட்டமிட்டுக் கொண்டிருப்பார்கள். இரண்டு கட்சிக்காகவும் கரண்ட்டை நிறுத்திக் கறாராக வசூலிப்பது எப்படி என்று அவர்கள் குறிப்பெடுத்துக் கொண்டிருக்கக்கூடும். இந்த விஷயத்தில் இப்போதைக்குக் களத்தில் தொழில் நம்பிக்கையை ஏற்படுத்தியிருக்கும் கட்சி அதிமுக தான். இந்தத் தேர்தலில் திமுக இதைத் தொழில்ரீதியாக எப்படி எதிர்கொள்ளப்போகிறது என்பதை நினைத்தால் எனக்கே பதறுகிறது. பத்தாததுக்கு இந்த ம.ந.கூ வேறு.

ஒரு ஜனநாயகவாதியாக எனக்கும் இந்த பதட்டத்தில் பங்கிருக்கிறது தானே. நான் என்ன நீதிபதியா இல்லை கிரானைட் கம்பெனி ஓனரா, ‘போங்கடா நீங்களும் உங்க நியாயமும்’ என்று கட்டையை சாய்ப்பதற்கு.

- ஏப்ரல் 03, 2016

சுயமரியாதைக் கோமாளிகள்

'தமிழர் வாழ்வுரிமைக் கட்சியின்' வேல்முருகனுக்கு அதிமுக கூட்டணியில் இடம் ஒதுக்காமல் கைவிடப்பட்டதைக் கிண்டலடித்து சமூக ஊடகங்களில் நிறைய பதிவுகள். தமிழ் ஹிந்துவில் கூட அவர் குறித்து செய்தி வந்திருக்கிறது. நாங்கள் பேசிக்கொண்டிருக்கும்போதே, அவர்கள் வேட்பாளர் பட்டியலை வெளியிட்டுவிட்டார்கள். எங்களிடம் கேட்டிருந்தால் நாங்கள் கோரிய வேட்பாளர்கள் எண்ணிக்கையைக் கூட குறைத்திருப்போம். முதல்வரைச் சந்திக்க நேரம் கேட்டிருந்தோம், அதைத் தராமல் பட்டியலை வெளியிட்டுவிட்டார்கள் என்று கண்ணீர் விட்டிருக்கிறார் வேல்முருகன். சரத்குமார் கூட இப்படியான ஒரு மனநிலையில்தான் சில வாரங்களுக்கு முன்பு அதிருப்தியாகி பிஜேபியுடன் சேர்ந்து தேர்தலில் போட்டியிடப்போவதாக அறிவித்தார். பிறகு, ஜெயலலிதாவை சந்திக்க வாய்ப்பு வழங்கப்பட்டு இப்போது திருச்செந்தூர் தொகுதியில் இரட்டை இலை சின்னத்தில் போட்டியிடப் போகிறார்.

வேல்முருகனைப் பற்றி பேசும்போது எதற்காக சரத்குமாரைப் பற்றி பேச வேண்டும் என்று நீங்கள் நினைக்கலாம். காரணம் இருக்கிறது. சரத்குமாரும் சரி வேல்முருகனும் சரி, தாங்கள் சார்ந்திருந்த கட்சியில் தங்களது 'சுயமரியாதைக்கு பங்கம்' வந்துவிட்டதாக சொல்லித்தான் அவற்றைவிட்டு வெளியேறினார்கள். சோனியா வந்திருந்தபோது, அவரைப் பார்க்கவிடாமல் மாறன்களுக்கு முன்னுரிமை வழங்கப்பட்டது என்ற அதிருப்தியில்தான் கட்சியைவிட்டு வெளியேறியதாக சரத்குமார் அப்போது சொன்னார்.

கட்சியில் அன்புமணிக்கு முன்னுரிமை வழங்கப்படுகிறது. என்னைப்போல் கட்சிக்குப் பாடுபட்டவர்கள் ஓரங்கட்டப்படுகிறார்கள். கட்சியில் 'மரியாதை இல்லை' என்று சொல்லித்தான் வேல்முருகன் பாமக விலிருந்து வெளியேறினார். வேல்முருகன் வெளியேறியபோது, 'அவர் திமுகவுடன் மிகவும் நெருக்கமாக இருந்தார்', அதனால்தான் அவருக்கும் பாமக தலைமைக்கும் உரசல் வந்தது என்று பத்திரிகைகளில் செய்திகள் வந்தன. இந்தக் காரணங்களை எல்லாம் விட்டுவிடுவோம்.

இங்கே என்னை மிகவும் ஆச்சரியப்படுத்தும் விஷயம் என்னவென்றால், 'தங்களது கட்சியில் சுயமரியாதை இல்லை' என்ற காரணத்தை முன்வைத்து வெளியேறும் இவர்கள் எந்த நம்பிக்கையில் அதிமுகவில் சென்று சேர்கிறார்கள்? ஜெயலலிதாவின் அடிப்படைக் கொள்கையே தனது கட்சியினரின் 'சுயமரியாதை நீக்கம்' தானே? பிறகு எது இவர்களை அங்கு கொண்டு சேர்க்கிறது? சேர்வது மட்டுமல்லாமல், தாங்கள் எதற்காக தங்களது கட்சியை விட்டு வெளியேறினார்களோ அதற்கு நேர்மாறாக தங்களது 'மதிப்புமிக்க சுயமரியாதையைக்' கைவிட்டு மிகவும் ஆபாசமாக 'ஜெயலலிதா துதியில்' இறங்குகிறார்களே அது எப்படி?

உச்சமாக, அதிமுக தொண்டனே சிரிக்கும் அளவுக்கு கிடைக்கும் தொலைக்காட்சிகளில் எல்லாம் சென்று அமர்ந்துகொண்டு, அம்மா ஆட்சியையும், அதிமுகவின் சாதனைகளையும் பட்டியலிடுகிறார்கள். டிவி கேமராவையும் மைக்கையும் கண்டாலே தலைதெறிக்க ஓடுகிறார்கள் கட்சியின் மந்திரிகள். ஆனால் அந்த இடத்தை இவர்கள் ஆக்கிரமித்துக்கொண்டு அரசை முட்டுக் கொடுக்கும் வேலையைச் செய்கிறார்கள். நிறைவாக எதுவும் சொன்னால், அம்மாவின் கடைக்கண் பார்வை கிட்டக்கூடும். தவறாக ஏதாவது சொல்லிவிட்டாலும் பாதகம் ஒன்றுமில்லை. ஏனெனில் அதுவொன்றும் அதிமுகவின் அதிகாரப்பூர்வ கருத்தில்லை. மாஃபா பாண்டியராஜனையும், செ.கு. தமிழரசனையும் இங்கு நாம் சேர்த்தே புரிந்துகொள்ள வேண்டும்.

ஆனால், மற்ற கட்சியினரெல்லாம் இவர்களுடன் தான் மல்லுக் கட்ட வேண்டியிருந்தது. இவர்கள் கிட்டத்தட்ட ஃப்ரீலேன்சர்கள் போல செயல்பட்டு எந்தக் கட்டுப்பாடுகளும் இல்லாமல் மாற்றுக் கட்சியினரை விமர்சித்தார்கள். அரசின் ஊதுகுழலாக இருந்து அதன் சீரழிவைப் பாதுகாத்தார்கள். அந்தவகையில் இரண்டு விதத்தில் இவர்கள் ஜெயலலிதாவுக்கு மிகவும் பயன்பட்டார்கள். ஒன்று, அடிப்படை அறிவோ, ஆளுமைப் பண்போ இல்லாத பெரும்பான்மை மக்கள் பிரதிநிதிகளின் அதாவது எம்எல்ஏக்களின் பலவீனங்கள் வெளித்தெரியாமல் கட்சி மறைத்துக் கொள்வதற்கு பயன்பட்டார்கள். போனமுறை போட்டியிட்டவர்களில் நூறு பேருக்கு மேல் இந்த முறை இடம் வழங்கப்படவில்லை. அவர்கள் எப்படி செயல்பட்டார்கள் என்ற தகவல்களும் இல்லை. இரண்டாவது, மெகா ஊழல்களைச் செய்த மந்திரிகள் யாரும் மீடியாவின் முன் வராமல் இருக்கவும், அவர்களும் அம்பலப்படாமல் அதே நேரம் ஜெயலலிதாவும் காப்பாற்றப்படும் தந்திரத்துக்குப் பயன்பட்டார்கள்.

ஆக, மக்களின் ஆத்திரமெல்லாம், இந்த கோமாளிகளின் மீதான கிண்டலாக வடிந்து போவதற்கு இவர்களே களமமைத்துக் கொடுத்தார்கள்.

அந்த வகையில் இவர்கள் ஜெயலலிதாவுக்குக் கிடைத்த அடிமைகள். மக்களைப் பொறுத்த வரையில் வெறுக்கப்பட வேண்டிய விரோதிகள். இதை சாத்தியப்படுத்தியத்தில் கணிசமான அளவுக்கு, ஏன் பெரும்பங்கு பொறுப்பு ஊடகங்களுக்கு உண்டு. 'இந்த கட்சியின் பிரதிநிதி' என்ற பொறுப்போடு வந்து அமரும் ஒருவரிடம் அவர்கள் கிடுக்கிப்பிடி கேள்விகளின் மூலம் வீரத்தைக் காட்டினார்கள். இதைப்போன்ற 'அரசு ஆதரவு' போலி பிரதிநிதிகளிடம் கேலியான முகத்தைக் காட்டி அரசின் மீதான விமர்சனங்களை கூர் மழுங்கச் செய்தார்கள். இந்த செயல்படாத அரசின் பலவீனங்கள் மக்களை சென்றடையாமல் பார்த்துக் கொண்டார்கள். இவ்வாறாக, இந்த அரசின் மீதான அதிருப்தி ஒரு அலையாக மாறாமல் பார்த்துக்கொண்டார்கள். அல்லது அப்படி நடந்தது. இதுதான் ஊழல் கறை படிந்த தனது நெருக்கமான மந்திரிகளுக்கு மீண்டும் வாய்ப்பு தரும் தைரியத்தை ஜெயலலிதாவுக்கு வழங்கியிருக்கிறது.

ஜெயலலிதாவையே ஏமாற்றி, அவரது மந்திரிகள் நிறைய சொத்து சேர்த்துவிட்டார்கள் என்ற தகவல்களை உலவ விட்டு, அவரைப் புனிதப் பசுவாக்கி நடந்த சீரழிவுகளிலிருந்து அவரை விடுவித்தார்கள் பத்திரிகையாளர்கள். இதுதான் இத்தனை ஊழல்களுக்குப் பின்னும் அலட்சியமாக தேர்தலை அணுகும் தைரியத்தை ஜெயலலிதாவிற்கு வழங்கியிருக்கிறது. இப்போது கூட – அது பொய்யென்றாலும்- ஜெயலலிதாவின் பார்வைக்கே வராமல் ஊழல் செய்த மந்திரிகளுக்கு, அவரை ஏமாற்றியவர்களுக்கு ஏன் மீண்டும் இடமளித்தார் என்ற விவாதத்தை வளர்த்தெடுப்பதை விடுத்து வேல்முருகனுக்கு ஏன் இடமொதுக்கவில்லை என்று ஒப்பாரியில் கலக்கின்றன ஊடகங்கள்.

இந்த ஊடக வேசைத்தனம் தான், மதுவிலக்கு பற்றி எல்லா அரசியல் கட்சிகளும் பேசும்போது தான் மட்டும் மவுனம் காக்கும் தைரியத்தை ஜெயலலிதாவுக்கு வழங்குகிறது. இதிலும் கூட, விஜயகாந்த் திமுகவுக்கு வராமல் போனதற்கு மதுபான அதிபர்களின் அரசியலும் ஒரு காரணம் என்று எழுதும் பத்திரிகைகள், அதன் பயன் திமுகவுக்குப் போய்விடாமல் அந்த அதிபர்களில் திமுக ஆட்களும் உண்டு என்று 'நடுநிலையோடு' எழுதுகின்றன.

இந்த ஐந்து ஆண்டுகளில் ஜெயலலிதா நடத்தியிருப்பது ஒரு நிழல் அரசாங்கம். கொஞ்சமும் வெளிப்படைத் தன்மையற்ற மாஃபியா ஆட்சி இது. அவரது ராஜ்ஜியத்தின் நடவடிக்கைகளை யாரும் கேள்வி கேட்க முடியவில்லை. ஒரு அரசின் எல்லா செயல்பாடுகளையும் யூகமாக, வதந்தியாக, நம்பகத்தன்மையற்ற செய்தியாக மட்டுமே ஊடகங்களால் மக்கள் முன் கொண்டுசெல்ல முடிந்தது. அவர்களால்

எதையுமே ஜெயலலிதாவிடமோ அவரது மந்திரிகளிடமோ உறுதி செய்துகொள்ள முடிந்ததில்லை. ஆனால் துயரகரமாக இவையெல்லாம், ஜெயலலிதாவின் ஆளுமையாகவும், திறமையாகவும் தேர்தல் நேரத்தில் மக்கள்முன் வைக்கப்படுகின்றன. எப்போதும் அதிகாரத்திலிருப்பவர்கள் உருவாக்கும் கோமாளித்தனம் என்பது வன்மமானது. அதன் பின்னுள்ளது நகைப்புணர்ச்சி அல்ல. மக்கள் மீதான ஆழ்ந்த அவமதிப்பு.

- ஏப்ரல் 5, 2016 Thetimestamil.com.

மதுவிலக்கு எனும் போதை

"மதுவிலக்கு படிப்படியாக அமலுக்கு வரும்" என்று ஜெயலலிதா தனது தொடக்க பிரச்சாரக் கூட்டத்தில் அறிவித்திருக்கிறார். தனது கடைசி அஸ்திரமாக, பூரண மதுவிலக்கைக் கூட அவர் அறிவிக்கக் கூடும் என்று நான் நினைத்திருந்தேன். அதே சமயம் மதுவிலக்கு பற்றி பேசும் தகுதி கருணாநிதிக்கு இல்லை என்று சொல்லியிருக்கிறார். அது ஓரளவு உண்மையும் கூட. ஜெயலலிதாவின் அறிவிப்பு நாடகம்தான். அவரது புள்ளி விவரத்தில், விற்கும் மது புட்டிகளின் எண்ணிக்கைக் குறைந்திருக்கிறது, அதனால் குடிப்பவர்களின் எண்ணிக்கைக் குறைந்திருக்கிறது என்கிறார். அவரது பெரிய மேடைக்குக் கீழே, சிறிய மேடையில் கொலு பொம்மைகளைப் போல அமர்ந்திருக்கும் அவரது வேட்பாளர்கள் போல் அல்ல மக்கள் என்பதை அவர் புரிந்து கொள்ளவேண்டும்.

மதுப் புட்டிகளின் விற்பனைக் குறைவிற்குக் காரணம், குடிப்பவர்களின் எண்ணிக்கை குறைந்தது அல்ல, போலி மதுச் சந்தையில் கலந்ததும், கடைகளிலேயே கலப்படம் செய்யப்பட்டு மது விற்கப்படுவதும்தான். பல டாஸ்மாக் கடைகளில், கூலிக்கு ஆள் வைத்து தண்ணீர் கலப்படம் செய்யப்படுகிறது. 'கட்டிங்' காக விற்கப்படும் மதுவில் இந்தக் கலப்படம் இயல்பான ஒன்றாக மாறியிருக்கிறது. இது அப்பட்டமான சுரண்டல். ஒரு புறம் விஷத்துக்கு ஒப்பான மது. மறுபுறம் அதிலும் கலப்படம் செய்யப்பட்டு குடிப்பவர்களை சக்திக்கு மீறி செலவழிக்க வைக்கும் அயோக்கியத்தனம்.

அரசின் சந்தைக்கு நிகராக போலிச் சந்தை ஒன்று இயங்குகிறது என்றும், அவை புழக்கத்தில் விடும் மது வகைகள், சட்டத்துக்கு புறம்பான வகையில் கடைகளில் விற்கப்படுகின்றன என்றும், அதனால் அரசுக்கு வருவாய் இழப்பு ஏற்பட்டது என்றும், அதையொட்டி சோதனைகள் நடத்தப்பட்டன எனவும் பரவலாக பேசப்பட்டன. இந்த வெளிப்படைத்தன்மையற்ற அரசில் அந்த செய்திகள் மக்களின் பார்வைக்கே வராமல் போய்விட்டது. இந்த சீரழிவைக் கூட ஜெயலலிதா தனக்கு ஆதரவாகப் பயன்படுத்திக்கொள்ள முயல்கிறார். மதுப்புட்டிகளின் எண்ணிக்கைக்

குறைந்ததால் குடிப்பவர்களின் எண்ணிக்கைக் குறைந்திருக்கிறது என்று கூசாமல் புளுகுகிறார். விற்பனையைக் கூட்டச்சொல்லி அதிகாரிகள் தரும் அழுத்தத்தால், கடைப் பணியாளர்கள் தற்கொலையை நோக்கி உந்தப்படும் எதார்த்தத்தில் ஜெயலலிதாவின் புள்ளிவிவரங்கள் எவ்வளவு ஆபாசமானவை என்று பாருங்கள்.

இவற்றையெல்லாம் சொல்லும் அதே நேரத்தில், “எனக்கு பூரண மதுவிலக்கில் உடன்பாடில்லை” என்பதை நான் அழுத்தமாகப் பதிவு செய்யவே விரும்புகிறேன். பூரண மதுவிலக்கு என்பது மக்களின் மீது அரசு செலுத்தும் வன்முறை. திமுகவின் ‘முழு மதுவிலக்கு’ வாக்குறுதி என்பது முழுக்க முழுக்க வாக்குகளைத் திருடும் முயற்சி மட்டுமே. மக்கள் நலன் என்ற ஒன்று அதில் கிடையாது. தரம் குறைந்த மதுவை டாஸ்மாக்குக்கு சப்ளை செய்யும் கம்பெனிகளில் திமுக தொடர்புடைய கம்பெனிகளே அவ்வளவு இருக்கின்றன. இதைப்பற்றி ரகசியமாகக் கூட மூச்சுவிடாத கருணாநிதி, நாங்கள் ஆட்சிக்கு வந்தால் பூரண மதுவிலக்கு என்று சொல்வது நகைப்புக்குரியது. இப்போதைய தேவை என்ன என்பதை எந்த கட்சியும் கவனப்படுத்தவில்லை என்பதைத்தான் அவர்களது தேர்தல் வாக்குறுதிகள் காட்டுகின்றன. இதற்கு களத்தில் நிற்கும் எந்தக் கட்சியும் விதிவிலக்கல்ல.

மதுக்கடைகளை அரசே நடத்துவது என்பது தமிழகத்தில் முழுக்கவும் தோல்வியடைந்திருக்கிறது. அரசு எந்திரத்தின் ஊழல் பெருகவும், மது அருந்துபவர்களின் ஆரோக்கியக் கேட்டிற்கும் , சமூக அமைதியின்மைக்கும் இது மிகப்பெரிய காரணமாகியிருக்கிறது. எல்லா ஊரிலும் மது அடிமைகள் நிறைந்திருக்கிறார்கள். குடிப்பவர்கள் பல்கிப் பெருகியிருக்கிறார்கள். அதனால் உடனடி பூரண மதுவிலக்கு என்பது எல்லா மட்டத்திலும் ஆபத்தான பின் விளைவுகளையே தரும். எளிய அப்பாவி மக்கள் குற்றவாளிகளாக்கப்படுவதற்கு அது காரணமாக அமையும்.

உடனடியாக அரசு செய்ய வேண்டியது, மதுக்கடைகளை முன்பிருந்தது போல, தனியாருக்கு விடுவதுதான். இதன் மூலம் சில தனிப்பட்ட மது உற்பத்தி ஆலைகளின் ஏகபோகத்தைக் குறைக்க முடியும். சந்தையில் தரமான மது கிடைப்பதை உறுதி செய்ய முடியும். ஒரு பாட்டிலுக்கு அதன் அளவைப் பொருத்து ஐந்து ரூபாய் முதல், ஐம்பது ருபாய் வரை விலையைக் கூட்டி விற்று அதை கடை விற்பனையாளர்கள் முதல், போலீஸ், கட்சிக்காரர்கள் என எல்லோரும் பகிர்ந்து பொறுக்கித் தின்னும் நிலைக்கு முடிவு கட்ட முடியும். இந்த ஆரம்ப கட்ட நடவடிக்கைகள் தான் படிப்படியாக பூரண மதுவிலக்கை நோக்கி நகரும் நிலையை சாத்தியப்படுத்தும்.

டாஸ்மாக்கில் இப்போது நடப்பது வன்முறையின் உச்சம். எல்லா பயனாளிகளையும் போல பணம் செலவழித்து குடிப்பவனும் ஒரு பயனாளிதான். குடிப்பவர்கள் மீதான சமூக விலக்கம் என்பது, அதில் ஊழல் செய்யும் பொறுக்கிகள் ஒளிந்து கொள்ளக் காரணமாக இருக்கமுடியாது. ஆனால் பத்திரிகைகள், குடிப்பவர்களைக் கிண்டலடிப்பதன் மூலம் அரசையும், ஊழல்வாதிகளையும் காப்பாற்றும் வேலையைச் செய்கின்றன. அதன் மூலம் தமிழகத்தில் நிலவும் மதுக்கொலைகளுக்கு மறைமுக உடந்தையாகவும் இருக்கின்றன.

மதுக்கொள்ளையை எதிர்த்துப் பேசுவது என்பது மது குடிப்பதை ஆதரிப்பதாகாது. இரண்டும் வேறு வேறு தளத்தில் விவாதிக்க வேண்டியவை. இந்த தயக்கத்தின் பின்னுள்ள ஊசலாட்டத்தில் தான் ஜெயலலிதா தனது பொறுப்பற்ற முகத்தை மறைத்துக் கொள்கிறார். கருணாநிதி பூரண மதுவிலக்கு என்று பசப்புகிறார். ஒரு தலைமுறைச் சமூகமே நலிவுற்று சாகிறது.

- ஏப்ரல் 10, 2016

ஜெயலலிதாயிஸம்

எனக்குத் தெரிந்து இன்றைய அரசியலில், மிகவும் நையாண்டி செய்யப்படவேண்டிய அரசியல்வாதி யாரென்றால் அது ஜெயலலிதாதான். எழுத்தாளர்கள், அரசியல் விமர்சகர்கள், முக்கியமாக கார்ட்டூனிஸ்டுகள் ஆகியோருக்கு தனது தேர்தல் பரப்புரை மூலம் ஜெயலலிதா அளித்துக்கொண்டிருப்பது பெரும் தீனி.

ஜனநாயகத்துக்குக் கொஞ்சமும் தகுதியில்லாத, பதட்டங்கள் நிறைந்த காமெடியனாக அவர் தோற்றம் கொண்டிருக்கிறார். ஒரு செருப்போ, ஒரு கல்லோ மேடையை நோக்கி வரக்கூடும் என்ற பதட்டம் அவரைச் சுற்றியுள்ள மற்றெல்லோருக்கும் இருக்கிறது. அதனால்தான் இவ்வளவு உருட்டல் இவ்வளவு மிரட்டல். தண்ணீர் கூட கொடுக்காமல் மயங்கும் வரை மக்களைக் காத்திருக்க வைக்கிறார்கள். முழுக்க முழுக்க அவர் வெளிப்படுத்துவது ஒரு சர்வாதிகாரியின் சித்திரம். இந்த தைரியத்தை அவருக்கு வழங்கியது, போன தேர்தலில் மக்கள் அவருக்கு அளித்த வெற்றி. அதைத் தனக்கான வெற்றி என்று கருதிக்கொள்ளும் அபத்தம்தான் இந்தத் தேர்தல் பரப்புரையில் அவரை 'பால்கனி' மேடையில் இருக்க வைக்கிறது.

அநியாயத்துக்கு போரடிக்கும் ஓரங்க நாடகத்தை, முன்னூறு ரூபாய் வாங்கி விட்ட கொடுமைக்காக, தலையில் தண்ணீரைக் கொட்டிக்கொண்டு பார்க்கிறார்கள் மக்கள். போன தேர்தலில் ஜெயலலிதாவுக்குக் கிடைத்த வெற்றி, கருணாநிதி அளித்த பரிசு. அவர் தங்கத் தாம்பாளத்தில் வைத்து அதைக் கொடுத்தார். அவர் கொடுக்கும் வரை, கொடநாட்டில் ஓய்வெடுத்துக் கொண்டிருந்த ஜெயலலிதா, பின்பு சோம்பல் முறித்துக்கொண்டே வெளியில் வந்து அதைப் பெற்று ஆட்சிக் கட்டிலில் அமர்ந்தார். இங்கு ஆட்சிக் கட்டில் என்பது உண்மையிலேயே பொருத்தமான சொல்லாடல்தான். அவரும் நிர்வாகமும் ஐந்து வருடங்களுக்கு ஓய்வெடுக்க வழங்கப்பட்ட வாய்ப்பல்லவா அது.

இதில் நாம் கவனிக்க ஒரு முக்கியமான விஷயம் இருக்கிறது. போன

கருணாநிதி ஆட்சியில், மக்கள் அடைந்த துயரத்தில் ஜெயாவுக்கும் பங்கிருக்கிறது. ஏனெனில் பிரதான எதிர்க்கட்சியாக, அரசின் தவறான போக்கை எதிர்ப்பதும், அரசின் வன்முறையை, ஊழலை மட்டுப்படுத்தும் அழுத்தத்தை அதன் மூலம் ஏற்படுத்துவதும் அவரது கடமை. ஆனால் ஜெயலலிதா என்ன செய்தார்? என்னிடம் அதிகாரத்தைக் கொடுத்தால்தான் செயல்படமுடியும் என்று மீளா உறக்கத்திற்குப் போனார். இப்போதும்கூட அவர் தோற்றால் அவருக்கு ஒன்றும் குடி முழுகிப் போய்விடப்போவதில்லை. இருக்கவே இருக்கிறது சிறுதாவூர் மற்றும் கொடநாடு. மற்றும் நிறைய குமாரசாமிகள் இந்தியா முழுக்க இருக்கிறார்கள். சுகம்.

இந்த பக்கம் கருணாநிதி, தான் உருவாக்கி நிலைநிறுத்திய விழுமியங்களுக்கு எல்லாவற்றையும் பலி கொடுத்துக்கொண்டிருக்கிறார். ஆறு முறை முதல்வராக இருந்த, எப்போதும் மக்களுடன் தொடர்பில் இருக்கிற கலைஞரை முதல்வராக்குங்கள் என்று பரப்புரை செய்கிறார் ஸ்டாலின். மாவட்ட செயலாளர்கள் என்ற பெயரில், ஒவ்வொரு மாவட்டத்திலும் இருப்பது, பதவி வெறி கொண்ட முதியவர்கள். அவர்களோடு சேர்ந்துதான் மக்களைச் சந்திக்கிறார் அவர். திமுகவின் மாவட்டச் செயலாளர்கள் ஏன் அந்தப் பதவியை இறுகப் பற்றிக்கொண்டிருக்கிறார்கள்...? பதில் மிகவும் எளிது. "அவரை விடச்சொல் நான் விடுகிறேன்" என்பதுதான் அது. நார்சிசத்தின் மொத்த உருவமான கருணாநிதியால் அதிகார வேட்கையைக் கைவிடவே முடியாது. தான் பதவியை கைமாற்றிவிடப்போவது மகனுக்குத்தான் என்ற போதும் கூட.

இங்கு தேர்தல் வெற்றி, தோல்வி என்பதைத் தாண்டி, சில குணநலன்களை உருவாக்கி நிலைநிறுத்தியதில் கருணாநிதிக்கும், ஜெயலலிதாவுக்கும் மிகப்பெரிய பங்கு இருக்கிறது. அதில் முக்கியமாக அதிகார வெறி. அதன் நிழலைப்போல தொடரும் சுயமோகம். பிறகு கட்சியை சொத்தாகப் பார்க்கும் மனநிலை. இந்த மனநிலைதான், அதிகாரத்தை வாரிசுரிமையாகப் பார்க்கும் நிலைக்கு கருணாதியைத் தள்ளுகிறது. ஸ்டாலினை பிரதானப்படுத்துகிறது. அதேநேரம் அவரது சுயமோகம் சொந்த அதிகாரத்துடன் மோத, ஸ்டாலின் காத்திருக்க வேண்டியிருக்கிறது.

ஜெயலலிதாவின் விஷயத்தில் இந்தச் சுயமோகம் அவரது பாதுகாப்பின்மையோடு மோதுகிறது. அவரால் யாரையும் நம்பமுடியவில்லை. மக்கள் உட்பட. இது முழுக்க முழுக்க ஒரு சர்வாதிகாரியின் மனநிலையேதான். மேலும் அதிகாரத் தரகு வேலைகள் தரும் சோர்வு. அதன் விளைவுதான் பால்கனியில் அமர்ந்து கொண்டு அவர் நடத்தும்

பரப்புரைப் பொதுக்கூட்டங்கள். அவரது இந்தப் பரப்புரையில் மக்களைக் காட்டிலும் கூடுதலான அவமானத்தை அடைபவர்கள் அதிகாரிகள்தான். ஒரு வகையில் எப்போதுமே அதிகாரத்தை சுவைக்க விரும்பும் அவ்வர்க்கத்துக்கு ஜெயலலிதா தரும் கசப்பு மருந்து இது.

கையில் லத்திக்கம்புகூட இல்லாமல், அவரது வாகனம் வரும் வழியில் பத்து அடிக்கு ஒருவராக நிற்கும் காவலர்களை நினைத்தால் ஆயாசமாக இருக்கிறது. குறிப்பாக பெண் காவலர்கள். ஜெயலலிதாவை யாராவது குண்டூசியால் குத்த வந்தால் மட்டுமே இவர்களால் தடுக்க முடியும். பிறகு எதற்கு இவர்கள் கடும் வெயிலில் நிறுத்தப்படுகிறார்கள்...? இரண்டு மணி நேரத்துக்கு மேல் வெயிலில் நிற்க வைக்கப்படும் ஒரு பெண் கான்ஸ்டபிள் குறித்து இந்த ஐந்து ஆண்டுகளில் எப்போதாவது ஜெயலலிதா சிந்தித்திருந்தால் இப்போதைய "வெயில் பரப்புரை மரணங்கள்" நிகழ்ந்திருக்காது. ஆனால் "உங்களுக்கு என்ன செய்ய வேண்டும் என்று இந்த தாய்க்குத் தெரியும்" என்ற பினாத்தல்களுக்கு மட்டும் குறைச்சலில்லை.

இதை இன்னும் நுணுக்கமாகப் பார்க்கையில் ஒரு சிவில் சமூகமாக நாமே கூட 'ஜெயலலிதாயிஸம்' என்பதை கொஞ்சம் கொஞ்சமாக ஏற்றுக்கொண்டிருக்கிறோமோ என்ற சந்தேகம் கூட வருகிறது. எங்கோ ஒரு இடத்தில் சர்வாதிகாரம் குறித்த ஏக்கம் நமக்குள் இருக்கிறது. அதனால் தான் "அவர்களை அந்த இடத்தில் வைக்கவில்லை என்றால் சரியாக வராது" என்று அவர் முன்னால் வளைபவர்களை நாம் தூற்றுகிறோம். ஜெயலலிதாவின் சீரழிவுகளைக்கூட அவரது ஆளுமைத் திறனாக நாம் இனங்காணுவது அதனால்தான். இதன் உச்சமாக ஜெயலலிதாவை சகித்துக்கொள்ள நமக்குக் கருணாநிதி என்கிற ஒரு காரணம் போதுமானதாக இருக்கிறது. இந்த பக்கம் பாழுங்கிணறு, அந்த பக்கம் பாதாளக் கிணறு.

ஆனால் இந்த மனநிலையில் வெளிச்சம் பாய்ச்சும் ஒரு சிறிய முன்னகர்வை மக்கள் நலக் கூட்டணி ஏற்படுத்தியிருக்கிறது என்று நான் நினைக்கிறேன். அந்தக் கூட்டணியின் அபத்தங்களைப் புறந்தள்ளிவிட்டு பார்த்தால், திமுக அல்லது அதிமுகவுக்கு மாற்றாக பொருட்படுத்தக்கூடிய ஒரு அணியாக அவர்கள் ஒருங்கிணைந்திருப்பது தமிழகத்துக்கு நல்லதுதான். அதன் வீச்சு நிஜமாகவே கவனிக்கத்தக்கது. இந்தக் கூட்டணியின் ஒருங்கிணைப்பாளர் வைகோ பெருமிதத்தில் விம்முவதற்குக் காரணம், இரு பெரிய கட்சிகளின் அவமதிப்பிலிருந்து அவரால் வெளியேற முடிந்ததுதான். இதே மனநிலைதான் திருமாவுக்கும் இருக்கக்கூடும். கம்யூனிஸ்ட்களை தனியாகச் சொல்லவேண்டியதில்லை. விஜயகாந்தை பொக்கிஷமாகக் கருதும் நிலைக்கு அவர்கள் போவது

அதனால்தான். ஆனால் பிரேமலதாவை அவர்கள் ஆளுமையாகப் பார்ப்பது என்பது கிட்டத்தட்ட ஜெயாவிடம் முதுகை வளைத்த பழைய மனநிலையில் இருந்து அவர்கள் வெளியே வரவில்லை என்பதையே காட்டுகிறது. குறிப்பாக மதிக்கத்தக்க கம்யூனிஸ்ட் நன்மாறனின் மதுரைப் பேச்சு. எப்படி இருந்தாலும், தேர்தலுக்குப் பின்புதான் நமக்கு நிறைய சுவாரஸ்யங்கள் காத்திருக்கின்றன. இந்தத் தேர்தலில் நமக்கு மிஞ்சுவது அது மட்டுமாகக் கூட இருக்கலாம்.

- ஏப்ரல் 20, 2016

ஆண்கள் பெண்கள் மற்றும் ஆல்பர்பஸ் போராளிகள்

சமூக ஊடகங்களின் வளர்ச்சியால் நிகழ்ந்த பாய்ச்சல்களில் முக்கியமான ஒன்று பொதுவெளியில் கவனம் பெறும் 'பெண் குரல்கள்'. அவற்றையொட்டி வெளிவரும் 'பெண் ஆதரவு' ஆண் குரல்கள். அவற்றில் ஊடாடும் முணுமுணுப்புகள். இது கொஞ்சம் பெரிய ஏரியா என்பதால், குறிப்பாக சில விசயங்களை மட்டும் பேசலாம்.

முதலாவதாக, பெண் என்பதால் சமூக ஊடகங்களில் கிடைக்கும் கவனம். அது 'போலிக்கணக்காக' இருந்தாலும் சரி. "ஏன்தான் இப்படி அலையுறாங்களோ...!" என்று அலுத்துக்கொண்டே அதை அனுமதிக்கும் பெண்களையும் கவனத்தில் இருத்திக்கொண்டே இதைப் பேசவேண்டியிருக்கிறது.

இரண்டாவதாக பெண்கள் சார்ந்த விஷயத்தில் சமூக ஊடகங்களில் நிலவும் 'Political Correctness' மனநிலை. தனக்கு பாதிப்பு என்று ஒரு பெண் பொதுவெளியில் பதிவிட்டால் ஒரே நேரத்தில் மொத்த சமூகமும் கொந்தளிப்பின் உச்சத்துக்குப்போய் தொடர்புடைய ஆணுக்கு தண்டனையளிக்க முயலும். அப்போது பாதிக்கப்பட்ட பெண்ணுக்கு ஆதரவாக, மூர்க்கமாக வெளிவரும் ஆண்களைக் காணும்போது "இவ்வளவு நல்லவர்களா நீங்கள்" என்று நமக்கே நெஞ்சம் விம்மும்.

மூன்றாவதாக இதைப்போன்ற புகார்கள் பொதுவெளிக்கு வருகிறபோது மிக நிதானமாக, அவற்றை அணுக முயலும் அரிதான சில பெண் மற்றும் ஆண் குரல்கள். இவற்றில் பெரும்பான்மை மிக இளம் வயதினராக இருப்பது ஆச்சர்யமாக இருக்கிறது.

"போலி கவுரவம்" பராமரிப்பதில் சமூக ஊடகங்களில் இயங்குபவர்கள் சமர்த்தர்கள். அதே சமயம், ஜிப்பைப் போடாமலேயே சட்டையை இன் பண்ணிக்கொண்டு ஆபீசராகத் திரியும் அப்பாவிகள்தான் அவமானப்படுகிறார்கள். ஆனால் இதற்குச் சற்றும் குறைவில்லாத வகையில் இதையொத்த பெண்களும் இங்கு இருக்கிறார்கள். அவர்கள் மட்டும் எப்படித் தப்பிக்கிறார்கள்? இதுதான் அந்த 'Political Correctness'

செயல்படும் இடம். எல்லாரும் கனவான்களாகி ஆணை மட்டுமே அட்டாக் செய்து அவனுக்கு மாரடைப்பு வர வைப்பார்கள். அந்த இடத்தில் "நீ மட்டும் என்னவாம்" என்று அந்தப் பெண்ணிடம் கேட்க இன்னொரு பெண்தான் அங்கு வர வேண்டும்.

சமூக ஊடகங்களில் உளறுவது என்று வந்துவிட்டால், ஆண்களுக்கு கொஞ்சமும் சளைத்தவர்கள் அல்ல பெண்கள். அதே போல சட்டென்று ஆத்திரப்படுவதிலும். ஆனால் ஒரு பெண்ணுடன் பொதுவெளியில் விவாதத்தில் இறங்கும் ஆண், அவளுக்குப் பின்னால் அவளைக் காப்பாற்ற ஒரு சமூகம் இருக்கிறது என்பதையும் தனக்குப் பின்னால் தன்னைத் தள்ளிவிட ஒரு சமூகம் காத்திருக்கிறது என்பதையும் மறந்துவிடக் கூடாது.

முக்கியமாக ஆங்கிலத்தில் பேசும் பெண்கள். அங்கே அவள் உளறுகிறாள் என்று ஸ்பஷ்டமாகத் தெரியும். ஆனால் பூடகமான வார்த்தைகளில் அவனுக்குச் சொல்ல வராது. இந்த மொழிப் பிரச்சினையைக் கையாள்வதை விட கனவானாக இருப்பது மேல் என்று அவன் உணரும் தருணம்தான் ஜென் நிலை. இந்த இடத்தில் சில அறியப்பட்ட ஆளுமைகள், இடையில் வந்து தமிழில் பேசினாலும், சில பெண்கள் ஆங்கிலத்தைக் கைவிடமாட்டார்கள். "யோவ்... நீ வேற ஏன் வந்து அசிங்கப்படுற..." என்று மனதிற்குள் மருகினாலும் அவன் அமைதியாகவே இருப்பான். அதுதான் முக்தி நிலை.

"ஏய்... சொல்லுடா...!" என்று சர்வசாதாரணமாக பெண்கள் தமது நண்பர்களை கமென்ட்டில் கேட்பார்கள். "ஏய்...சொல்லுடி...!" என்று அவன் சொல்வதை நீங்கள் பல நேரங்களில் பார்க்க முடியாது. ஆமாம்; அதை அவன் இன்பாக்ஸில் தான் சொல்லவேண்டும். இது சமூக ஊடகங்களில் எழுதப்படாத விதி. கவனித்துப் பாருங்கள்.

இதெல்லாம் விளையாட்டு. கடந்துவிடலாம். பல முக்கியமான விவாதங்களைக் கூர்ந்து கவனித்தால், இந்த சமூக ஊடகங்கள் எவ்வளவு போலியானவை என்பது புரியும். பெண்கள் நேரடியாகப் பங்கு பெற்றிருக்கும் கொலைகள் அடிக்கடி செய்திகளில் தென்படுகின்றன. அதைப் பற்றிய விவாதங்களை நீங்கள் பார்க்கவே முடியாது.

சமீபத்தில் பணத்துக்காக தனது காதலனுடன் சேர்ந்து இரண்டு பெண்களைக் கழுத்தை அறுத்துக் கொல்கிறாள் ஒருத்தி. அங்கு இருந்த ஏழு வயதுக் குழந்தையை லேசாக வெட்டிவிட்டு கொல்லாமல் விடுகிறார்கள். இதன் பின்னுள்ள அழுத்தங்கள் என்ன? பெண்கள் கொலையாளிகளாக மாறுவதன் முரண்கள் என்ன? புதிய பொருளாதாரக் கொள்கைகளின் அமலாக்கமும் அது ஒரு பகுதி பெண்களுக்கு சாத்தியப்படுத்திய சுதந்திரமும்

அவர்களை சமத்துவம் நோக்கி நகர்த்தியிருக்கிறதா அல்லது அவர்கள் தங்களது சுதந்திரத்தை அதிகாரமாகப் பயன்படுத்துகிறார்களா என்பது போன்ற வெளிப்படையான விவாதங்களை நீங்கள் பார்க்கவே முடியாது. நான் கவனித்த வரையில் இதைப் போன்ற விசயங்களைத் தீவிரமாக முன்னெடுப்பவர்கள் பெரும்பாலும் ஆண்களாகவே இருக்கிறார்கள். ஆண்களுக்குக் கிடைத்த வெளி எங்களுக்கு இல்லையென்ற ஜல்லியடி எல்லாம் சமூக ஊடகங்களுக்குப் பொருந்தாது.

தினமும் ஒரு மொக்கை பாலியல் கவிதை எழுதுகிற, அஜீத் குறித்து நானூறு வார்த்தைகளில் கட்டுரை எழுதுகிற, தனது போட்டோ, குழந்தையின் போட்டோ, பிறகு குடும்ப போட்டோ என்று தினமும் பதிவேற்றுகிற, அதே சமயம் "என் போட்டோவுக்கு மட்டும் லைக் போடுகிறார்கள்" என்று மறக்காமல் அங்கலாய்க்கிற போன்ற போராளிகளால் நிறைந்ததுதான் இவ்வுலகம்.

தங்களது சில்லறைத்தனங்களை, உழைக்கும் பெண்களை முன்னிட்டு நியாயப்படுத்திக்கொள்கிற, தனது சாதிய முகத்தை பொதுவான பெண்ணிய சொல்லாடல்களில் மறைத்துக் கொள்கிற, தனி மனித அதிகாரம், கட்டுடைப்பு குறித்துப் பேசிக்கொண்டே இன்னொரு பக்கம் தன்னை குடும்பத்தைப் பேணும் பெண்ணாக பொதுவெளியில் காண்பித்துக்கொள்கிற, சமூகத்தின் எல்லா நிகழ்வுகளையும் பெண்ணியம் vs ஆணாதிக்கம் என்ற இருமையில் மட்டுமே காணமுயல்கிற அல்லது அதன்மூலம் மற்ற அரசியல்களை மறைத்துக்கொள்ள முயல்கிற, பொருளாதாரச் சுமையை ஆணுக்கானதாக மட்டுமே வரித்துக்கொண்டு தனது கடமைகளை தியாகமாக முன்னிறுத்துகிற என்று எல்லா வகைப்பட்ட பெண்களையும் கொண்டதுதான் சமூக ஊடகங்கள்.

இணையத்துக்கு வெளியே உள்ள வாழ்வைப்போல இதிலும் தந்திரமானவர்கள் தப்பித்துக்கொள்கிறார்கள். ஆக இணையத்தில் உலாவரும் புகாரையோ, வன்முறையையோ அவதூறையோ, பெண் vs ஆண் என்ற காரணியை மட்டும் கொண்டு அளவிடாமல் மற்ற விஷயங்களிலும்கூட கவனம் செலுத்தி முழுமையாக எதிர்வினை ஆற்றுவதே முக்கியம்.

இப்போது கூட நான் சொல்லியிருப்பதை ஒரு பெண் எழுதியிருந்தால், நீங்கள் எப்படி எதிர்வினையாற்றியிருப்பீர்கள், பின்னூட்டம் இட்டிருப்பீர்கள் என்று யோசித்துப் பாருங்கள். செம்ம இன்ட்ரஸ்டிங்காக இருக்கும். நான் சொல்லவருவது மிகத்தெளிவாக உங்களுக்கு புரியும்.

- ஏப்ரல் 21, 2016

நடக்கும் தூரத்தில் கடை கைக்கெட்டும் தூரத்தில் சரக்கு

தேர்தல் களத்தில் நிற்கும் எல்லா கட்சிகளுமே, "மதுவிலக்கு" என்பதைத் தங்களது தேர்தல் வாக்குறுதியாக முன்வைத்திருக்கின்றன. தி.மு.க "பூரண மதுவிலக்கு" என்பதை முன்பே அறிவித்தது. தனது தேர்தல் அறிக்கையில், 'அதற்காக தனி சட்டமே இயற்றப்படும்' என்று தெரிவித்திருக்கிறது.

மதுவுக்கு எதிராக அரசியல் கட்சிகள் போராட்டங்களை நடத்தியபோதும், பெண்கள் குழந்தைகள் உட்பட பொதுமக்கள் சாலைக்கு வந்து போராடியபோதும், அசைந்து கொடுக்காத ஜெயலலிதா, கொஞ்சம் இறங்கிவந்து தாங்கள் ஆட்சிக்கு வந்தால் படிப்படியாக மதுவிலக்கை அமல்படுத்துவோம் என்கிறார்.

எப்படியாவது ஆட்சிக்கு வர வேண்டும் என்று நினைக்கிற திமுக, வேறு வழியில்லாமல் இந்த வாக்குறுதியை வழங்குகிறது. பின்விளைவுகளைக் குறித்தெல்லாம் கவலை கொள்ளும் நிலையில் அது இல்லை. ஆனால், பூரண மதுவிலக்கை தி.மு.க நிறைவேற்றும் என்று நம்பமுடிகிறது. அது ஆட்சியமைக்கும் பட்சத்தில் அதிலிருந்து பின்வாங்கமுடியாது.

ஆனால் ஜெயலலிதாவுக்கு 'தாம் மீண்டும் ஆட்சிக்கு வந்துவிடுவோம்' என்கிற அதீத தன்னம்பிக்கை இருக்கிறது. அதனால்தான் படிப்படியான மதுவிலக்கு என்கிற, சாத்தியமுள்ள ஒரு வாக்குறுதியை முன் வைக்கிறார். அது கூட, இந்த விஷயத்தில் அவரது தொடர் மவுனம் தேர்தல் வெற்றியை பாதிக்கும் என்பதால்தான். மேலும் அவர் எந்த உத்திரவாதத்தையும் வழங்கவில்லை. இதன் பொருள், அவரது அரசாங்கம் மீண்டும் ஆட்சிக்கு வந்தால், சில கண்துடைப்பு நடவடிக்கைகளுக்குப் பிறகு, இதே நிலை தொடரும் என்பதே.

"பூரண மதுவிலக்கு" சாத்தியமா என்றால், அது சாத்தியமே இல்லை என்பதுதான் மதுவிலக்கு அமலில் இருக்கும் பிராந்தியங்களில் இருந்து நாம் புரிந்துகொள்வது. அண்டை மாநிலங்களில் மது அனுமதிக்கப்பட்டிருக்கும்போது, தமிழகத்தில் மட்டும் தடை என்பது,

மதுக் கடத்தலை ஊக்குவிக்கவே செய்யும். இன்னொன்று கள்ளச்சாராயம். அரசின் எத்தகைய கண்காணிப்பையும் மீறி அது பெருகவே செய்யும். அதையொட்டிய உயிரிழப்புகளும் ஏற்படத்தான் செய்யும். பிறகு, அரசுக்கு நேரும் வருமான இழப்பு. அதை ஈடுகட்டும் அளவுக்கு மாற்றுத்திட்டங்களை யாரும் முன்வைக்கவில்லை. வேறு வகையில், இந்த நட்டம் மக்களின் தலையில்தான் விடியும். பூரண மதுவிலக்கின் ஒரே பயன், புதிதாக மதுவுக்கு அறிமுகமாகும் இளையவர்களின் எண்ணிக்கையை அது மட்டுப்படுத்தும் என்பதுதான். 'நடக்கும் தூரத்தில் கடைகள், கைக்கெட்டும் தூரத்தில் மது' என்பது இவ்வளவு குடிகாரர்கள் பெருகியதற்கு ஒரு முக்கியக் காரணம்.

"திறந்தால் முழுக்கவும் திறப்பது, மூடினால் இறுக மூடிவிடுவது" என்று அரசு செயல்படக்கூடாது. மதுக்கடைகளை அரசே நடத்துவது என்பது முழுக்கவும் தோல்வியடைந்திருக்கிறது. மது அருந்துபவர்களை மேலும் மேலும் சீரழிக்கும் அமைப்பாக 'டாஸ்மாக்' மாறியிருக்கிறது. ஒன்று தரமற்ற மது. மற்றொன்று அதில் நிலவும் ஊழல். இப்போதைக்கு அரசாங்கம் மது விற்பனையில் இருந்து விலகிக்கொண்டு, அதில் கண்காணிப்புடன் தனியார்களை ஈடுபடுத்த வேண்டும். வெளிப்படைத்தன்மையை அதிகரிப்பதன் மூலம், சந்தையில் தரமான மது கிடைப்பதை உறுதி செய்யவேண்டும். கடைகளின் எண்ணிக்கையையும், வேலை நேரத்தையும் பாதியாகக் குறைக்க வேண்டும். மது விற்பனையை வருமானம் ஈட்டும் ஒன்றாகப் பார்க்கும் மனநிலையிலிருந்து ஆட்சியாளர்கள் மாறவேண்டும். முழுத் தடையைவிட இதுவே பயனளிக்கும். மதுவிலக்கை சட்டமாக்கி அப்பாவிகளைக் குற்றவாளிகளாக்குவதைவிட, இதை ஒரு சமூகப்பிரச்சினையாகவே நோக்க வேண்டும். சட்டம் ஒழுங்கு பிரச்சினையாக அல்ல.

- ஏப்ரல் 21, 2016 'புதிய தலைமுறை'.

பஞ்சத்துடன் ஒரு செல்ஃபி

'தண்ணீர்ப் பஞ்சம்' மிகப்பெரிய சிக்கலாக மாறப்போகிறது என்பது தெளிவாகத் தெரிகிறது. வட இந்தியா பாதிப்புகளை அடையத் தொடங்கியிருக்கிறது. 'பாளம்... பாளமாக...' வெடித்துக் கிடக்கும் வயல்களை பார்வையிடச் சென்ற மத்திய அமைச்சர், அங்கு நின்று செல்ஃபி எடுத்து சமூக வலைத்தளங்களில் அதை வெளியிட்டு தமது பொறுப்பை நிரூபித்திருக்கிறார்.

தண்ணீரை மக்கள் சிக்கனமாகப் பயன்படுத்த வேண்டும் என்று மாநில அரசுகள் கேட்டுக்கொள்கின்றன. நல்லது. எப்போதும் பற்றாக்குறை வரும்போது மக்கள்தான் சிக்கனமாக இருக்க வேண்டும். பருப்பு விலை ஏறினால், ரசத்துக்கு மாறும் மக்கள் இதைப் பழகிக்கொள்வார்கள்தான். தனிமனிதர்களின் புரதச்சத்துக் குறைபாட்டிற்குப் பின்னால், உணவுப்பொருட்களின் விலையேற்றம் இருக்கிறது. இந்த விலையேற்றத்திற்குப் பின்னால் வணிகத் தரகர்கள் இருக்கிறார்கள். அவர்கள் அரசைக் கட்டுப்படுத்துகிறார்கள். இது சட்டத்துக்குப் புறம்பானது. சட்டப்படியான சுரண்டல் என்பது, நமது கொள்கைகளால் காப்பாற்றப்படுகிறது. ஆமாம்; புதிய பொருளாதாரக் கொள்கைகள். இந்த வார்த்தையைக் கேட்டாலே சலிப்பாகத்தான் இருக்கிறது. என்ன செய்ய?

கொஞ்சம் தண்ணீரைக் குடித்துவிட்டு நிழலில் நின்றாவது இதை யோசித்துதான் ஆக வேண்டும். முதலில் ஆறுகளில் இருந்து தொடங்குவோம்.

இப்போது பெரும்பாலான ஆறுகளில் வருடத்துக்கு மூன்றிலிருந்து நான்கு மாதங்கள் மட்டுமே தண்ணீர் வருகிறது. மீதி நாட்களில் எல்லாம், மணல் அள்ளப்படுவதற்காக அவை மல்லாந்து கிடக்கின்றன. மணலை அள்ள அள்ள ஆற்றின் ஆழம் கூடிக்கொண்டே போகிறது. ஆற்றின் ஆழம் கூடக் கூட, நிலத்தடி நீரின் அளவு குறைந்து கொண்டே போகிறது. ஏரிகள், குளங்கள், கிணறுகள் போன்றவற்றில் தண்ணீர் நிறைவதே இல்லை. தண்ணீர் வரத்து இல்லாத காலங்களிலும்கூட, ஆற்றில் குழாய்களைப் பதித்து அசுரத்தனமாக அவற்றை உறிஞ்சுகின்றன

பெருநிறுவனங்கள். தடையற்ற தண்ணீருக்கு உத்தரவாதமளித்திருக்கிறது அரசு. இங்கு விவசாயி என்பவன் ஒரு பொருட்டே இல்லை.

ஒரு ஊரில் குளத்தின் ஆழத்தை ஒப்பிட, ஆற்றின் ஆழம் கூடுதலாக, பாதாளத்தில் இருக்கிறது. பிறகு ஆற்றிலிருந்து, குளங்களுக்கு நீரைக் கொண்டுவரும் வாய்க்கால்கள். இங்குதான் தனிமனிதர்கள் கொஞ்சமும் சுரணையற்று இயற்கையை வன்புணர்கிறார்கள். விளையும் வயல்களில் பிளாட் வாங்கும் ஒரு பயனாளிக்கு, தான் வீடு கட்டியவுடன் கண்ணை உறுத்துவது, அவனது வீட்டை ஒட்டிச் செல்லும் வாய்க்கால்தான்.

தமிழ்நாட்டின் சிறிய வாய்க்கால்கள் நமது முன்னோர்கள் நமக்கு உருவாக்கி அளித்த பொக்கிஷங்கள். வயல்களின் ஊடாக ஒரு புறம் 'கன்னிவாய்க்கால்' எனப்படும் பாசன வாய்க்கால்கள். மறுபுறம் கொஞ்சம் பெரிய, ஆழமான வடிகால் வாய்க்கால்கள். விவசாய நிலங்கள் உள்ள எந்த ஊரிலும் இந்த அமைப்பு முறையை நீங்கள் பார்க்கலாம். ஆற்றிலிருந்து தண்ணீரைக் கொண்டுவரும் கன்னி வாய்க்கால்கள், மழைக்காலங்களில் பயிர்கள் அழுகாமல் காப்பாற்ற வடிகால் வாய்க்கால்கள். இவைதான் நிலத்தடி நீருக்கான ஆதாரம். குறைந்தகால நீர்த்தேக்கங்கள். விவசாயத்துக்கு, வாழ்க்கைக்குத் தேவையான சங்கிலித்தொடர் நீர்ப்பாசனம்.

நகர்கள் விரிவடையும்போது, ஆற்றின் கிளைவாய்க்காலின் 'தலைமடையில்' வீடுகட்டும் ஒருவன், முதலில் குப்பையைக் கொட்டுவது இந்த வாய்க்கால்கள் ஒன்றில்தான். முக்கியமாக பாலித்தீன் குப்பை. பிறகு தனது இடத்தைத்தாண்டி வரப்பை ஆக்கிரமிப்பது. ஆக, நகர்ப்புறங்களைத்தாண்டி விவசாயம் செய்து கொண்டிருப்பவனின் நீராதாரத்தில் தடையை ஏற்படுத்துவதுதான் அவன் செய்யும் முதல் வேலை. தண்ணீர் வரும் நான்கு மாதத்தில் அதைப் பயன்படுத்திக்கொள்ள முனையும் வேளாண் விவசாயி இந்த பொறுப்பற்ற அயோக்கியர்களிடமிருந்து தனது போராட்டத்தைத் தொடங்கவேண்டியிருக்கிறது.

எங்கள் பகுதியில் பத்தாண்டுகளுக்கு முன்பு, திமுக ஆட்சியில் இத்தகைய வாய்க்கால்கள் தூர்வாரப்பட்டன. அடுத்த இரண்டாண்டுகளில் அவற்றை வேகமாகத் தூர்த்து முடித்தார்கள் புதிய நகரவாசிகள். எங்கள் குடும்பத்தில் விவசாயத்தைக் கைவிட்டோம். வேறு வருமானம் இல்லாத பலர் எங்கள் தெருவில் நிலத்தையே கைவிட்டார்கள். இப்போது அந்த நிலங்கள் எல்லாம் வீடுகளாகி நிற்கின்றன. எங்கள் வீட்டுக் கொல்லைப்புறத்தை நகரம் நெருங்கியிருக்கிறது. தெருவில் செக்யூரிட்டிகளும், புரோக்கர்களும் பெருகியிருக்கிறார்கள். பம்புசெட் வைத்திருந்த கொஞ்சபேரும், அதைப் பிடுங்கிவிட்டு ஆழ்துளைக்கு மாறுகிறார்கள். நிலத்தடி நீர் மீண்டும்

கீழே போகிறது. வல்லூறுகளைப்போல ரியல் எஸ்டேட்காரர்கள் காத்திருக்கிறார்கள். இதுதான் இந்தியா முழுவதும் உள்ள நிலவரம்.

இப்போது இங்கே வெயில் வேறு கூடிக்கொண்டே போகிறது. வீட்டின் பின்னுள்ள மரங்கள், சிறு அசைவும் இல்லாமல் குத்திட்டு நிற்கின்றன. தேர்தல் பிரச்சாரம் அனல் பறக்கிறது. பணத்தோடு தண்ணீர் பாக்கெட்டும் தருகிறார்கள். அதைத் தலையில் கொட்டிக்கொண்டு வாங்கிய காசின் நேர்மையைக் காப்பாற்ற பிரச்சார மேடைக்கு முன்னால் காய்கிறார்கள் வேளாண் மக்கள். அரசியல் என்ற பெயரால் வேசைத்தனம் அதன் உச்சத்தில் இருக்கிறது. சிக்கனமாக தண்ணீரைக் குடித்துவிட்டு சாகலாம்தான். அது விவசாயத்தை விட எளிதானது.

- ஏப்ரல் 23, 2016 Thetimestamil.com.

சபாஷ் நாயுடு

பெயரில் சாதி அடையாளங்களைத் துறக்கவைத்ததில் பெரியாருக்கும் திராவிட இயக்கங்களுக்கும் பங்குண்டு. பங்கு என்ன பங்கு. செய்ய வைத்ததே அவைதான். பெயருக்குப் பின்னால் சாதியை சேர்த்துக்கொள்ளும் 'பின்னொட்டுக்கு' விடை கொடுக்கவைத்தது ஒரு சாதனை. இதைப் புரிந்துகொள்ள வேண்டும் என்றால், தமிழகம் தவிர்த்த பிற மாநிலங்களில் வழங்கிவரும் பெயர்களைப் பார்க்கவேண்டும்.

"பெயரில் இருந்து சாதியை நீக்கிவிட்டதால் சாதி நீங்கிவிட்டதா, சமத்துவம் வந்துவிட்டதா" என்று கேட்டால் இல்லைதான். அது மட்டுமே போதாது தான். ஆனால் பெயரில் 'சாதி நீக்கம்' என்பது ஒரு குறியீடு. பெயரில் சாதியைத் துறக்கமுடியும் என்பது இப்போது எளிதாகத் தோன்றுகிறது. ஆனால் ஐம்பது வருடங்களுக்கு முன்பு, அது எத்தகைய அரசியல் முன்னெடுப்பு என்பதை வரலாற்றுப் பின்புலத்தில் வைத்துப் பார்த்தால்தான் புரியும். சனாதனவாதிகள் எவ்வளவு சங்கடப்பட்டிருக்கிறார்கள் என்பதும் தெரியும்.

இப்போதும்கூட தமிழிலக்கியங்களை அருவியாகப் பொழியும் நெல்லை கண்ணனின் உரையைக் கேளுங்கள். கண்ணதாசனை செட்டியார் என்றும், பாரதியை ஐயர் என்றும் அவர் சுட்டிக்கொண்டே இருப்பதை உணரலாம். அவரது சாதிச்சுட்டுக்கு காந்தியாரும்கூட தப்பவில்லை. காந்தி வாணியசெட்டியார் என்பதைக் குறிப்பிட்டுப் பேசுகிறார். ஆனால் கக்கன் என்று வருகிறபோது ஏன் இந்த சாதிச்சுட்டு வருவதில்லை...? கக்கனைப் பறையனென்றோ காமராஜரை நாடாரென்றோ பெருமையாகச் சொல்வதைத் தடுப்பது எது?

"சாதி என்பது இழிவு அல்ல, அது ஒரு அடையாளம். பழங்காலத்தில் அப்படித்தான் இருந்தது. அந்தந்த சாதியும் அதனதன் மரியாதையோடு நிலைத்திருந்தன. சாதிய ஏற்றத்தாழ்வு, தீண்டாமை போன்றவையெல்லாம் நாம் கொஞ்சம் கொஞ்சமாக அடைந்த சீரழிவுகள்" என்பதுதான் சாதிய ஆதரவாளர்கள் சொல்வது. இதுதான் ஆண்ட சாதிப் பெருமையாக

பரிமளிக்கிறது. இங்கு ஆண்டசாதிப் பெருமிதத்தை பள்ளர்களும், பறையர்களும், வள்ளுவர்களும்கூட கோருகிறார்கள். தேவர்கள், வன்னியர்கள், கவுண்டர்களின் சாதிப்பெருமிதங்கள் உலகம் அறிந்தது. எனக்குத் தெரிந்து ராஜராஜ சோழன் வன்னியன், தேவன் மற்றும் வேறு சில சாதியையும் சேர்ந்தவன். ஆமாம். அவ்வளவு பேர் அவனை உரிமை கொண்டாடுகிறார்கள். அவனது காலத்தில், 'கோவிலைச் சுற்றிக் குடியமர்த்தப்பட்டிருந்த வேசைகள் எந்த சாதி...?' என்பதில் மட்டும் இறுக்கமான மவுனம் காப்பார்கள்.

இங்கு நாம் கவனிக்க வேண்டியது "அந்தந்த சாதியும் அதனதன் மரியாதையோடு நிலைத்திருந்தன" என்ற சொல்லாடலைத்தான். ஒரு வேளாண் சாதியும், வணிக சாதியும் ஒன்றல்ல. 'அதனதன் மரியாதையோடு' என்ற வார்த்தை சுட்டுவது, சமூகப் படிநிலையில் அதன் இடத்தைத்தான். இங்கு இடம் என்பது 'புனிதத்துடன்' தொடர்புகொண்டது. அதனால்தான் சக்கிலியனின் இடமும் பார்ப்பனனின் இடமும் மலைக்கும் மடுவுக்குமானது. மந்திரம் கற்கும் ஒரு பார்ப்பனக் குழந்தையும், மாட்டை அறுத்துக் கூறுபோடும் ஒரு சக்கிலியக் குழந்தையும் அதைக் கற்றுக்கொள்ள செலவிடும் நேரமும் உழைப்பும் ஒன்றுதான். அப்படியே இடம் மாற்றி வைத்தால், ஒரு பார்ப்பனன் மாட்டை அறுப்பவனாகவும், ஒரு மாடறுப்பவன் மந்திரம் ஓதுபவனாகவும் ஆகமுடியும். ஆனால் அப்படி நடக்கும் சாத்தியம் உண்டா...? இல்லை. அது ஏன்...? அதுதான் பிறப்பால் வரும் தகுதி. இதை நான் சொல்லும்போது... அது எப்படி மாடு அறுப்பதும், மந்திரம் ஓதுவதும் ஒன்றாகும்... என்று உங்கள் மனது கேள்வி எழுப்பினால் எனது பதில், இரண்டுக்கும் தேவை பயிற்சி... அர்ப்பணிப்பு... அவ்வளவே...! என்பதுதான். இதொன்றும் political correctness பார்வையல்ல. எதார்த்தம்.

ராஜாஜிக்கு பிறப்பால் வரும் தகுதி காமராஜருக்கும் கக்கனுக்கும் கிடையாது. ராஜாஜி தன்னை பிராமணர் என்று அறிவித்துக்கொள்ளும்போது, அவர் விரும்பாவிட்டாலும் இந்த பிறப்புத் தகுதியையும் சேர்த்தே அறிவித்துக்கொள்கிறார். காமராஜரும் கக்கனும் தங்களது சாதியை அறிவித்துக்கொள்கிறபோது தங்களது பிறப்பின் போதாமையையும் சேர்த்தே அறிவித்துக்கொள்ள நேர்கிறது. அதனால்தான் சாதியைத் துறக்க நேர்கிறது. சாதியைத் துறப்பதன் வழியாக ஒருவன் இழிவைத் துறக்கிறான். இன்னொருவன் பெருமிதத்தைத் துறக்கிறான். இரண்டும் ஒன்றல்ல. இதையே வேறுவகையில் பார்த்தால், 'நான்... பிராமணன்' என்று அறிவித்துக் கொள்ளும் ஒருவன், வேறு வகையில் 'நீ என்னைவிடத் தாழ்ந்தவன்' என்று மற்ற சாதிகளிடம் சொல்கிறான். அவன் சாதி வேறுபாடு பாராட்டாதவன் என்கிறபோதும் கூட! இதுதான் "நான்

பத்தினி மகன் என்று நீ என்னிடம் சொல்வது என்னை வேசிமகன் என்று சொல்வதாகாதா..." என்று கேட்க வைக்கிறது.

நான் மேலே சொல்லியிருப்பதெல்லாம் காலம்காலமாக புழக்கத்தில் உள்ள விவாதங்கள்தான். வால்யூம் வால்யூமாக பெரியாராலும், அம்பேத்கராலும் எழுதிக்குவிக்கப்பட்டிருப்பவைதான்.

"தேவர் மகன்" என்று ஒரு திரைப்படத்திற்கு பெயர் வைக்கப்படும்போது, 'தேவர்' என்ற சொல் திரையில் உச்சரிக்கப்படும்போது, பார்வையாளர்கள் எழுப்பும் உன்மத்தக் கூச்சலில் இருப்பது "நான் ஆண்ட சாதி" என்ற எக்காளம்தான். அதன் மறைபொருள் "நீ என்னால் ஆளப்பட்டவன்" என்று இன்னொரு தரப்பிடம் சொல்வதுதான். எந்த ஒன்றையும் romanticise செய்யும் அபத்தத்தை கலைஞன் செய்யலாகாது. அது கலைக்கு எதிரான செயல்பாடு. 'குருதிப்புனல்' திரைப்படத்தில் நேர்மையான மத்தியதர வர்க்க அதிகாரி ஒருவனை முன்னிறுத்தி அரச பயங்கரவாதத்தை நியாயப்படுத்தியதும், 'தேவர் மகன்' திரைப்படத்தில் சாதிவெறியை romanticise செய்ததும் கலைக்கு எதிரான செயல்கள்தான்.

"சபாஷ் நாயுடு என்று ஒரு திரைப்படத்துக்கு பெயர் வைப்பதில் என்ன தவறு" என்று கேட்கிறார்கள். சரிதான்!

கீழவெண்மணியில் தலித்துகளை குடிசையில் வைத்துக்கொளுத்திய "கொடூர நாயுடுகளைப்" பற்றி ஒரு முணுமுணுப்பு கூட வராத திரைத்துறையில், பிரச்சார மேடைகளில் பொம்மைகளைப்போல அமர்ந்திருக்கும் ஆண்டசாதி தேவ, வன்னிய, கவுண்ட, நாயுடு அடிமைத்தனத்தை பகடி செய்து ஒரு திரைப்படம்கூட எடுக்க முதுகெலும்பற்ற படைப்பாளிகள் நிறைந்த உலகில், 'சபாஷ் நாயுடு' என்ற பெயரில் இருப்பது ஆபாசம் மட்டுமே. கலகமோ, பகடியோ அல்ல!

இந்தப் பெயர் விவாகரத்தில் தங்களது வருத்தத்தைப் பகிர்பவர்களை "போலி முற்போக்காளர்கள்" என்றெல்லாம் நக்கலடித்து எழுதிக்கொண்டிருக்கிறார்கள் சிலர். போலிக்கலைஞனுடன் அந்த முற்போக்காளர்கள் மல்லுக்கட்டுவதால் அப்படிச் சொல்கிறார்கள்போல. இருந்துவிட்டுப் போகட்டும்.

- மே 01, 2016

காங்கிரஸ் தாத்தாவும் கருணாநிதியும்

எங்களது தாத்தா தீவிர காங்கிரஸ் அனுதாபி. அப்பா, சித்தப்பாக்கள் எல்லாம் எழுபதுகளின் இளைஞர்கள். அதனால் மிக இயல்பாகவே திராவிட இயக்க ஆதரவாளர்களாக இருந்தார்கள். சித்தப்பாவை பெரியாரியம் ஈர்த்திருந்தது. அப்பா தீவிர திமுக அனுதாபி. அனுதாபி என்பதைவிட கட்சிக்காரர். கலைஞரின் மீது அப்படி ஒரு பற்று. இப்போதும்கூட அப்படித்தான். தமிழின் ஒரே தலைவர் கருணாநிதி; ஒரே தமிழறிஞரும் அவர்தான் அவருக்கு.

நான் சிறுவனாக இருந்தபோது, ஊரில் பிரபலமாக இருந்த தேங்காய் மொத்த வியாபாரி ஒருவருக்கு காங்கிரஸ் சார்பாக தேர்தலில் போட்டியிட இடம் கொடுத்திருந்தார்கள். அவர் தாத்தாவின் நண்பர். எங்களது தோப்பில் பறிக்கப்படும் தேங்காய்கள் அவரது மண்டிக்குத்தான் போகும். தாத்தா ஒருநாள் கத்தையான விளம்பர நோட்டீஸ்களோடு வந்து, 'இதையெல்லாம் கொண்டு போய் எல்லார் வீட்டிலும் கொடுத்து விட்டு வா...' என்றார். நான் உற்சாகமாக ஓடினேன்.

அப்பாவுக்கு அதில் உடன்பாடு இல்லை. இருந்தாலும் தாத்தாவை எதிர்த்து ஒன்றும் சொல்ல முடியாது. எங்களது சித்தப்பாவுக்கும் சித்திக்கும் ஒருமுறை சிறிய சண்டை வந்து, சித்தி கோபித்துக்கொண்டு பிறந்தகம் போய்விட்டார். தாத்தாவுக்கு இரண்டு மூன்று நாட்கள் கழித்து அது தெரியவந்தபோது, சித்தப்பாவை அழைத்துவரச்சொல்லி, மாட்டு வண்டியில் இருக்கும் தார்க்குச்சியால் அவரை அடித்தார். அப்போது சித்தப்பாவுக்கு மூன்று குழந்தைகள் இருந்தன.

தேர்தல் நெருங்கியவுடன் வீட்டில் உள்ள எல்லாரையும் அழைத்து, நீங்கள் 'கை' சின்னத்துக்குத்தான் வாக்களிக்க வேண்டும் என்று கட்டளையிட்டார். பெரியாரியம், திராவிடம் எல்லாம் அமைதியாகத் தலையை ஆட்டியது.

தேர்தல் முடிவு வந்தது. அந்த காங்கிரஸ்காரர் கொடூரமாகத் தோற்றிருந்தார். தாத்தா ஒரு வாரம் வீட்டில் சாப்பிடாமல் இருந்தார். அதன்

பிறகு நீண்ட நாட்கள் அந்த காங்கிரஸ்காரரைப் போய் பார்க்கவில்லை அவர். எல்லா வீட்டிற்கும் கொடுத்தது போக நிறைய நோட்டீஸ்கள் மிச்சமிருந்தன. நான், தங்கைகள் எல்லாம் அந்த நோட்டீசின் பின்புறம் படம் வரைந்து பழகினோம்.

அதற்குக் கொஞ்சநாள் கழித்து, கலைஞரின் பொதுக்கூட்டத்துக்கு என்னை ரகசியமாக அழைத்துப்போனார் அப்பா. கலைஞர் மேடைக்கு வரவும் மின்சாரம் நின்றுபோகவும் சரியாக இருந்தது. அங்கிருந்து தொடர்ந்தது எம்ஜியார் ஆட்சி மீதான அவரது விமர்சனம். என்னைத் தோளில் தூக்கிக்கொண்டுபோய் நெருக்கத்தில் கலைஞரைக் காட்டினார். ஒரு முறை தனது நண்பரோடு, திருச்சிக்கு எனது கல்லூரி விடுதிக்கு வந்திருந்தார் அப்பா. அப்படியெல்லாம் வருபவரில்லை அவர். எனக்கு பயங்கர ஆச்சர்யம். செந்தண்ணீர்புரத்தில் என்று நினைக்கிறேன்; திமுக மாநாடு. 'நீ வர்றியா...' என்று கேட்டார். அன்று நள்ளிரவு வரை மாநாட்டில் இருந்துவிட்டு, அப்பா ஊருக்குப் போக நான் மீண்டும் விடுதிக்கு வந்து தூங்கினேன்.

போன தேர்தலில் திமுக தோற்றபோது, அப்பா மிகவும் சோகமாக இருந்தார். ஆனாலும் ஜெயலலிதாவைப் பற்றி தரக்குறைவாக அவரது வாயிலிருந்து ஒரு வார்த்தையும் வராது. நானும் தம்பியும், இப்போதெல்லாம் கருணாநிதியை அவர்முன் கடுமையாக விமர்சிப்போம். அம்மாவும் எங்களுடன் சேர்ந்து கிண்டலடிப்பார்.

ஒருமுறை அம்மாவை மட்டுமாவது திமுகவுக்கு எதிராக வாக்களிக்க வைக்கலாம் என்று நினைத்த தம்பி வண்டியில் பூத்துக்கு அழைத்துப்போனான். திரும்பி வந்து என்னிடம் ரொம்ப சந்தோஷமாக, "அண்ணே.. அம்மாவை மாத்தி ஓட்டு போட வச்சாச்சு" என்றான். அவன் போன பிறகு அம்மாவிடம், 'அப்படியா...' என்று கேட்டேன். 'போடா...' என்று சிரித்தார் அம்மா. இப்போதுவரை அவன் வெற்றியடைந்துவிட்டதாகத் தான் நினைத்துக்கொண்டிருக்கிறான்.

சற்று முன் அப்பாவை அலைபேசியில் அழைத்தேன். அவர் பேசும்போது பின்புலத்தில் கலைஞரின் பிரச்சாரக் குரல் டிவியில் கேட்டுக்கொண்டே இருக்கிறது. "கலைஞர் என்பது வெறும் பெயர்ச்சொல் அல்ல; அது ஒரு தலைமுறையின் ஆதர்ஷம்" என்று தோன்றுவது எவ்வளவு உண்மையோ அதே அளவு உண்மை அவர் 'நன்மையையும் தீமையையும் சம அளவில் பிரதிநிதித்துவப்படுத்தும்' ஒரு அரசியல்வாதி என்பதும்.

- மே 03, 2016

போர் நடந்தால் மக்கள் சாகத்தான் செய்வார்கள்

ஈழ விவகாரத்தில் கருணாநிதியை முன்வைத்து தீவிரமான விவாதங்கள் சமூக ஊடகங்களில் நடந்தன. தினமலரும், நியூஸ் செவனும் நடத்திய கருத்துக்கணிப்பில், திமுக முந்துவதான தோற்றம் வரவும், விவாதம் அந்தப் பக்கம் திசை திரும்பியிருக்கிறது. இத்தகைய விவாதத்தில் ஈடுபடுபவர்கள் பெரும்பாலும் தீவிர கட்சி அபிமானிகளாக இருப்பதால், ஈழ விவகாரம் யாருக்கு பெரும் நட்டத்தை விளைவித்தது...? அதனால் இழப்புகளைச் சந்தித்தவர்கள் யார்... என்ற அளவிலேயே அது நிற்கிறது. முதலில், ஈழ விவகாரத்தில் நட்டமடைந்தவர்கள் ஈழத்தமிழர்கள். அதை இங்குள்ள கட்சிகளின் தேர்தல் வெற்றியோடு தொடர்புபடுத்தி அடித்துக்கொள்வதன் மூலம், 'போரில் இறந்துபோனவர்களை அவமதிக்கிறோம்' என்ற பக்குவம் நமக்கு வரவேண்டும்.

ஈழ விவகாரத்தை தவறாகக் கையாண்டு பெரும் உயிர்ச்சேதத்தை அங்கு உண்டுபண்ணியதில் இந்திய அரசுக்குப் பெரும் பங்கு உண்டு. தன்னெழுச்சியாகக் கிளர்ந்த விடுதலை உணர்வை, பிராந்திய நலனுக்காக பயன்படுத்திக் கொண்டதும், இயக்கங்களுக்கு இடையேயான பிளவை ஊக்குவித்ததன் மூலம், அவற்றைத் தங்களது கட்டுக்குள் வைத்திருந்ததும், அதன் மூலம் இலங்கையைப் பிடியில் வைத்திருப்பதும் இந்தியாவின் அரசியலாக இருந்தது. சகோதர இயக்கங்களை எல்லாம் கொன்றொழித்து, தனிப்பெரும் இயக்கமாக விடுதலைப்புலிகள் வளர்ந்ததற்குப் பின்னால் அவ்வியக்கம் வரித்துக்கொண்ட பாசிஸ மனநிலையும் அதன் தொடர்ச்சியாக அது வல்லரசுகளுடன் பேணிய முரண்பாடான உறவும் இருந்தது. முள்ளிவாய்க்கால் அழிவிற்கு பொறுப்பு கூறாமல் நகர்ந்துவிடக்கூடிய ஒரு கட்சிகூட தமிழகத்தில் கிடையாது. இந்திய அளவில் காங்கிரசும், பிஜேபியும் நிகழ்ந்த அழிவிற்கு பொறுப்புடையவர்களே.

மத்திய அரசுகள் எந்தக் காலத்திலும் 'தனி ஈழத்தை' ஆதரித்தவை கிடையாது. ராஜீவ் படுகொலைக்குப் பிறகு, புலிகளை முழுக்கவும் ஒடுக்க முயன்ற காங்கிரஸ் அரசாகட்டும், புலிகளின் யாழ் கோட்டை முற்றுகையை கைவிடச்செய்த வாஜ்பாய் அரசாகட்டும், அவர்கள் போராளிகளுக்கு வழங்கிய ஆதரவிற்குப் பின்னால் இருந்தது ஈழ மக்களின் நலன் அல்ல. அப்படி இருக்கவும் முடியாது என்பதே இந்திய எதார்த்தம்.

இத்தகைய சூழலில் தமிழில் நிலவிய பிராந்தியக்கட்சிகள் என்ன செய்தன என்று பார்த்தால், புலிகள் உச்சத்தில் இருந்த காலத்தில் தமிழக மக்களை தங்களது வாய் ஜாலத்தின் மூலம் ஒருவித சாகஸ மனநிலையில் வைத்திருந்தன என்பதுதான். போர், அதனூடான உயிரிழப்பு என்பதெல்லாம் சாகசத்தின்பாற்பட்டவை அல்ல. அதுவொரு தவிப்பு. வாழ்வின் மீதான ஏக்கம். நடந்த ஈழப்போராட்டத்தை 'ரொமாண்டிசைஸ்' செய்யாத கட்சியே தமிழகத்தில் கிடையாது. தமிழக மக்களுக்கு ஈழ மக்கள் மீதான பிணைப்பு தன்னியல்பானது. அதை அரசியலுக்குப் பயன்படுத்த முயன்ற விதத்தில் ஒவ்வொரு கட்சியும் அதனதன் அளவுக்கு மக்களை பாழ்படுத்தின. சுரண்டின. எதார்த்தத்திலிருந்து மக்களை விலக்கிவைத்தன. குழப்பின. இப்போதுவரை பிரபாகரன் இறந்துபோனதை வெளிப்படையாக அறிவித்து முன்நகரமுடியாமல் அவை முடங்குவது அதனால்தான்.

ஈழப்போரின் இறுதிக் கட்டத்தின் போது, "மத்தியில் பிஜேபி ஆட்சி வந்துவிடும்... வந்தால் போர்நிறுத்தம் தான்..." என்று பிரபாகரனுக்கு நம்பிக்கையூட்டிய வைகோ, மத்திய அரசுடன் இணக்கமாக இருந்து போரிட்டால் ஈழத்தை அடைந்துவிடலாம் என்று உள்ளீடற்ற அரசியல் பேசிக்கொண்டிருந்த நெடுமாறன், திடீர் வீரனாக களத்துக்கு வந்த காகிதப்போராளி சீமான், கருணாநிதியைக் கைகாட்டிவிட்டு, மத்திய அரசுடன் சுமூகமான பேச்சுவார்த்தையில் ஈடுபட்ட ராமதாஸ், 'இலை மலர்ந்தால் ஈழம் மலரும்' என்று பசப்பிய உதிரி அரசியல் பொறுக்கிகள், 'போர் நடந்தால் மக்கள் சாகத்தான் செய்வார்கள்' என்று முத்துதிர்த்த ஜெயலலிதா என இந்தப் பட்டியலில் யாருக்கும் கருணாதியை நோக்கி கைநீட்ட எந்த அருகதையும் கிடையாது.

மக்கள் செத்துக்கொண்டிருக்கும்போது, குடும்பத்தினரின் பதவிக்காக அலைந்து கொண்டிருந்த, ஸ்பெக்ட்ரம் ஊழலில் மொத்தமாக கட்சி, குடும்பம், அரசியல் எதிர்காலம் சிக்கிக்கொள்ள, அடிமையைப்போல காங்கிரஸ் அரசிடம் சிக்குண்டிருந்த கருணாநிதியின் அப்போதைய செயல்பாடுகள் கடுமையாக விமர்சிக்கப்பட வேண்டியவைதான். ஆனால் அவரை விமர்சிப்பதன் வழியாக தம்மைப் புனிதராகக் காட்டிக்கொள்ளும் மற்றைய இயக்கங்களின் அரசியல் ஆபாசமானது. ஈழ விவகாரத்தை தமிழக அரசியலின் தேர்தல் பிரச்சினையாக விவாதிப்பதும், அதன் மூலம் முந்தைய தேர்தல் இழப்புகளுக்கு உரிமை கோருவதும் மானுட விழுமியங்களுக்கு எதிரானது. எல்லோராலும் கைவிடப்பட்ட ஈழ மக்களை மீண்டும் கைவிடும் அற்பத்தனம் அது.

- மே *04, 2016*

அரைச்சீற்றம்

ஜெயா ஜெயித்ததற்காக அறச்சீற்றத்தில் கொந்தளிக்கும் அதே நேரத்தில் திமுக தோற்றதற்காகவும் சிலர் வெம்பி வெடிப்பது நகைமுரண். ஜெயலலிதா எப்படி வெற்றிபெறத் தகுதி இல்லாத ஒருவரோ அதே அளவுக்குத் தகுதியற்ற ஒருவர்தான் கருணாநிதியும் என்பதே மக்கள் சொல்லியிருக்கும் செய்தி. ஒப்பாரியையும், வசையையும், முத்திரை குத்தலையும் நிறுத்திவிட்டு திமுக அபிமானிகளுக்கு இதில் யோசிக்க சில விஷயங்கள் உண்டு.

படுத்துக்கொண்டே ஜெயிப்பதற்கு கருணாநிதி ஒன்றும் எம்ஜியார் கிடையாது. விஜயகாந்த் நம்மிடம் வந்துதான் ஆகவேண்டும் என்கிற மிதப்பில் விடுதலை சிறுத்தைகளையும், கம்யூனிஸ்ட்களையும் இடது கையால் டீல் செய்தது திமுகதான். ஒரே நேரத்தில் திமுகவுக்கும் திருமாவுக்கும் சேர்த்து கண்ணீர் உகுப்பவர்களை என்னால் புரிந்துகொள்ளவே முடியவில்லை.

தொண்ணூற்று மூன்று வயதிலும் நான்தான் முதல்வர் என்பதும், தயாநிதிமாறனுடன் சேர்ந்துகொண்டு பிரசாரத்துக்குப் போவதும் நெஞ்சமூத்தம் அல்லாது வேறென்ன...? 'நாங்கள் வந்தால் மதுவிலக்கு' என்று சொல்வது. சரி, 'உங்கள் ஆட்கள் தானே மதுபான ஆலைகள் வைத்திருக்கிறார்கள்' என்றால், 'அப்படி வைத்திருப்பது தெரியவந்தால் அதை மூட நடவடிக்கை எடுப்போம்' என்று பதில். இப்படியெல்லாம் சொல்ல எவ்வளவு தைரியம் வேண்டும்... ஏன், தேர்தல் அறிவித்தவுடனேயே, 'அந்த ஆலைகளை இப்போதே மூடுகிறோம்' என்று ஸ்டண்ட் அடிக்க முடியாதா...? அவ்வளவு அலட்சியம்!

திமுக தோற்றத்துக்குப் பின்னால் மநகூ என்ற பூச்செல்லாம் பெரிய விஷயமில்லை. அதிமுகவுக்கு இணையாக பணம் கொடுக்கும் நெட்வொர்க்கை திமுகவால் கையாள முடியவில்லை என்பதுதான் உண்மை. ஜெயலலிதா தெரிந்தே அடித்தார். தோற்போம் என்று தெரிந்ததால் இறங்கி வந்து அடித்தார். இந்த முறையும் அதிமுக தாம் எப்போதும்

வாங்கும் வாக்கை வாங்கியது. திமுகவும் குறையேதும் இல்லாமல் அது வாங்கக்கூடிய வாக்கை வாங்கத்தான் செய்தது. அதைத்தாண்டி ‘ஜெயிக்கும் வாக்கு’ என்பது எப்போதும் வாங்கும் உறுதியான வாக்குக்கு மேலே உள்ள ‘மிதக்கும் வாக்கு’. அதை ஜெயலலிதா காசு கொடுத்து வாங்கியிருக்கிறார். புனிதப்பசுபோல தோற்றம் காட்டும் முகத்துக்குப் பின்னால் தனது கோரப்பல்லை அவர் மறைத்துக்கொண்டிருக்கிறார், எப்போதும் போல.

வாக்குக்குப் பணம் கொடுக்கும் விஷயத்தில் திமுக அப்பட்டமாகத் தோற்றிருக்கிறது. அதற்காகப் பணம் கொடுக்கவில்லை என்றும் பொருளல்ல. அதிமுகவுடன் இந்த விஷயத்தில் அது போட்டியிட முடியவில்லை. இது திமுகவின் உள்கட்டமைப்புத் தோல்வி. இந்த தோல்வியின் முனையைப் பற்றிக்கொண்டுபோனால், செல்லரித்துப் போன கட்சியின் உண்மை முகத்தைக் கண்டறிய முடியும். ஒரே நேரத்தில் இரண்டு வேடத்தைப் போட முயல்கிறது திமுக. அதுதான் பிரச்சினை.

மூன்றாவது அணி என ஒன்று உருவாகிவிடக்கூடாது என்று தீவிரமாக செயல்படுவதில், அந்த அணியின் முக்கியமானவர்களைக் குறிவைத்துத் தோற்கடிப்பதில் காட்டிய வீரியத்தை, ஜெயா மீது திருப்பியிருந்தால் திமுக வென்றிருக்கமுடியும். வைகோவை துரோகியாக சித்தரிப்பதில் காட்டிய மூர்க்கத்தை, அவரைப்போல் ஒருவரை அதிமுகவுக்கு எதிராக உருவாக்குவதில் காட்டியிருக்கவேண்டாமா?

மூன்றாவது அணி பலவீனமாவதோ அல்லது அத்தகைய அணிகளுடனான கூட்டணி அவசியமோ அதிமுகவை விட திமுகவுக்குதான் எப்போதும் தேவை. 2021லும் இப்படியான அணிச்சேர்க்கையே உருவானால் மீண்டும் திமுக தோற்கவே செய்யும். தனியாக ஜெயிக்கும் வலு இப்போதைக்கு திமுகவுக்கு இல்லை. அதற்கான அற அடிப்படை கொண்ட அணியும் அது கிடையாது. இதன் பொருள் அதிமுக அற அடிப்படை கொண்ட கட்சி என்பதல்ல. பொறுக்கித்தனத்தில் சற்றே முன்பின் உள்ள இரண்டில் ஒன்றுக்காக கண்ணீர் உகுக்க வேண்டிய தேவை அரசியலை கவனிப்பவர்களுக்கு கட்டாயமில்லை. இந்தத் தோல்வி முகத்தில் திமுகவை விமர்சிப்பவர்கள் மீது பாய்கிறார்கள் சிலர். அவர்களுக்கான பதிலே இது.

திமுக நினைப்பது போல அல்லாமல் ஜெயலலிதா பூதாகரமாக வளர்ந்திருக்கிறார். காலில் விழும் கட்சிக்காரர்கள் பிம்பத்தைக் கலைத்துவிட்டுப் பார்த்தால், அவர்கள் இரக்கமற்ற கொடூரர்களாக களத்தில் வலம் வருகிறார்கள். வாக்காளர்களுக்கு ஒரு மணி நேரத்தில் ஒரு கோடி

ரூபாய் பகிர்ந்தளிக்கும் அளவுக்கு அவர்கள் நிலைபெற்றிருக்கிறார்கள். பாமக வலுவாக இருந்த தொகுதிகளில் ஜெயலலிதா எப்படிப்பட்ட ஆட்களை நிறுத்தியிருக்கிறார் என்று பாருங்கள். ஒட்டுமொத்தமாக அவரது வேட்பாளர்களில் வன்னியர்களின் எண்ணிக்கையைக் கூட்டியதன் மூலம் அன்புமணிக்குச் சாவுமணி அடித்திருக்கிறார். வேட்பாளர்களை மாற்றிக்கொண்டே இருக்கிறார் என்று சமூக ஊடகங்கள் கிண்டலடித்துக்கொண்டிருந்த நேரத்தில் அவர் செய்த சில மாற்றங்கள் புத்திசாலித்தனமானவை என்று இப்போது சிலர் ஒப்புக்கொள்கிறார்கள்.

இந்தத் தேர்தல் வெற்றி ஜெயாவுக்கு ஆச்சர்யமாகக் கூட இருக்கலாம். அதற்கான சுதந்திரம் அவருக்கு உண்டு. ஆனால் இந்தத் தோல்வி திமுகவுக்கு ஆச்சர்யமளித்தால், அவர்கள் களத்தில் இருந்திருக்கவில்லை என்று பொருள். நான்கு நாட்கள் விலையேறிய சன் டிவி பங்குகளுக்காக புளகாங்கிதம் அடைந்துவிட்டு பொறுப்புள்ள எதிர்கட்சியாக செயல்படத் தொடங்கவேண்டும். பட்டி பார்ப்பதல்ல, ஒரு பகுதியையே அகற்றிவிட்டு புதிதாக்கவேண்டிய தேவை கட்சிக்கு இருக்கிறது. இத்தகைய எதார்த்தத்தைப் புரிந்துகொள்ள முடியாமல், அபிமானிகளுக்கு கட்சி பாசம் கண்ணை மறைத்தால் முட்டிக்கொள்வதைத் தவிர மாற்று வழியில்லை.

- *மே 21, 2016*

அன்புள்ள ஸ்டாலின்...

வணக்கம். இந்தக் கடிதம் உங்களுக்கு எழுதப்படும் சூழல் கொஞ்சம் அசவுகரியமானதுதான். ஆனால் துயரமானதோ, வருத்தத்திற்குரியதோ ஒன்றும் அல்ல. பலம் பொருந்திய எதிர்க்கட்சியாக சட்டமன்றத்திற்குள் நுழைகிறீர்கள். மனம் நிறைந்த வாழ்த்துக்கள். இந்த வெற்றியை சாதித்ததில் உங்களது உழைப்புக்கு பெரும் பங்குண்டு. அதற்காக நீங்கள் பெருமைப்படவேண்டும். 'வெற்றி என்பது அதிகாரத்தை அடைவது' என்பதாகவே அரசியலில் பொருள்கொள்ளப்படும். அதனால் ஒரு பிரதான அரசியலாளராக நீங்கள் சோர்வடையவும் கூடும். ஆயினும் அதைத்தாண்டி நீங்கள் செய்வதற்கு நிறைய இருக்கிறது.

நீங்கள் இந்நேரம் 'எங்கு தவறவிட்டோம்' என்றெல்லாம் விவாதித்து முடித்திருப்பீர்கள். தேர்தல் பரப்புரையின்போது, பழைய தவறுகளுக்கு வருத்தம் தெரிவித்த உங்களது மாண்பிலிருந்து அதைப் புரிந்து கொள்கிறோம்.

இப்போது, சாதாரண குடிமகனாக எனது தரப்பிலிருந்து சில விஷயங்கள் உங்கள் பார்வைக்கு:

முதலில் அரசியலில் உங்களது நிலை. யாரை முன்னிலைப்படுத்துவது...? கலைஞரையா... உங்களையா...? என்பதில் ஊசலாட்டம் இருந்தது கட்சிக்கு. அது மக்களைக் குழப்பவும் செய்தது. இது கிட்டத்தட்ட மதுவிலக்கு விவகாரத்தில் கட்சியின் நிலைப்பாட்டையொட்டிய தடுமாற்றம்.

கடந்த ஐந்து ஆண்டுகளாக மதுவிலக்கு பற்றிப் பேசாத கட்சிகளே தமிழகத்தில் இல்லை. உங்களது பரமவைரியான அதிமுகவுக்கு நிகராக நீங்களும் அதில் மவுனம் சாதித்தீர்கள். தேர்தல் வாக்குறுதியாக மதுவிலக்கை அறிவித்தீர்கள். 'இது வாக்கு வாங்குவதற்கான முயற்சி மட்டுமே' என்று மக்கள் நினைத்திருக்கலாம். உங்களது கட்சிக்காரர்கள்தானே மதுபான ஆலைகள் வைத்திருக்கிறார்கள்... என்ற கேள்விக்கு, 'அப்படி இருந்தால் அதை மூட நடவடிக்கை எடுக்கப்படும்' என்று சொன்னார்

உங்கள் தலைவர். மக்களை எளிதாக நினைக்கிறீர்கள் என்கிற குரல் அதில் இருந்தது.

டாஸ்மாக்கின் ஆண்டு வருமானம் ஏறக்குறைய இருபத்தொன்பதாயிரம் கோடி ரூபாய். ஒரு பாட்டிலுக்கு அடக்கவிலைக்கு மேல் ஐந்து ரூபாய் கூடுதலாக விற்கப்படும் பணம் மட்டுமே பல கோடிகளைத் தாண்டும் என்கிற நிலைமை. சென்ற ஐந்து ஆண்டுகளில் இதை ஒரு பிரச்சினையாக எடுத்து நீங்கள் பேசவோ போராடவோ முயன்றிருக்கலாம். ஏனெனில் இந்தப் பணம், மிகத்தெளிவான ஒரு ஊழல் கூட்டணியை அடிமட்டத்தில் அமைத்துக்கொள்ள ஆளுங்கட்சிக்கு உதவியது. தேர்தலிலும் அவர்கள் பங்காற்றினார்கள்.

இதில் நீங்கள் பாராமுகமாக நடந்துகொண்டீர்கள் என்பதற்கு உங்களது கட்சியினரின் ஆலைகளிலிருந்து மது கொள்முதல் செய்யப்படுவதுதான் காரணம் என்று சாதாரண மக்களே பேசிக்கொண்டார்கள். 'ஒத்திகை பார்க்கப்பட்ட மக்கள் சந்திப்புகளில்' இது உங்கள் காதுக்கு வந்திருக்காதுதான். இதன் பொருள் உங்களுக்குத் தெரியாது என்பதல்ல; நீங்கள் அதைக் கேட்க விரும்பவில்லை என்பதே.

உங்களது அணுகுமுறையிலும், செயல்தந்திரத்திலும் கார்ப்பரேட்தனம் மிளிர்கிறது. அதில் தவறொன்றும் இல்லைதான். ஆனால் ரேஷன் கார்டின் கடைசிப் பக்கத்தில் பேப்பர் ஒட்டக்கூட திராணியற்ற ஒரு அரசாங்கம் ஆட்சியில் இருந்தபோது அதை அம்பலப்படுத்தி மக்களிடம் உட்புகும் திட்டம் உங்களிடம் இல்லாமல் போனது தோல்விக்கு ஒரு காரணமாக இருக்கலாம்.

நீங்கள் கையிலெடுத்த ஒவ்வொரு பிரச்சினைக்குப் பின்னாலும் உங்களது முந்தைய தவறுகள் உங்களை பின்னோக்கி இழுத்தன. உதாரணமாக மீத்தேன் திட்டம். அதனால் உங்களைக் கையாள்வது ஜெயலலிதாவுக்கு எளிதாக இருந்தது. அந்த வகையில் இந்தத் தேர்தல் உங்களது முந்தைய ஐந்தாண்டு கால ஆட்சியையும், இந்த ஐந்தாண்டு கால அரசியல் செயல்பாட்டையும் பிரதிபலித்த தேர்தலாக மாறிப்போனது. இந்தத் தோல்வியை 'மக்களின் தீர்ப்பாக' நீங்கள் தயக்கமின்றி மதிக்கவேண்டும். ஏனெனில் அதில் நியாயமிருக்கிறது. இந்த அடிப்படைகளிலிருந்தே நீங்கள் எதிர்கால அரசியல் யுக்திகளை அமைக்க வேண்டும். இதை வெறும் கணக்கீட்டுத் தோல்வியாக மட்டும் கருதிவிடக் கூடாது.

மக்களோடு இருப்பதென்பது அதிகாரத்தில் இல்லாதபோதுதான் நிறைய சாத்தியம். உங்கள் முன்னால் வாய்ப்புகள் கொட்டிக்கிடக்கின்றன. புதிய வாய்ப்புகளுக்கு ஜெயலலிதாவும் குறைவைக்கமாட்டார். மக்களும் அதைப்

புரிந்தே வைத்திருக்கிறார்கள். அவர்கள் முழுக்கவும் ஜெயலலிதாவை நம்பவில்லை என்பதைவிட, 'உங்கள் மீது அவர்கள் நம்பிக்கை வைத்திருக்கிறார்கள்' என்பதே உங்களது வெற்றி சொல்லும் செய்தி. அவரது பதவியேற்பு விழாவில் நீங்கள் பதினைந்தாவது வரிசையில் எளிமையாக அமர்ந்திருக்கும் புகைப்படம் வசீகரம் மிக்கதாக இருக்கிறது. ஆளும் அரசின் தவறுகளுக்கு எதிராக மக்களுடன் நேரடியாகக் களத்தில் நிற்பதன் வழியாக நீங்கள் அந்த வரிசையைக் கடக்கமுடியும். மேடையை அடைந்துவிடவும் முடியும். வாழ்த்துகள்!

- ஜூன் 2, 2016 'புதிய தலைமுறை'.

பூவரசிகள்...

சில ஆண்டுகளுக்கு முன்பு பூவரசியால் நிகழ்த்தப்பட்ட சிறுவனின் கொலையாகட்டும், தற்போது கோடம்பாக்கத்தில் ஒரு பெண் தனது காதலனுடன் சேர்ந்து திட்டமிட்டு கணவனைக் கொன்றிருக்கும் சம்பவமாகட்டும், இவையெல்லாம் அரிதான சம்பவங்கள்தான். ஆனாலும் கூட, விவாதிப்பதைத் தவிர்த்துவிட்டு கடந்துவிடக்கூடியவையாக இவற்றை நான் கருதவில்லை.

இந்தக் கொலை மனநிலையை விஞ்ஞானப்பூர்வமாக ஆய்வு செய்ய நான் சிறப்புத் தகுதி வாய்ந்தவன் (specialist) கிடையாது. ஆண், பெண் உறவுகளில் குறிப்பாக கணவன் மனைவி மற்றும் காதலன் காதலி என்கிற உறவு நிலைகளில் ஏற்படும் முரண்பாடுகள் ஏன் கொலையில் சென்று முடிகின்றன என்று சமூகத்தளத்தில் வைத்து ஆராய்ந்து பார்ப்பதும் அது தொடர்பான ஒரு உரையாடலைத் தொடங்குவதுமே என் நோக்கம்.

நடக்கும் வன்முறையை ஆண் X பெண் என்று மாத்திரம் என்னால் பார்க்க இயலவில்லை. நாம் தவறவிடும் விஷயங்கள் என்ன என்று உற்று நோக்குவதை இந்த 'இருமை மனநிலை' தடுத்துவிடும் என்பதே அதற்குக் காரணம்.

நான் சொல்ல வருவதை வெறும் 'ஆண்மையப் பார்வை' என்பதாக சுருக்கிப் புரிந்துகொள்ளவும் வாய்ப்பு உண்டுதான். அப்படியே பார்த்தாலும் இதையும் ஒரு perception ஆகப் படிப்பவர்கள் புரிந்துகொள்ளவேண்டும் என்பதே எனது விருப்பம். ஒரு தீவிர political correctness பார்வையோடெல்லாம் இதைக் காணமுடியாது.

பூவரசி விவகாரத்தில், சமூக ஊடகங்களில் சில அறியப்பட்ட பெண்ணியலாளர்களின் கருத்துகளைப் படிக்கும் வாய்ப்பு கிடைத்தது. முழுக்கவும் சமநிலையற்று, அதீத தற்காப்பு உணர்வுடன் அவர்கள் எதிர்வினையாற்றுவதாக எனக்குத் தோன்றியது.

திருமணமாகி இரண்டு குழந்தைகள் உள்ள ஒரு ஆணும் பூவரசியும்

காதலிக்கிறார்கள். தினத்தந்தியின் பார்வையில் சொல்லப்படும் 'கள்ளக்காதல்' என்கிற பதமே அபத்தமானது. ஒரு பெண்ணோ ஆணோ, திருமண வரம்பை மீறிய காதலில் ஈடுபடுவது எல்லா வகையிலும் சாத்தியம்தான். அது சரியா, தவறா என்பதற்கான பொதுவான வரையறைகள் எதுவுமே கிடையாது. அதில் ஈடுபடுகிற தனிநபர்கள் மற்றும் அவர்களுடன் வாழ்க்கையைப் பகிர்ந்துகொள்கிற இன்னொருவரின் உணர்வுகளும், உரிமைகளும் சார்ந்த விஷயம் மட்டுமே அது. அதில் சமூகத்திற்கு எந்தப் பங்குமே இல்லை. ஆனால், இதில் எல்லைகள் மீறப்படுகிறபோது, அது பொதுவெளிக்கு வருகிறபோது சமூகப்பிரச்சினையாக அவை மாறுகின்றன. பொது விவாதமாக விரிவடைகின்றன.

பூவரசி விவகாரம் இதற்கு ஒரு சிறந்த உதாரணம்:

'திருமணமான ஒருவனுடன்தான் காதலில் இருக்கிறோம்' என்ற புரிதல் பூவரசிக்கு இருந்திருக்கும். அப்படி ஒரு காதலில் நுழைகிறபோது, தாம் 'இன்னொரு பெண்ணின் வாழ்க்கையிலும் குறுக்கிடுகிறோம்' என்ற புரிதலும் இருந்திருக்க வேண்டும். இதேதான் திருமணமான ஒரு பெண்ணுடன் காதல் உறவில் நுழையும் மணமான அல்லது மணமாகாத ஆணின் நிலையும்.

தனது காதல் உறவில், இரண்டு முறை கர்ப்பமாகிறாள் பூவரசி. இந்த இடத்தில்தான் சில பெண்ணியலாளர்கள் பூவரசியைக் கனிவுடன் நோக்குகிறார்கள். அந்த ஆணுக்கு என்ன தண்டனை... என்று சீறுகிறார்கள். எனக்கு ஒரு விசயம் புரியவே இல்லை. உடலுறவு என்று வருகிறபோது, அதில் ஈடுபடும் ஒரு பெண்ணை 'விபரமறியாத சிறுமியைப்போல பார்க்கும் மனநிலை' ஏன் வருகிறது? தான் என்ன செய்கிறோம் என்று தெரியாமல்தான் வயது வந்த ஒரு பெண் அதில் ஈடுபடுகிறாளா?

பாலியல் தேட்டமோ, அதில் கிடைக்கும் இன்பமோ பெண்ணுக்கு ஒரு பொருட்டே இல்லை என்பது போலவும், அதை ஆணுக்கு அளிப்பதன் பொருட்டே அவனுடன் அவள் படுக்க நேர்கிறது என்பது போலவுமான ஒரு கருத்துக்கு எதனால் வந்தடைகிறார்கள் என்று புரியவில்லை. இந்த மனநிலைதான், அவளை 'படுக்கையை நோக்கி நகர்த்திய குற்றத்தை செய்தவனாக' ஆணை உருவகிக்கிறது. ஒரு பாலியல் உறவில் முன்கை எடுத்தது யாரென்று மிகத்தெளிவாக வரையறுக்கமுடியாது. அது பெண்ணாகவும் இருக்கக் கூடிய சாத்தியங்களையும் மறுக்கமுடியாது. ஆக, இரண்டு வயதொத்தவர்களின் பாலியல் உறவில், அதன் consequenceகளுக்கு இரண்டு பேருக்குமே சம பொறுப்பு உண்டு என்பதை நாம் ஏற்றுக்கொண்டுதான் ஆகவேண்டும்.

இங்கு பெண்ணை அபலையாகவும், ஆணை அலைபவனாகவும், அவளைத் திட்டமிட்டு வீழ்த்தியவனாகவும் உருவகிப்பது நடுநிலையான பார்வையாக இருக்கமுடியாது. அப்படியும் ஒரு ஆண் இருக்கக்கூடிய சாத்தியம் உண்டுதான். தன்னிடம் படிக்கும் மாணவனை, பாலியல் உறவிற்கு இழுக்கும் ஒரு ஆசிரியையைப் போல. அதைப் புரிந்துகொண்டுதான் நாம் முன் நகரவேண்டும்.

ஆக, பூவரசி விவகாரத்தில், நிகழ்ந்த பாலியல் உறவென்பதோ அதன் பின்னான கருக்கலைப்பு என்பதோ தொடர்புடைய ஆணின் பொறுப்பு மாத்திரம் அல்ல. அதில் அவளுக்கும் சமமான பங்குண்டு. அந்த உறவிலிருந்து எந்தக் கட்டத்திலும் வெளியேறும் சாத்தியம் அவளுக்கு இருந்திருக்கிறது. பிறகு ஏன் அவள் வெளியேறவில்லை? எது அவளைத் தடுத்தது?

அவளது இரண்டாவது கருக்கலைப்பு என்பது மனதளவிலும் உடலளவிலும் அவளைத் தளரச் செய்யக்கூடியது. அந்த ஆணுடைய வாழ்க்கையில் தன்னை இருத்திக்கொள்ள வேண்டிய அழுத்தத்தை அது அவளுக்கு ஏற்படுத்துகிறது. ஏனெனில், ஒரு பெண் இத்தகைய உறவுகளுக்குப் பின், அந்த வாழ்க்கையை விட்டு வெளியேறுவது நமது சூழலில் மிகவும் சிக்கலானது. இத்தகைய உறவை வெளிப்படையாக அறிவித்துவிட்டு இன்னொரு காதல் உறவிற்கோ மணஉறவிற்கோ செல்லும் வாய்ப்புகள் நமக்கு இல்லை. ஏனெனில் நமது சமூகம் மிகவும் பத்தாம்பசலித்தனமானது.

அதனால்தான் எத்தனை முற்போக்கு பேசுகிற ஆண்கள், பெண்களாக இருந்தாலும் பாலியல் உறவு என்று வருகிறபோது ராமனாகவும், கண்ணகியாகவும் தங்களைக் காண்பித்துக்கொள்ள நேர்கிறது. மேலும் தனது முந்தைய உறவுகளை மறைத்துவிட்டு, இன்னொரு உறவிற்குள் நுழைவது என்பது எப்போதும் பதட்டம் உண்டாக்கக்கூடியது. ஏனெனில் அதில் ஒரு துரோகக் குற்றச்சாட்டுக்கு எப்போதும் வாய்ப்பு இருக்கிறது.

ஆக, ஒரு நெகிழ்வில் மணமான ஒருவனுடன் காதல் வயப்படுகிற பெண், நிலைகொள்ள முடியாத தடுமாற்றத்தை அடைகிறாள். பாதுகாப்பின்மையின்(insecurity) உச்சத்தை நோக்கி வாழ்க்கை அவளைத் தள்ளுகிறது. அந்த பதட்டம் மேலும் அதை சிக்கலாக்கிக்கொள்ளும் செயல்களை செய்யவைக்கிறது. இந்த இடத்தில் எல்லோரும் கவனிக்கத் தவறுவது, தொடர்புடைய ஆணுக்கும் இதே பிரச்சினைகள் உண்டு என்பது தான்.

இந்த விவகாரத்தில் அது தொடர்புடைய ஆணின் மகனது கொலை

வரை போகிறது. இவர்களது உறவுக்கு எந்த வகையிலும் தொடர்பில்லாத, அவளை நம்பி நடந்த அந்த சிறுவன் உயிரிழந்து சூட்கேசுக்குள் பயணிக்க நேர்கிறது. தனது கணவனின் திருமணத்திற்கு வெளியேயுள்ள காதலால் தனது மகனை இழந்துபோகிறாள் ஒரு பெண். இரண்டு இடங்களில் குற்றவாளியாகி நிற்கிறான் ஒரு ஆண்.

எப்போதுமே, திருமணத்தை மீறிய உறவுகள் மிக விரைவில் அதன் எல்லையை அடைகின்றன. பெண் என்று வருகிறபோது அது பாதுகாப்பின்மையின் அழுத்தமாகவும், ஆண் என்று வருகிறபோது சமூக அழுத்தத்துடன் கூடிய ஆளுமைப் பிரச்சினையாகவும் உருமாறுகின்றன.

ஒரு கட்டத்தில் இத்தகைய உறவுகள், அதில் ஈடுபடுபவர்களை மூச்சு முட்ட வைக்கின்றன. இறுதியில் அந்த உறவில் இருக்கும் எல்லா ஈரமும் உலர்ந்து போய், வெறும் வன்மமாக இறுகி நிற்கின்றன. அப்போதும் கூட அது கொலையாக மாறுவதன் அபத்தத்தை என்னால் புரிந்துகொள்ளவே முடியவில்லை.

தன்னுடன் உறவில் இருப்பவனின் மகனைக் கொன்று அவனுக்கு எதைப் புரியவைக்க முயன்றாள் அவள்? நான் உனக்காக எனது குழந்தைகளை அழித்துக்கொண்டேன்...அதன் வலி உனக்கும் புரியவேண்டும்... என்ற செய்தியா அது? இங்கு காதல், ஈர்ப்பு என்பதன் பொருள் தான் என்ன?

ஒரு உறவில், அதன் ஈரம் வற்றிவிடுகிறபோது அங்கு காதல் என்ற ஒன்று இல்லாமலாகிறபோது, அந்த உறவிலிருந்து வெளியேறும் வாய்ப்பு இல்லாமல் போவதுதான் இத்தகைய வன்முறைகளுக்குக் காரணம் என நினைக்கிறேன். இது நம் சூழலில் திருமண உறவுக்கும் பொருந்தும்.

இன்னொன்றும் நான் கவனிக்கிறேன். ஒரு உறவில், அது மண உறவோ, காதல் உறவோ, பிடிக்காதபோது அதைவிட்டு வெளியேறுவது ஏன் துரோகமாக, ஏமாற்றுதலாக புரிந்துகொள்ளப்படுகிறது? காதலின் சுதந்திரம் என்பது, முரண்படுகிறபோது முறித்துக்கொள்ளும் சுதந்திரத்தையும் உள்ளடக்கியதுதான் இல்லையா? அவ்வாறு முறித்துக்கொள்வதை, அவர்களுக்கிடையான பாலுறவோ, கருக்கலைப்போ தடுக்கவேண்டுமா? இருவருக்கிடையில் அப்படியான உறவுகள் நடப்பதென்பது, இருவரும் பரஸ்பரம் ஆதிக்கம் செலுத்திக்கொள்ள, காயப்படுத்திக்கொள்ள கிடைத்த கருவியா? ஒரு ஆணோ அல்லது பெண்ணோ, பாலியல் உறவில் ஈடுபட்டுவிட்டார்கள் என்பதற்காக, காலமெல்லாம் அதைக் கட்டிக்கொண்டு அழவேண்டுமா?

இதன் பின்னுள்ள அழுத்தத்தில் சமூகத்துக்கு பங்கிருக்கிறது.

இரண்டாவது முறிவை எட்டும் பெண்ணை வேசியாகப் பார்க்கும் மனநிலை இங்கு இருக்கிறது. வேசிப்பட்டத்தைவிட கொலைகாரியாவது எளிதாக இருக்கிறது. கூட்டிக்கொடுத்தவன் என்ற பட்டத்தைவிட, சோரம் போன மனைவியை கொன்றுவிட்டு வீரனாக சிறைக்குப்போகும் ஆண் மனநிலையை ஒத்த முட்டாள்தனம் இது. இத்தகைய அறிவீனத்தை செயல்படுத்துபவள் 'பெண்' என்கிற ஒரே காரணத்துக்காக பல வகைகளில் அதை முட்டுக்கொடுக்க முயல்கிறார்கள் சிலர்.

கொலை மனநிலையில் ஆண் என்றோ பெண் என்றோ எந்த பேதமும் இல்லை. சமீப காலங்களில் செய்தித்தாள்களை ஆக்கிரமிக்கும் 'extra-marital affair' கொலைகள் முன்பு எப்போதும் இல்லாத தன்மைகளைக் கொண்டிருக்கின்றன. என் கணவன் 'தன்னை யாரோ கொல்ல முயல்கிறார்கள்...' என்று என்னிடமே புலம்புகிறான், நமது திட்டம் அவனுக்குத் தெரிந்துவிட்டதா... என்று தனது காதலனுடன் பதட்டமே இல்லாமல் உரையாடுகிறாள் ஒருத்தி. சில நாட்களில் அவளது கணவன் கொல்லவும்படுகிறான்.

வெளிப்படையான விவாதங்களைக்கொண்டு மட்டுமே இவற்றைப் புரிந்துகொள்ள இயலும். புரிந்துகொள்ளவே தயாரில்லையெனில் தீர்வை நோக்கி நாம் நகரவே முடியாது.

-ஜூன் 11, 2016

சென்சிபிலிட்டி

கனகு புண்ணியத்துல தீவிரமா நவீன இலக்கியம் படிக்க ஆரம்பிச்ச காலம். ஒரு நாளைக்கு ஒரு சிறுகதைத் தொகுப்பு இல்லன்னா தலையணை சைஸ் நாவலில் பாதின்னு கொலைவெறியா படிச்சிட்டிருந்த நேரம். இந்த புத்தகங்களுக்கு இடையில் விவேகானந்தர், ஓஷோ, ராமகிருஷ்ணர் என்று தொடங்கி கண்ணதாசன் வரை லிஸ்ட்ல உண்டு.

அப்பதான் எங்களோட கூட்டுக்குடும்பத்தில் பாகப்பிரிவினை நடந்து, நாங்கள் ஒரு கூரைக்கொட்டகையை போட்டுக்கொண்டு தோப்புக்கு ஷிப்ட் ஆகியிருந்தோம். வீட்டில் அப்போது மின்சாரம்கூட இல்லை. அப்பாவின் வீம்பால், உடனடி வீடு மாற்றலின் விளைவு அது. இரவில் மண்ணெண்ணெய் விளக்கில்தான் இவ்வளவு வாசிப்பும்.

அப்போதுதான் கேசவன் என்று ஒரு முழுநேர ஆர்.எஸ்.எஸ். ஊழியர் எங்களுக்குப் பழக்கமானார். கதர் வேட்டி, கதர் சட்டை; தோளில் ஒரு துணிப்பை; அதனுள் சில புத்தகங்கள். பளபளவென இருப்பார். நாங்கள் அவரை ஐயர் என்றே நினைத்திருந்தோம். நாங்கள் வழக்கமாக அமர்ந்து அரட்டையடிக்கும் இடத்தில் வைத்துதான் இன்னொரு நண்பர் மூலம் எங்களுக்குப் பழக்கமானார். ஒருநாள், 'வீட்டிற்கு வரலாமா...' என்று கேட்டார். சரி... என்று கூட்டிப்போனேன்.

வீட்டிற்கு வந்தவுடன், நான் நாற்காலியை எடுத்துப்போட, 'வேணாம்... கீழேயே உக்காந்துக்கலாம் வாங்க...' என்று சொல்லிவிட்டு தரையிலேயே அமர்ந்துகொண்டார். இலக்கியம், சமூகம் என்று பொதுவான விசயங்களைப் பேசிக்கொண்டிருந்தோம். அந்த வீட்டைப் பார்த்தவுடன் ஒரு ஏழை விவசாயியின் வீடு என்ற முடிவுக்கு வந்துவிட்டிருந்தார் என்று தோன்றியது. உண்மையும் அதுதான்.

மிராசுதார் தன்மையை உதறமுடியாமல், அதுவரை வாழ்ந்து வந்த சொகுசையும் தொடரமுடியாமல் அப்பாவும் அம்மாவும் தவித்துக்கொண்டிருந்த காலம் அது. வளர்ந்துவிட்ட என்னாலேயே அந்த சூழலுக்குப் பழகமுடியவில்லை. தம்பி தங்கைகள் எல்லாம்

படித்துக்கொண்டிருந்தார்கள். அவர்களுக்கு என்ன நடக்கிறது என்று புரியவில்லை. எதோ பிக்னிக் போயிருப்பது போல ஆரம்பத்தில் அந்த கூரை வீட்டில் ஜாலியாக இருந்தார்கள். போகப் போக ஏதோ புரிந்து அமைதியாகி விட்டார்கள். சரி, நாம் கேசவனிடம் வருவோம்.

என்னுடன் யார் வீட்டுக்கு வந்திருந்தாலும், 'சாப்பிடலாமா...' என்று அம்மா வந்திருப்பவரையும் சேர்த்தேதான் கேட்பார். அன்றும் அப்படித்தான் கேட்டார். 'ம்ம்.... சாப்பிடலாமே...' என்று சொல்லிவிட்டு என்னுடன் கேசவனும் கலந்துகொண்டார். சோறு மற்றும் குழம்பும் மோரும். எனக்கு மோர் ஊற்றி சாப்பிட்டு முடித்தவுடன், தட்டில் மீந்திருக்கும் மோரைக் குடிக்கும் பழக்கம் கிடையாது. அப்படியே வைத்துவிட்டு எழுந்துவிடுவேன்.

கேசவன், சாப்பிட்டு முடித்தவுடன் எந்த சங்கோஜமும் இல்லாமல் தனது தட்டைத்தூக்கி மீந்திருந்த மோரைக் குடித்தார். இதைப் போல் சாப்பிட்டு நீண்ட நாள் ஆகிவிட்டது என்று அம்மாவிடமும் சொன்னார். நான் கை கழுவுவதற்காக எழுந்தேன். "ஏன் இவ்வளவு மோரை மிச்சம் வச்சிருக்கீங்க... குடிக்கலையா..." என்று கேட்டார். "இல்ல... இல்ல... நான் குடிக்க மாட்டேன்..." என்று சொல்லவும், எனது தட்டையெடுத்து அதில் மீந்திருந்த மோரையும் அவரே குடித்தார். முகச்சுழிப்பு, நெருடல் என்று எதுவும் இல்லை அவரிடம். ஆனால் ஒரு பெருமிதமான காரியத்தைச் செய்கிறோம் என்பது போன்ற முகபாவனையை குடித்து முடித்ததும் அவர் என்னிடம் காண்பித்தார். நான் கூசிப்போனேன்.

அவர் அந்த மோரைக் குடித்தது என்பது ஒரு செய்தி. அது என்னை என்னவோ செய்தது. இத்தனைக்கும் நான் எனது நண்பர்களுடன் ஒரே தட்டில் சாப்பிட்டிருக்கிறேன். சாம்பாரையும் சட்டினியையும் ஒன்றாக ஊற்றி சாப்பிடும் பழக்கம் கல்லூரியில்தான் வந்தது எனக்கு. எத்தனையோ முறை நண்பனுடன் சேர்ந்து சாப்பிட்ட சாம்பாரை தட்டோடு சேர்த்து நான் குடித்திருக்கிறேன். ஆனால், அந்த கணத்தில் கேசவன் செய்தது அத்துமீறல் என்று தோன்றியது எனக்கு. அவமதிக்கப்பட்டதைப் போல உணர்ந்தேன்.

அம்மா எதுவும் சொல்லாமல் பார்த்துக்கொண்டே நின்றார். இதை எழுதும் இந்த கணம் வரை நான் ஏன் கூசினேன் என்று எனக்குப் புரியவே இல்லை. இதைப் படிக்கும் உங்களுக்குப் புரியுமா என்றும் தெரியவில்லை.

பிறகு நிறைய முறை கேசவனுடன் நண்பர்கள் நாங்கள் உரையாடும் வாய்ப்பு கிடைத்தது. நமது பாரம்பரியம் எவ்வளவு முக்கியம், ஹிந்தி

எவ்வளவு முக்கியம் என்று எங்களது மனதில் பதியவைக்க முயன்றுகொண்டே இருப்பார். இந்தியன் ஓவர்சீஸ் வங்கியில் பணிபுரிந்துகொண்டிருந்த ஒரு பிராமணர் வீட்டு மாடியில்தான் ஷாகா நடக்கும். ராமகிருஷ்ணர் மீது அதீத பற்றுகொண்ட ஒரு நண்பன் மட்டும் கொஞ்ச நாள் ஷாகாக்களுக்குப் போனான். பிறகு 'என்னமோ அவனுங்க செட்டாகலடா...' என்று சொல்லி நின்றுவிட்டான்.

பிறகு கொஞ்சம் கொஞ்சமாக கேசவன் எங்களை விட்டு விலகிப்போய்விட்டார். எங்களது நண்பர்களில் நரசிம்மன் என்ற பிராமண நண்பன் மட்டுமே அவருடன் தனது உறவை நீண்ட நாட்கள் தக்கவைத்திருந்தான். அவர்கள் இருவராலும் மிக இயல்பாக இருக்க முடிகிறது என்று நண்பர்கள் நாங்கள் பேசிக்கொள்வோம். கேசவனை ஐயர் என்று நினைத்திருந்தேன் என்று சொன்னேன் அல்லவா. பத்து பன்னிரெண்டு ஆண்டுகளுக்குப் பிறகுதான் இன்னொரு ஆர்.எஸ்.எஸ் நண்பர் மூலம் எனக்குத் தெரிந்தது. கேசவன் ஐயர் இல்லை, சௌராஷ்டிரா என்று. அதனால் என்ன... தமிழிசை கூடத்தான் நாடார்.

- ஜூன் 16, 2016

குமரகுருபரன்

கவிதாவின் வழியாகத்தான் எனக்கு குமரகுருபரன் என்கிற பெயர் அறிமுகம். அவரது கவிதைகளை முகநூலில் படித்ததன் வழியாக உருவானதே அவர்மீதான பிம்பமும். சிலமுறை பின்னூட்டங்களில் உரையாடியிருக்கிறோம். இன்பாக்ஸில் பிறந்தநாள் வாழ்த்து தெரிவித்துக்கொண்ட சடங்குக்குப் பிறகு சிலசமயம் அரசியல், இலக்கியம் என்று அந்த உரையாடல் நீண்டிருக்கிறது. அவ்வளவு தான்.

ஜெயமோகனின் விருது மறுப்பு குறித்த எனது கட்டுரையைப் (பார்க்க: ஜெயமோகன்- விருது மறுப்பின் அரசியல்) படித்துவிட்டு ஒருநாள் இரவு என்னைத் தொலைபேசியில் அழைத்தார். அந்தக் கட்டுரையால் அவர் மிகவும் காயமடைந்திருப்பதைப்போல தோன்றியது. "அது மிகவும் நல்ல கட்டுரைதான், ஆனால் இப்படியான கட்டுரைகள் ஒரு படைப்பாளியை நோக்கி எழுதப்படவேண்டுமா, அது அவனது அந்தரங்கத்தில் நுழைவதாகாதா..." என்று கேட்டார். ஜெமோ மீதான அவரது அன்பை நான் மதித்தேன். எனது தரப்பை சிரித்துக்கொண்டே விளக்கினேன்.

அந்த உரையாடலின் போது அவர் குடித்திருந்தார். நான் குடிக்கத் தயாராகிக்கொண்டிருந்தேன். உரையாடலின் ஒரு இடத்தில், 'நான் உனது கட்டுரைகளைத் தொடர்ந்து படித்துக்கொண்டிருக்கிறேன்; நன்றாக எழுத வருகிறது உனக்கு; ஆனால் இந்த ஜெமோ குறித்த கட்டுரையில் ஒருவகை வன்மம் தொனிப்பதை என்னால் உணரமுடிகிறது... அதுதான் உன்னிடம் என்னைப் பேசவைக்கிறது...' என்று சொன்னார். நான் பதறிவிட்டேன்.

எனக்கு அவர் மீது என்ன வன்மம்... என்னுடையவை வெறும் விமர்சனம் மட்டும்தான். 'அதைத்தாண்டி அதில் ஒன்றுமே இல்லை...' என்று சொன்னேன். ஒரு கட்டத்தில், 'என்னையும் அறியாமல் எனது எழுத்தில் வன்மத்தின் சாயல் படர்ந்திருந்தால், அதற்காக என்னை மன்னித்துவிடுங்கள்...' என்றேன். 'சே... சே... அப்படியெல்லாம் சீரியஸா ஒண்ணுமில்லை...' என்று சிரித்தார். அதன்பிறகுதான் அவரது நூல் வெளியீட்டு விழாவுக்குப் போனதும் ஜெயமோகனிடமிருந்து புத்தகம் பெற்றுக்கொண்டதும்.

எல்லா இலக்கியவாதிகளையும்போல அவருக்கும் படைப்புகள் குறித்து திட்டவட்டமான கருத்துகள் இருந்தன. 'ஜீரோ டிகிரிக்குப் பிறகு சாரு எழுதுவதெல்லாம் ஒன்றுமே இல்லை' என்பது அதில் ஒன்று. நான் அதை மறுத்துப் பேசிக்கொண்டே இருந்தேன். எனது நூல்கள் குறித்து கவிஞர் ராஜசுந்தரராஜனுடன் அவர் நடத்திய உரையாடல்கூட அத்தகையதுதான். "இதெல்லாம் ஒரு விமர்சனமா... செத்துப்போ..." என்ற தொனியில் எழுதியிருந்தார். இத்தகைய வார்த்தைப் பிரயோகத்தை, சில மூத்த கவிஞர்களை நோக்கியும் அவர் பிரயோகித்திருந்ததை நான் பார்த்திருக்கிறேன். இதற்கு சாருவும் தப்பவில்லை.

மசினக்குடி விவாதத்திற்குப் பிறகு சாரு அவரை 'இருநூறு கிலோ கறி' என்று திட்டியிருந்தார். 'நீ ஒரு மகா பிச்சைக்காரன் சாரு' என்று அதற்கு அவர் எதிர்வினை புரிந்திருந்தார். குமரகுருபரன் பயன்படுத்தியது உருட்டுக்கட்டை என்றால் சாரு பயன்படுத்தியது நெஞ்சில் பாயும் கூரான ஊசி. இலக்கியம் எனும் வஸ்து எப்போதும் நமது கற்பனையைத் தாண்டிய வன்முறையைக் கொண்டது. இலக்கியவாதிகள் குறித்த அச்சம் சிறுவயதிலிருந்தே எனக்கு இருப்பதற்கு இதுவொரு காரணம். இத்தகைய சண்டைகளுக்குப் பிறகும் அவர்கள் கட்டிக்கொள்வதைக் காண்பதுதான் இலக்கியம் மீதான எனது வசீகரம் இன்னும் மிச்சமிருப்பதற்கு காரணம்.

இன்று அதிகாலை தொலைபேசியில் என்னை எழுப்பி அவரது இறப்பு செய்தி தெரிவிக்கப்பட்டபோது நான் கனவென்றுதான் நினைத்தேன். அது உடனே கலையவும் செய்தது. ஏனெனில் எனக்கு குமரகுருபரன் அறிமுகம் ஆன காலம்தொட்டு கவனித்துக்கொண்டுதான் வருகிறேன். அவர் சாவோடு பகடையாடிக்கொண்டிருந்தார். அது அவரது வாழ்வின் மீதான பகடையாட்டமாகவும் இருந்தது. அவற்றைத்தான் அவர் கவிதையாக்கிக்கொண்டிருந்தார்.

இதைச் சொல்வதற்காக எனது நண்பன் சரவணனை தொலைபேசியில் அழைத்தபோது, 'எனக்கு இப்போதுதான் இந்தத் தகவலை மகேந்திரன் சொன்னான். நம்பமுடியாமல் அழுதுகொண்டே நடந்துகொண்டிருக்கிறேன்' என்று சொன்னான். அவனுக்கு குமரகுருபரனை தனிப்பட்ட முறையில் தெரியாது. கவிதை வழியாகத்தான் பழக்கம். 'ஒரு கவிஞன் இளம் வயதில் சாவதை என்னால் சகித்துக்கொள்ளவே முடியவில்லை. இந்தக் கண்ணீரைத் தவிர நான் சொல்வதற்கு ஒன்றுமில்லை' என்றான்.

அஞ்சலி என்பது இப்படித்தான் இருக்கமுடியும் என்று நினைத்தேன். குமரகுருபரன் எனும் கவிஞன் சாதித்தது இதைத்தான். அவனுக்கு என் அஞ்சலிகள்.

- ஜூன் 16, 2016

கவிஞனின் தனிமை

இளம் வயதில் ஒரு கவிஞன் இறந்துபோகும்போதோ அல்லது ஒரு கதையாளன் இவ்வுலகை விட்டு வெளியேறுகிறபோதோ சமூகத்தில் சின்னதான சலசலப்பு எழுந்து அடங்குகிறது. காரணங்களைத் தேடி அலைகிறார்கள். ஒரு குறிப்பிட்ட காரணத்தைக் கண்டறிந்து "ஆமாம்... இதுதான் அவனது இறப்புக்குக் காரணம்" என்று தமக்குள் உறுதிப்படுத்திக்கொள்ளாமல் அவர்களது மனம் அமைதிகொள்ள மறுக்கிறது.

இது உண்மையிலேயே காரணத்தைத் தேடிப்போகும் எத்தனிப்பு அல்ல. அவர்களுக்குத் தேவைப்படுவது ஒரு ஆசுவாசம். 'அவன் இறந்ததற்கு அவனே உருவாக்கிக்கொண்ட பிழைகள்தான் காரணம்' என்று ஏதாவது ஒரு பழக்கத்துடன் முடிச்சிடுகிறார்கள். முக்கியமாக, 'குடிப்பழக்கம்'. இவ்வாறு ஒரு முடிவுக்கு வராவிட்டால், அந்த அகால மரணம் அவர்களது மனதின் ஆழத்தில் ஒரு செடியைப்போல முளைக்கிறது. பிறகு புதரைப்போல வளர்ந்து நினைவை ஆக்கிரமிக்கிறது. எதாவது ஒரு புறக்காரணத்தைச் சொல்லி அழுந்தும் மனதை சமப்படுத்திக்கொள்ள வேண்டியிருக்கிறது.

'காரணமே இல்லாத மரணங்கள்' கூட இருக்க முடியும் என்பதை, தம்மை ஆரோக்கியமாகக் கருதிக்கொள்ளும் மனிதர்களால் ஏற்றுக்கொள்ளமுடியாது. ஆனால் ஒரு படைப்பாளி அப்படியான மரணங்கள் உண்டு என்று நம்புபவனாக இருக்கிறான். ஆயினும் அவனுக்கு மரணம் வசீகரம் மிக்க ஒன்றாக எப்போதுமே இருந்து வருகிறது. மின்னும் பாம்பொன்றை வலிந்து தனது கனவில் இருத்த முயலும் குழந்தையைப் போல அவன் மரணத்தின் முன்னால் கிளர்ச்சியடைந்தபடியே இருக்கிறான். மரணம் குறித்த கனவோ அல்லது அச்சமோ இல்லாத படைப்பாளி விரைவில் வாழ்வின் மீது மிகுந்த சலிப்பு கொண்டவனாகிறான்.

எப்போதும் ஏதோ ஒன்றைக் கிளர்த்த முயல்பவனாக, அல்லது ஏதோ ஒன்றை அமைதியடையச் செய்பவனாக படைப்பாளி இருக்க

நேர்கிறது. படைப்பு என்ற ஒன்றுடன் அவன் சதா உரையாடிக்கொண்டே இருக்கிறான். அதனுடன் பொருதிக்கொண்டே இருக்கிறான். காற்றில் பறந்தலையும் சருகு ஒன்றைத் துரத்தி ஓய்பவனாக இருக்கிறான். இதைத் தொடர்ந்து செய்வதற்கு ஒரு வலு தேவைப்படுகிறது. இது மிகவும் முக்கியமானதொரு புள்ளி. தனது உடலும் மனதும் ஒன்றை ஒன்று வெட்டிக்கொள்ளும் இடமது. இதைப் படைப்பாளி எவ்வாறு கையாள்கிறான் என்பது, அவனது உடலைக் கையாளும் செயல் மாத்திரம் அல்ல, இந்த சமூகத்தை எவ்வாறு கையாள்கிறான் என்பதும்தான்.

இங்கே மிகவும் சிக்கலான விஷயம் என்னவென்றால், ஒரு படைப்பாளி சமூகத்திலிருந்து எவ்வளவு விலகி இருக்கிறானோ அவ்வளவு ஆழமாக அதனுடன் அந்தரங்கமாக பிணைக்கப்பட்டும் இருக்கிறான். கவிஞன் என்று வருகிறபோது தனது மனதில் நெகிழ்வான பகுதியொன்றை வைத்து இந்த சமூகத்தோடு ஒரு சூதாட்டத்தை நடத்தியபடியே இருக்கிறான். இதுதான் ஒன்றை ஒன்று பிரிக்க முடியாத நிறைய நூல்களால் ஆன பந்தைப்போல அவனது வாழ்க்கையை ஆக்கி வைக்கிறது.

ஆனால், வெளியிலிருந்து பார்ப்பவர்களுக்கு இதைப் புரிந்துகொள்ளவே முடியாது. இதைப் படிப்பவர்கள் சலிப்படையலாம். இது ரொமாண்டிசம் என்று எரிச்சலடையவும் வாய்ப்பு உண்டு. ஆனால், ஒன்று மட்டும் நிச்சயம். படைப்பு என்பது ஒரு பைத்தியக்கார செயல்பாடு. பெரும்பான்மை பொதுசமூகத்தில் படைப்பாளி என்பவன் அதில் வலுக்கட்டாயமாக இருத்தி வைக்கப்படுகிறவன் மட்டுமே. இதைக்கடக்க முயன்றபடியே அவன் இருக்கிறான். ஏனெனில் எந்த ஒன்றும் அவனுக்கு விரைவில் சலித்து விடுகிறது. ஒரே வேலையை அவனால் தொடர்ந்துசெய்ய முடிவதில்லை. வேலை என்பது என்ன? நினைவுகளைக் கொல்லும் செயல் தானே? படைப்பாளி, வேலைக்கு அஞ்சுபவனாக இருப்பது அதனால்தான்.

ஆக, படைப்பாளிக்கு பொதுச்சமூகம் வரித்துக்கொண்டிருக்கும் வாழ்முறைக்குள் அடங்குவது என்பது சமரசம் போன்றதாக இருக்கிறது. அது ஓரளவுக்கு உண்மையும் கூட. பல நேரங்களில் அவன் தன்னை கைவிட்டுக்கொள்ள வேண்டியிருக்கிறது. விலகிக்கொண்டே இருக்க வேண்டியிருக்கிறது. அதைத்தான் அவன் தனிமை என்று பொதுவில் சொல்கிறான். இங்கு தனிமை என்பது அருகில் ஆட்கள் இல்லாததால் வருவதல்ல, பணம் இல்லாததால் வருவதல்ல, எல்லாம் இருந்தும் ஏதோ ஒன்று இல்லாமல் இருப்பதன் வெறுமையில் கிளைப்பது அது. ஆக அதைப் புரிந்துகொள்வதற்கு அவர்கள் மீதான வெறும் கனிவோ, அன்போ மாத்திரம் போதாது. அதற்கு தேவைப்படுவது வாழ்வின்

மீதான தரிசனம். இங்கு தரிசனம் என்பது கரிசனத்துக்கு முரணானது என்பதையும் புரிந்துகொள்ள வேண்டும்.

மேலும் இதைப் புரிந்துகொள்வதற்கு ஒருவித சாகஸ மனநிலை தேவைப்படுகிறது. பொதுச்சமூகத்தால் அதைக் கைக்கொள்ள முடியாது. அதனால்தான் அது வேகவேகமாக காரணங்களை உருவாக்கி நிலைநிறுத்துகிறது. அந்தப் பதட்டத்தில் அறியாமை இருக்கிறது. வெகுளித்தனம் இருக்கிறது. குறிப்பிட்ட அளவு உள்ளீடற்ற மேட்டிமைத்தனமும் இருக்கிறது. அதனால்தான் அது படைப்பு மற்றும் படைப்பாளி குறித்த புரிதலற்ற மவுடீகமாகவும் திரிகிறது. “படைப்பாளி என்பவன் மட்டும் என்ன வானத்தில் இருந்து குதித்து வந்தவனா...” என்கிற எள்ளலாக விரிவடைகிறது. யாரும் யாரையும் விட உயர்ந்தவரோ தாழ்ந்தவரோ இல்லைதான். இந்த மனநிலையை ஒரு ஆன்மீக உச்சமாகக் கருதினால், அத்தகைய விழுமியங்களை உருவாக்கி நிலைநிறுத்தியது யார்? படைப்பாளிகள்தான்.

தனது வாழ்வை வெளியிலிருந்து பார்க்கும் திராணி உள்ளவன் மட்டுமே தனது படைப்பின் வழியாக புதிய திறப்புகளை உருவாக்குகிறான். அலைந்து திரியும் ஒரு வன மிருகம் புதிய வழித்தடங்களையும் நீர் வழிகளையும் உருவாக்குவது போன்றது அது. தன்னைப் பணயம் வைப்பதன் மூலம் புதியவற்றை உருவாக்குவதும், இருப்பதை மேலும் செழுமைப்படுத்துவதுமாக படைப்புச் செயல்பாடு என்பது மற்றைய பிரபஞ் சப் படைப்புகளோடு ஆழமான பிணைப்பைக் கொண்டதாக இருக்கிறது. ஸ்தூலமான கருத்துகளால் அது புரிந்துகொள்ளப்படாவிட்டாலும்கூட, படைப்பு அதை உருவாக்குபவனிடம் ஏற்படுத்தும் அலைக்கழிப்பை நான் அந்த அடிப்படையிலிருந்தே புரிந்துகொள்கிறேன். அங்கிருந்தே படைப்பாளிகள் மீதான மரியாதையை நான் உருவாக்கிக்கொள்கிறேன். அது தான் ஒரு படைப்பாளியின் இழப்பை தனிப்பட்ட இழப்பாக நோக்காமல் மானுட இழப்பாகக் கருதவேண்டும் என்ற நிலைக்கு நம்மை நகர்த்துகிறது.

நாம் வரித்துக்கொண்டிருக்கிற வாழ்வுமுறை நம்மைச் சலிப்புக்கு உள்ளாக்குவதாக இருக்கிறது. ஆனால், எங்கோ ஒரு இடத்தில் ஆசுவாசத்தை அடைந்துவிட முடியும் என்ற கனவுதான் நம்மை செலுத்திக்கொண்டிருக்கிறது. ஆக வாழ்வின் மீதான விழைதல் என்பது நிச்சயமற்ற ஒன்றைக் குறித்த ஏக்கத்தின் மீது கட்டமைக்கப்பட்டிருக்கிறது இல்லையா? இந்த ஏக்கம் வெறும் லவுகீகமான ஏக்கமாக இருக்கும்போது படைப்பாளி இதிலிருந்து விலகுகிறான் அல்லது விரக்தியடைகிறான். இதை சமநிலையுடன் கையாளத் தெரிந்தவர்கள் மட்டுமே தப்பித்துக்கொள்கிறார்கள்.

வெறும் லவுகீகமாக சுருங்கியிருக்கும் பொதுச்சமூகத்திற்கு இத்தகைய அதிருப்திகளே கிடையாது. அது தனது அற்ப சாதனைகளை முன்னிட்டு வாழ்வைக் கொண்டாடுகிறது. இங்குதான் வாசிப்பின் இடையீடு என்பது கவனத்திற்குரியது. தம்மை வாசிப்பிலிருந்து விலக்கிவைத்துக்கொள்கிற சமூகம், இத்தகைய பதட்டங்களிலிருந்தும் தன்னைக் காப்பாற்றிக்கொள்கிறது. எளிய கிளுகிளுப்பில் திருப்தியடைந்துகொள்ளும் திரளாக சுருங்கிப் போகிறது. அதையே ஒரு பொதுப்பண்பாக கட்டமைக்கவும் முயல்கிறது. அதிலிருந்துதான் அது சமூகத்துக்கான ஒழுக்க மதிப்பீடுகளை உருவாக்குகிறது. இத்தகைய மதிப்பீடுகள், தன்னுள் மிகப்பெரும் வன்முறையை ஒளித்து வைத்திருக்கின்றன. தன்னம்பிக்கைக் கருத்தியல்கள், ஒழுக்கத்தைப் போற்றும் பிரதிகள் என அந்த மனநிலை உருவாக்கும் சமூக ஒழுங்கிற்கான வரைமுறைகள் இங்கு குவிந்து கிடக்கின்றன. இத்தகைய அபத்தங்களுக்கு எதிராகக் கலகம் செய்பவனாக வரலாறு நெடுக படைப்பாளியே இயங்கிக்கொண்டிருக்கிறான். ஆனாலும் கூட ஒரு படைப்பாளி ஒழுங்கை மீறுகிறான் என்கிறபோது, தான் கலகம் செய்கிறோம் என்ற பெருமிதத்தில் அதைச் செய்வதில்லை. எந்த ஒழுங்கையும் மீறாமல் அவனால் இருக்க முடியாது என்பது மட்டுமே அதற்குக் காரணம். இந்த மனநிலை பொதுப்புத்திக்கு மிக எதிரானது. அதை மாற்றும் வல்லமை கொண்டது. இங்குப் படைப்பாளி குடிப்பவனாக இருப்பது என்பது அவனில் ஒரு பகுதி. அவ்வளவே. அதுமட்டுமே அவனது தன்மையை வரையறுப்பதில்லை.

இப்படி ஒன்றைப் பேசுகிறபோது இந்த கலக மனநிலையை படைப்பாளிக்கான பொது ஒழுங்காகவும் வரையறுக்கவேண்டிய அவசியம் இல்லை என்பதையும் சேர்த்தே புரிந்துகொள்ளவேண்டும். ஒரு படைப்பாளி என்றால் குடிப்பவனாக, இந்த சமூகம் ஒழுங்கு என்று கற்பிப்பதை மீறிக்கொண்டே இருப்பவனாக, எல்லா இடங்களிலும் தன்னைப் பணயம் வைத்துச் சூதாடுபவனாக இருக்கவேண்டும் என்ற அவசியம் இல்லைதான். ஆனால் இவற்றையெல்லாம் செய்வதில்லை என்பதற்காக அவ்வாறு செய்பவனை சீரழிந்தவனாக சுட்டும் அதிகாரம் தமக்கு இல்லையென்ற புரிதல் அறிவுரை சொல்ல முயல்பவர்களுக்கு இருக்க வேண்டும் என்பதே இங்கு சொல்ல வருவது.

ஒரு படைப்பாளியின் மரணம் என்பது ஒரு பூ உதிர்வதைத் தாண்டி எந்த முக்கியத்துவமும் இல்லாததுதான். தமக்கு வழங்கப்பட்ட அவகாசத்தில் அவன் ஏதோ ஒன்றைச் செய்து முடித்திருக்கிறான். அவன் உருவாக்கிவைத்துவிட்டுப் போயிருக்கும் பிரதி உருவாக்கும் அதிர்வில் அவன் காலமெல்லாம் துடித்துக்கொண்டே இருக்கிறான். அவனைக் கொண்டாடுவது என்பது இந்தத் துடிப்பைக் கொண்டாடுவது தான்.

ஏனெனில் இத்தகைய துடிப்பு எல்லாருக்கும் தேவையானதாக இருக்கிறது. அது நம்மிடம் ஒரு அன்பைக் கோருகிறது. எங்கோ ஒரு இடத்தில் படிப்பவனிடம் ஒரு உரையாடலை நிகழ்த்துகிறது. இந்தப் பண்பு இசை, ஓவியம், புகைப்படம் உள்ளிட்ட எல்லா கலைப் படைப்பாளிகளுக்கும் பொருந்தக் கூடியதுதான்.

இத்தகைய துடிப்பை உருவாக்கிக் கையளிப்பது என்பது எளிதான ஒன்றல்ல. வாழும் உயிர்களை ஒன்றுடன் ஒன்றாகப் பிணைக்கும் வேலையை அது செய்கிறது. தனது எல்லா மகத்தான துயரங்களுக்குப் பின்னாலும் இதை சாத்தியப்படுத்திக்கொண்டே இருப்பவன்தான் இங்குப் படைப்பாளி என்று அறியப்படுகிறான். முன்னேறிய சமூகங்கள் இந்தப் பங்களிப்பு குறித்த புரிதல்களுடன் இயங்குகின்றன. அதனால் தான் அவனுக்கான வெளியை அவை மிச்சம் வைக்கின்றன. அவனது கீறல்களை பொறுத்துக்கொள்கின்றன. அவனது சிறுபிள்ளைத்தனத்தை அங்கீகரிக்கின்றன. அவனைத் தழுவிக்கொள்கின்றன. அவனது பிரிவின் போது அவனுக்காக கண்ணீர் சிந்துகின்றன. இதன் பொருள் அவனுக்கு சலுகை செய்கின்றன என்பது அல்ல. இத்தகைய தனது செயல்களின் மூலம் ஒரு பண்பட்ட சமூகம் தனது அடிப்படையான பண்பைக் கண்டடைகிறது. தனது பொதுப்பண்பில் மாற்றங்களைச் செய்துகொள்கிறது. பண்பாடு என்பதன் பொருள் அது தான். இந்த உருமாற்றம்தான் ஒரு சமூகத்துக்கு இலக்கியம் செய்யக்கூடிய பங்களிப்பு. அத்தகைய மாற்றங்களை அனுமதிப்பதன் வழியாக மானுட அன்பை உறுதிசெய்துகொள்வதுதான் சமூகங்கள் தங்களுக்குள் செய்துகொள்ளவேண்டியது. அதுதான் கலாசாரம் என்பதன் அடிப்படை. படைப்பு அதை முன்னெடுக்கிறதா என்பதே இங்குக் கேள்வி. அது மட்டுமே கேள்வியாக இருக்க முடியும்.

மேலும், ஒரு படைப்பாளியை மன்னிக்கும் நிலைக்கு பொதுச்சமூகம் போகவே முடியாது. ஏனெனில் அவன் அதைக் கடந்தவனாக இருக்கிறான். நாம் பயன்படுத்தும் ஒப்பீட்டுக் கருவிகளை இல்லாமலாக்கவே அவன் ஓயாமல் உழைத்துக் கொண்டிருக்கிறான். அவனது மரணத்துக்காக சிந்தப்படும் கண்ணீர் என்பது, ஸ்தூல இழப்பின் பாற்பட்டதல்ல. அரூபமான துண்டித்தலால் தன்னெழுச்சியாகப் பெருகுவது அது. ஒரு கட்டத்தில் நன்றியறிவிப்பின் கேவல். எல்லாப் புகார்களுக்கு இடையிலும் அதைக் கைக்கொள்வதே பண்பட்ட சமூகத்தின் பொறுப்பு.

- ஜூலை 2016, 'உயிர்மை'.

சமூக ஊடகங்கள்: ஒரு குறுக்குவெட்டுப் பார்வை

சமூக ஊடகங்களில் தொடர்ந்து புழங்குவதால் எனக்கு இப்போதெல்லாம் மிகப்பெரிய சந்தேகமே வந்துவிடுகிறது. அது என்னவென்றால், அவை உண்மையிலேயே சமூக ஊடகங்கள்தானா... சமூகத்துக்கும் அவற்றிற்கும் நிஜமான தொடர்பு எதுவும் உண்டா என்று. ஏனெனில் அவை ஒரு குறிப்பிட்ட மக்கள் திரளை மட்டுமே பிரதிநிதித்துவப்படுத்துவதுபோல் தோன்றுகிறது. அதில் வெளிப்படும் கருத்துகள்கூட வெகுஜன மனநிலையுடன் பெரும்பாலும் ஒத்துப்போவதில்லை. ஆனால், சமூகத்தின் சில அதிர்வுகளை உடனடியாக அவை பிரதிபலிப்பதால் அவற்றை முழுக்கவும் நிராகரிக்கவும் முடிவதில்லை. சமூகத்தின் சிதிலமடைந்த சன்னலைப் போல தோற்றம் கொள்கின்றன சமூகஊடகங்கள். நேரடியான ஒரு உதாரணத்தின் மூலம் இதைச் சொல்லவேண்டும் என்றால் இப்படிச் சொல்லலாம். 'சமூக ஊடகங்கள் நிஜமாகவே சமூகத்தை அப்பட்டமாக பிரதிபலிக்கின்றன என்றால் இந்நேரம் மக்கள் நலக் கூட்டணிதான் ஆட்சியமைத்திருக்க வேண்டும்'.

அரசியல் தவிர்த்த பெரும் சலனம் ஏற்படுத்தக்கூடிய நிகழ்வுகளின் போது சமூக ஊடகங்கள் எவ்வாறு எதிர்வினையாற்றுகின்றன என்று கவனித்தால் நமக்கு அதிர்ச்சியாக இருக்கிறது. உதாரணமாக சமீபத்தில் சென்னை நுங்கம்பாக்கம் ரயில் நிலையத்தில் நிகழ்த்தப்பட்ட ஒரு பெண் மென்பொறியாளரின் கொலை. இந்த செய்தியை சமூக ஊடகங்களில் தொடரும்போது ஒரு பைத்தியக்கார விடுதிக்குள் நுழைந்துவிட்டதைப்போல இருந்தது. நமது சமூகம் உண்மையிலேயே இந்த அளவுக்கு சிதறுண்ட சமூகமா என்று ஆச்சர்யமாக இருந்தது. முக்கியமாக இரண்டு விஷயங்கள் அதில் கவனத்தை ஈர்த்தன.

ஒன்று சாதிய சமூகமாக நாம் எவ்வளவு தூரம் பிளவுபட்டிருக்கிறோம் என்பது. இரண்டாவது பெண்கள் குறித்த பார்வைகளில் பொதுச் சமூகம் எவ்வளவு பின்தங்கியிருக்கிறது என்பது. இவை வெறும் போதாமையாக மட்டும் அல்லாமல் சீரழிவாகவும் இருக்கிறது என்பதுதான் கவலைக்குரியது. எவ்வளவு படித்தவர்களாக இருந்தாலும் நல்ல வேலையில் இருப்பவர்களாக

இருந்தாலும் சாதியைக் கைவிட முடியாமல் தவிப்பது வெளிப்படையாகத் தெரிகிறது. இதில் டாக்டர்கள் எஞ்ஜினியர்கள்கூட விதிவிலக்குகள் அல்ல. இன்னொருபுறம் சமூகஊடகங்களை ஆக்கிரமித்திருக்கும் மொன்னையான சாதிமறுப்புவாதம். சாதியை மறுப்பது என்பது, சாதியே இல்லை என்று சாதிப்பது அல்ல, சாதியின் இருப்பை நேர்மையாக ஒத்துக்கொண்டு அதைக் களைவதற்கான செயல்களை முன்னெடுப்பது. இந்த இடத்தில்தான் நாம் நம்புகிற இளைஞர் திரள் எவ்வளவு பாழடைந்திருக்கிறது என்பது தெரிகிறது. இளைஞர் திரள் என்று சொல்கிறபோது பெண்களையும் சேர்த்தேதான் சொல்கிறேன்.

பெயருக்குப் பின்னால் சாதியைப் பின்னொட்டாக சேர்த்துக்கொள்ளும் பழக்கம் வழக்கொழிந்து போயிருக்கும் தமிழகச் சூழலில், சாதியைப் போட்டுக்கொள்வது என்பது ஏதோ நாகரீகம் போல முன்வைக்கப்படுகிறது. அதில் என்ன தவறு இருக்கிறது என்று இளைஞர்கள் கேட்பதையும் பார்க்க முடிகிறது. இந்த கேள்வி ஏதோ கலகம் போல முன்வைக்கப்படுகிறது. உற்றுப்பார்த்தால் அந்தக் குரலின் பின்னுள்ளது அரசியல் தெளிவின்மைதான். சாதி என்று வருகிறபோது அங்கு ஒரு அதிகாரப் படிநிலை வந்துவிடுகிறது. குறிப்பிட்ட சாதிகளுக்கான ‘புனிதம்’ வந்துவிடுகிறது. இறுதியாக பிறப்பின் மூலம் வரும் தகுதி உறுதி செய்யப்படுகிறது. அவ்வாறு செய்யப்படும்போது ஒரு பகுதி மக்கள் திரளின் போதாமையும் சுட்டப்படுகிறது. இங்குப் போதாமை என்பது பிறப்பால் வரும் போதாமை. எல்லாம் இருந்தும் எதுவும் இல்லாத வெறுமை அது. ஆக, இது வெறும் ஃபேஷன் மாத்திரம் அல்ல. அதன் பின்னுள்ளது ஆழமான அரசியல். ஆக இங்கு தேவைப்படுவது நுண்ணுணர்வுடன் கூடிய புரிதல்.

பல நேரங்களில் எந்த அச்சமும் அற்ற மூர்க்கமான சாதியவாதம் சமூக ஊடகங்களில் தயக்கமில்லாமல் முன்வைக்கப்படுகிறது. எதாவது ஒரு அரைவேக்காடு உருவாக்கி உலவவிடும் ஒற்றை வரி எல்லாரையும் பதட்டப்படுத்துகிறது. பொருட்படுத்தத்தக்க ஆளுமைகள் கூட அந்த செய்தியைக் குறித்து தங்களது கருத்தைத் தெரிவிக்கிறார்கள். சமூக ஊடகங்களில் எதை நிராகரிக்க வேண்டும் என்கிற தெளிவு இல்லையென்றால் நமக்குப் பைத்தியம் பிடிக்கும். இந்த விசயத்தில் பிரபலங்களும்கூட கோட்டை விடுகிறார்கள். இத்தகைய வன்முறைகளில் அடையாளமற்ற ‘போலிக் கணக்குகளின்’ பங்களிப்பு என்பது குறிப்பிடத்தக்கது. பெண்கள் உள்ளிட்ட எளிய இலக்குகளைக் குறிவைத்து அவர்கள் பரப்பும் வதந்தியும் வன்மமும் பாதிக்கப்பட்டவர்களை தற்கொலையை நோக்கித் தள்ளுவதையும் காணமுடிகிறது. சமீபத்திய உதாரணம் விணுப்ரியா. மார்ஃபிங் செய்யப்பட்டு ஆபாசமாக உலவவிடப்பட்ட அவரது புகைப்படம் அவரை சாவை நோக்கித் தள்ளியது.

இதே போல பீதியூட்டக் கூடிய இன்னொன்று சமூக ஊடகங்களில் வெளிப்படும் 'தண்டனை மனநிலை'. ஒரு குற்றம் நடந்தவுடன், அதை நிகழ்த்தியவருக்கு உடனே தண்டனை தரத் துடிப்பவர்களின் எண்ணிக்கை கூடிக்கொண்டேபோகிறது. அல்லது அப்படிப் பொங்குவதன் மூலம் தன்னை நியாயவானாக முன்னிறுத்திக் கொள்ளும் அவசரம் அதிகரித்திருக்கிறது. பல நேரங்களில் 'சமூகத்தின் கூட்டு மனசாட்சி' என்பது நிஜத்தைவிட சமூக ஊடகங்களில் கொடூரமானதாக இருக்கிறது. இங்கு 'தார்மீகக் கோபம்' என்கிற போலியான முகத்திற்குப் பின்னால் வெளிப்படுவது அப்பட்டமான பழிவாங்கும் உணர்வு மட்டுமே. இத்தகைய மனநிலையைத் தீவிரமாக இயக்குவது அவர்களிடம் இருக்கும் உள்ளீடற்ற தன்முனைப்பும் அரசியல் மொண்ணைத்தனமும்தான்.

கும்பலாக குரல் எழுப்பப்படுகிறபோது அதற்கு ஒரு பெறுமதி வந்துவிடுகிறது. நிதானமான குரல்கள் பின்னுக்குப் போய்விடுகின்றன. ஜங்க் உணவுகளைத் தின்று சுவை நரம்புகளின் திறன்களை இழக்கும் குழந்தைகளைப் போல, சமூக ஊடகங்களில் கொட்டப்படும் குப்பைகளுக்குள் புழங்கும் ஒரு பகுதி சமூகம் தனது நுண்ணுணர்வுகளை இழக்கிறதோ என்றும்கூட தோன்றுகிறது. எப்போதும் அதற்குத் தேவை உடனடி கிளுகிளுப்பு. அவர்களைப் பொறுத்த வரையில் எல்லாமே வெறும் செய்திதான். கொலைகூட இப்போது யாருடைய மனதையும் எளிதாகத் தொடுவதில்லை. அது கொடூரக் கொலையாக இருக்கவேண்டும். கற்பழிப்பிலும் அப்படித்தான். ஒரு குற்றம் வெளிப்படும்போது வெளிப்படும் அற ஆவேசம், பாதிக்கப்பட்டவர்கள் மீதான அறிவுரையாகக் கனிந்து பின்பு மெல்ல சலிப்புற்று கிண்டலாக மாறிவிடும். இதை நெஞ்சை உலுக்கும் எல்லா நிகழ்வுகளிலும் கவனிக்கலாம்.

எல்லாவற்றையும் கிண்டலடிப்பது என்பது கொண்டாட்ட மனநிலை அல்ல. அது உண்மைக்கு முகம் கொடுக்காமல் தப்பித்துக்கொள்ளும் கோழைத்தனம். அதற்காக கண்ணீரில் மிதந்துகொண்டே இருக்க வேண்டும் என்ற அவசியம் இல்லை. அது சாத்தியமும் இல்லை. ஆனால் நகைப்புக்கும் வக்கிரத்துக்குமான வேறுபாடு தெரிந்திருக்கவேண்டும். சமூக ஊடகங்களில் இந்தக் கருத்தாக்கத்தின் எல்லைக் கோடுகள் அழிந்து கொண்டே வருகின்றன. கொண்டாட்டத்துக்கும் லும்பன்தனத்துக்குமான மதிப்பீடுகள் மாற்றி எழுதப்பட்டுக்கொண்டிருக்கின்றன.

நாம் மிகவும் வெளிப்படையானவர்களாக, எல்லாவற்றையும் பொதுத்தளத்தில் வைத்து விவாதிப்பவர்களாக நாகரீகம் அடைந்திருப்பது போன்ற தோற்றத்தை இந்தக் கிண்டலடிக்கும் யுக்தி மூலம் சமூக ஊடகங்கள் உருவாக்கி வைத்திருக்கின்றன. உண்மையாகப் பார்த்தால்,

நாம் மோசமான தொட்டாற்சிணுங்கி சமூகமாக மாறியிருக்கிறோம் என்பது தெரியும். கருத்துரிமை என்பது மிகவும் சுருங்கியிருக்கிறது. உங்களுக்குப் பிடிக்காத திரைப்படம் பற்றி, நீங்கள் கிண்டலாக ஒரு கருத்தைப் பதிந்தால், இரண்டு மூன்று பின்னூட்டங்களுக்குப் பிறகு அது உங்களது சகோதரி அல்லது அம்மாவின் அந்தரங்க உறுப்பில் வந்து நிலைகொண்டுவிடும். நீங்கள் சற்றே பிரபலமானவர்களாக இருந்தால் அது உங்கள் உடல் மீதான வன்முறையாக மாறுவதற்கும் அல்லது நீங்கள் நீதிமன்றப் படியேறுவதற்கும் காரணமாக அமையும்.

இன்னொன்று சாதி. தொட்டால் தீப்பற்றும் சங்கதி அது. இங்கு இருக்கும் ஒவ்வொரு சாதித் தலைவரும் ஒரு மனித வெடிகுண்டுக்கு சமம். அவர்களை சமூக ஊடகங்களில் விமர்சிக்கவே முடியாது. விசித்திரமாக ஒரு சாதித்தலைவர் அந்த சாதிக்குக் கடவுள்; மற்ற சாதிகளுக்கு அவரோ ஒழிக்கப்படவேண்டிய சத்ரு. இது எதிரெதிரான எல்லா சாதிகளுக்கும் பொருந்தும். இத்தகையை இணைய சண்டைகளில் வெளிப்படையான மிரட்டல்களை விடும் பொறுக்கிகளை நீங்கள் பார்க்கலாம். அதே சமயம் நாசூக்கான வார்த்தைகளில் அமைதிகாக்கச் சொல்லும் சாதி அபிமானிகளையும் பார்க்கலாம். குறிப்பிட்ட சில தலைவர்களைத் தவிர இங்கு எல்லாருமே திருவுரு பிம்பங்கள்தான். சிறு களங்கமும் அற்ற தேவதூதர்கள் அவர்கள். முன்பெல்லாம் சிலையின் மீது போடப்படும் செருப்பு மாலை ஒரு ஊரை பற்றியெரியச் செய்யும். இப்போது அத்தகைய புகைப்படம் ஒன்று மட்டுமே போதுமானதாக இருக்கிறது. இதுவே இங்கு அடைந்திருக்கும் வளர்ச்சி. மதத்திலும் அதுதான்.

மத அடிப்படைவாதிகள் தங்களது சீரழிவுகளை நியாயப்படுத்த, மத நல்லிணக்கம் குறித்துப் பாடம் நடத்துவதை நீங்கள் பார்க்க முடியும். பிறகு, எல்லாவற்றிற்கும் காயப்படும் பெரும் மக்கள் திரள் ஒன்று உருவாகியிருக்கிறது. காற்று வேகமாக அடித்தால்கூட அவர்கள் காயப்பட்டுவிடுவார்கள். அவர்களது பழக்க வழக்கங்களையோ, அவர்களது கடவுளையோ, அவர்களது நம்பிக்கைகளையோ மறுபரிசீலனைக்கு உட்படுத்தும் ஒரு வாசகத்தைக் கூட அவர்களால் செவிமடுக்க முடியாது. அந்தக் காயத்திலிருந்து வெளியேறும் ரத்தம் இந்த சமூகத்தையே எரிக்காமல் ஓயாது. அவ்வளவு காத்திரமானது அவர்கள் அடையும் காயம்.

இந்தக் கருத்து மூர்க்கத்தனம் ஒருவித சுய தணிக்கையை சமூக ஊடகங்களில் புழங்கும் பலரிடம் உருவாக்கி வைத்திருக்கிறது. ஆனால் 'ஆமாம்... இதுவொரு அழுத்தம்தான்...' என்று ஏற்றுக்கொள்வதற்கு அறியப்பட்ட பல ஆளுமைகள் தயங்குவார்கள். இதில் முற்போக்காளர்களும் உண்டு. ஏனெனில் அவர்கள் தரித்திருக்கிற போராளி வேஷத்தை

அது கலைத்துப்போடும் என்கிற அச்சம். இந்த தணிக்கை மனநிலை அறிவுப்பரவலை தடுக்கும் முக்கியமான காரணியாக நிலைபெற்றிருப்பதை கூர்ந்து கவனிப்பவர்களால் உணரமுடியும். மேலும் அடர்த்தியான விவாதங்களோ உரையாடல்களோ சமூக ஊடகங்களில் சாத்தியமே இல்லை என்கிற நிலையை நோக்கி நம்மை நகர்த்தியிருப்பதையும் புரிந்துகொள்ள முடியும்.

இத்தனைக்கும் சமூக ஊடகங்கள் நாம் இதுவரை கைக்கொள்ளாத ஒரு திறப்பை பொதுச் சமூகத்திற்கு வழங்கியிருக்கின்றன. நெருங்க முடியாத பல ஆளுமைகளை உரையாடலில் நெருங்கமுடிகிற அவர்களுடன் விவாதிக்க முடிகிற வாய்ப்பை அவை வழங்குகின்றன. ஆனால் அதில் பங்குபெறும் சாதாரண ஆட்களுக்கு கிளுகிளுப்பு ஊட்டுவதாக மட்டுமே அத்தகைய விவாதங்கள் இருக்கின்றன. எளிய அல்லது மூர்க்கமான கிண்டலின் மூலம் ஒரு பிரபலத்தை நிலைகுலைய வைக்கும்போது அங்கு பறக்கும் விசில் சத்தம் என்பது, ஒருவித நாயக பிம்பத்தை சிலருக்கு ஏற்படுத்தித் தருகிறது. மேலும், பொறுப்பு கூடும் மனநிலையை கைவிட்டுக் கொள்கிறபோது நிறைய கொலைக் கருவிகள் அவர்களது கைக்குக் கிடைக்கின்றன. அது அடையாளமற்ற உதிரிகளுக்கு சமூக ஊடகங்களில் பெரும் வெளியை உருவாக்கித் தருகிறது. நாகரீகம் பேணுபவர்கள் விலகிக்கொள்கிறார்கள்.

ஆக, இறங்கி அடிப்பவர்களுக்கு பரந்துபட்ட களமாக இருக்கும் சமூக ஊடகங்கள் அதில் ஈடுபடுபவர்களுக்கு ஒரு கட்டத்தில் போதையாக மாறுகிறது. அவர்களும் அதைத் தங்களது சுபாவமாக வரித்துக் கொள்கிறார்கள். தங்களது சுயத்தைப் பறிகொடுக்கிறார்கள். அதுவொரு பிளவுபட்ட மனநிலையை உருவாக்குகிறது. தனக்குள்ளேயே தன்னை ஆராதிக்கும் பிம்பத்தையும் அதே சமயம் சண்டையிடும் பிம்பத்தையும் கட்டியமைத்துக்கொள்ள நேர்கிறது. அது அமைதியிழப்பை நோக்கி அவர்களைத் தள்ளுகிறது. அதைக் கையாள முடியாமல் போகிறபோது மேலும் மேலும் மூர்க்கமடைகிறார்கள். அப்போதுதான் சமூகத்தின் ஒரு பகுதியாக இருப்பதில் இருந்து விலகி சீரழிவின் பக்கம் சரணடைகிறார்கள். ஆனால் அது பற்றிய புரிதலே அவர்களுக்கு இருக்காது என்பதுதான் இதில் முரண்.

இத்தகைய நாயகர்கள் ஒருபுறம் அறம் குறித்து சீறுபவர்களாக இருப்பார்கள். மறுபுறம் பெண்களை அவமதிப்பார்கள். ஒருபுறம் ஊழல் குறித்து அறச்சீற்றம் கொள்வார்கள் மறுபுறம் சுயசாதி அபிமானத்தை பண்பட்ட கலாசாரமாக முன்வைப்பார்கள். நிஜத்தில் பூஞ்சையான கருத்தியல் உள்ளீட்டற்றவர்களாக இருப்பார்கள். ஆனால் அவர்கள்

உருவாக்கி நிலைநிறுத்தும் கருத்துகள் மட்டும் சாசுவதமாக அங்கே கனலுடன் உலவிக்கொண்டே இருக்கும். இத்தகைய குளிர்ந்த தீப்பொறிதான் புதிதாக சமூக ஊடகங்களுக்கு வருபவர்களைக் கவரும். அவர்கள் முதலில் தயக்கத்துடன் கவனிப்பார்கள், பின்பு மெல்ல மெல்ல பங்கெடுப்பார்கள். கிட்டத்தட்ட டிராகுலாவிடம் கடி வாங்குவது போன்ற செயல் அது. முதலில் வலிக்கும். பிறகு அவர்களும் டிராகுலாவாக மாறிவிடுவார்கள். அப்படித்தான் அந்த பைத்தியக்கார உலகம் கட்டியமைக்கப்படுகிறது.

இதைக்கடந்து அங்கு பொருட்படுத்தத்கூடிய எதுவும் நடப்பதில்லையா என்றால், நடக்கிறதுதான். பிளாஸ்டிக் குப்பைகளுக்கு மத்தியில் முளைவிடும் சிறிய செடியைப்போல அது மிகவும் குறைவானதாக இருக்கிறது. சில முக்கியமான செய்திகள் சமூக ஊடகங்களில்தான் வெடித்துப் பரவுகின்றன. அந்த செய்தி மீதான குறைந்தபட்ச விவாதத்திற்குக்கூட அவையே காரணமாக இருக்கின்றன. அதையும் மறுக்க முடியாதுதான். அதனால்தான் எவ்வளவு விமர்சனம் வந்தாலும் சில அரசியல் கட்சிகள் சமூக ஊடகங்களில் வளைய வந்துகொண்டே இருக்கின்றன. எவ்வளவு பொய்க்கலப்பு இருந்தாலும், பெரும் ஊடகங்களால் இருட்டடிப்பு செய்யப்படும் பல செய்திகள் சமூக ஊடகங்களின் மூலம்தான் பொதுவெளிக்கு வருகின்றன. மேலும் அது ஊடகங்களை மக்களுக்கு நெருக்கமாக இருக்கவேண்டிய அழுத்தத்தையும் உண்டு பண்ணுகிறது. கிட்டத்தட்ட பிற எல்லா ஊடகங்களுமே சமூக ஊடகங்களுக்கு நெருக்கமாக தங்களை வைத்துக்கொள்ள வேண்டிய அவசியத்தை உணர்ந்திருக்கின்றன. இது ஒருவகையில் சமூக ஊடகங்களின் சாதனை. சாமான்யர்களின் கருத்து எல்லா தளங்களிலும் கவனிக்கப்படுவதை இந்த நெருக்கம் உறுதி செய்திருக்கிறது. சாமானியர்களின் கருத்து என்கிறபோது, தணிக்கை செய்யப்படாத உளறல்களும், வன்மம் நிறைந்த வதந்திகளும் பொதுவெளியை எட்டுவதும் தவிர்க்க முடியாததாகி விடுகிறது.

இயல்பாகவே, தமக்கு நடக்கிற வரை எல்லாமே வெறும் செய்திதான் என்று நம்புகிற சமூகம் நாம். மேலும் மவுடீகத்தில் திளைப்பதில் நமக்கு ஒரு சுகம் உண்டு. ஒரு பள்ளிச் சிறுவனுக்கும் ஆசிரியைக்கும் காதல் என்று செய்தி வருகிறபோது முதலில் நமது மனது அலைவது கிளுகிளுப்புக்குத்தான். தீர்ப்பு சொல்லத்தான் முயல்வோம். ஆனால், அங்கு நிகழ வேண்டியது பொறுப்புடன் கூடிய உரையாடல். அதன் காரணங்களைத் தேடுவதும் சீரழிவின் வேர்களைக் கண்டடைவதுமே முக்கியம். பொறுப்புள்ள சிவில் சமூகம் அதைத்தான் செய்ய முயலும்.

பிறழ் உறவின் மூலம் நிகழும் கொலைகள் குறித்த செய்திகளிலும் அப்படித்தான். ஆரோக்கியமான விவாதம் என்பதை நோக்கி நகராமல்,

சமூகத்தை மேலும் பின்னுக்கு இழுக்கிற 'கலாசாரக் காவலர்கள்' களத்தில் குதித்து பாதிக்கப்பட்டவர்களின் மீதே எல்லா குற்றத்தையும் சுமத்தி சான்றிதழ் வழங்க முயல்வார்கள். உடனே சுற்றி இருக்கும் எல்லோரும் ஒரு தற்காப்பு மனநிலைக்கு போய்விடுவார்கள். ஒரு முள்ளம்பன்றியை ஒத்த தற்காப்பு அது. யாரும் அவர்களை நெருங்கவே முடியாது.

நாம் விரும்புகிறோமோ இல்லையோ, சமூக ஊடகங்களின் தாக்கம் தொட்டில் குழந்தை வரை இன்று எட்டியிருக்கிறது. பெருநகரங்களை விட இரண்டாம் நிலை நகரங்களில்தான் அது சார்ந்த அத்துமீறல்கள் நிறைய நடக்கின்றன. ஏழாம் வகுப்பு படிக்கும் குழந்தைகள் பாலியல் படங்கள் பார்க்கும் நிலையை நோக்கி நாம் வேகமாக நகர்ந்து கொண்டிருக்கிறோம். குழந்தைகளுக்கு எல்லா வசதிகளையும் செய்து தரவேண்டும் என்று விரும்பும் இரண்டாம் தலைமுறைப் பெற்றோர்கள் வந்துவிட்டார்கள். இணையாக, குழந்தைகளைக் கண்காணிக்கும் பொறுப்பை அதே அளவுக்கு அவர்கள் புரிந்துகொள்வதில்லை. இதன் பொருள் குழந்தைகளை இருட்டறையில் போட்டுப் பூட்டவேண்டும் என்பதல்ல. அவர்களுடன் உரையாடுவது. அவர்களின் எல்லைகள் குறித்த வீரியத்தைப் புரியவைப்பது.

பல சிறுவர்களுக்கும் சிறுமிகளுக்கும் பொதுச்சமூகம் குறித்த அடிப்படைப் புரிதலே இல்லை. ஏன், பல பெற்றோர்களுக்கே அது இருப்பதில்லை. தனது குழந்தைகள் பெரிய குற்றத்தில் ஈடுபட்டுவிடுகிறபோது, அவர்களால் அதை நம்பமுடியவதில்லை. இதன் பொருள் அந்த பெற்றோர்கள் அன்பானவர்கள் என்பதல்ல. வெகுளிகள் என்பதல்ல. பொறுப்பற்றவர்களாக இருந்திருக்கிறார்கள் என்று பொருள். இணைய இணைப்புள்ள கணினிகளில் தனித்து விடப்படும் குழந்தைகளின் வெளி என்பது கற்பனைக்கு எட்டாதது. எதையும் வேகமாக தெரிந்துகொள்ள வேண்டும் எனும் குழந்தையின் இயல்பான உந்துதல், வயது வந்தவர்கள் செல்லமுடியாத இடங்களுக்குக்கூட அவர்களைக் கொண்டுசெல்லும். தொடுதிரையை லாவகமாக இயக்குவதில் குழந்தைகள் சமர்த்தர்கள் என்பது எல்லாருக்கும் தெரியும். அதைச்சொல்லி மற்றவர்களிடம் பெருமிதத்தில் விம்மும் அதேநேரத்தில் அவர்கள் அதையும் தாண்டி செல்லக்கூடியவர்கள் என்பதையும் பெற்றோர்கள் ஏற்றுக்கொள்ள வேண்டும்.

இங்கும்கூட ஆபத்தான தற்காப்பு மனநிலை பலரிடம் செயல்படுவதைப் பார்க்கலாம். என் குழந்தை அவ்வாறு செய்யமாட்டான், அல்லது செய்யமாட்டாள் என்று பிடிவாதமாக நிற்பார்கள். குழந்தைகள் மீதான நம்பிக்கையை வெளிப்படுத்தும்போது அது அவர்களின் தன்னம்பிக்கையைத்

தூண்டும் என்பது உண்மைதான். ஆனால் தவறிழைக்கும் குழந்தையிடம் காட்டப்படும் இத்தகைய அரவணைப்பு, மேலும் பொய் சொல்லும் மனநிலையை, தனது தவறுகளை மறைத்துக் கொள்ளும் தன்மையை அவர்களிடம் தூண்டும். தனித்த உரையாடலில் 'எனக்கு நீ செய்தது தெரியும், அதைத் திருத்திக்கொள்' என்று சொல்லும் புரிதல் பெற்றோருக்கு இருக்க வேண்டும். சற்றே வளர்ந்த குழந்தைகள், மிகத்தெளிவாக பொய் சொல்வார்கள். தன் மீது அன்பு வைத்திருப்பவர்களை தங்களது எல்லைக்கு உட்பட்டு சுரண்ட முயல்வார்கள். வாஞ்சைக்கும், கண்டிப்பிற்குமான விளிம்பில் நின்று பெற்றோருடன் மல்லுக்கட்டுவார்கள். இதெல்லாம் பெரிய தவறு ஒன்றும் இல்லை. குழந்தைமையின் கூறுதான். அத்தகைய நேரங்களில் மிக நேரடியாக அவர்களிடம் எதார்த்தத்தைப் புரியவைப்பதும், இதன்மூலம் தங்களை ஏமாற்ற முடியாது என்பதை அவர்களது மனதில் பதியவைப்பதும் முக்கியம்.

இன்னொன்று சமூக ஊடகங்களில் குடும்பமாக இருந்துகொண்டு கும்மியடிப்பது. ஒரே கணக்கில் கணவன், மனைவி வளர்ந்த மகன் மகள் எல்லோரும் வளைய வருவது. இதில் பல பெற்றோர்கள் தங்களது மகனையோ மகளையோ வளராத குழந்தையாகக் கருதிக்கொண்டு பொது இடத்தில் பல்லிளித்துக் கொண்டிருப்பார்கள். அது குழந்தைகளின் ஆளுமையை பாதிக்கும். மேலும் குழந்தைகள் அதைத் தவறாக பயன்படுத்திக்கொள்ள வாய்ப்பாகவும் அமையும். தனி மனித சுதந்திரத்தின் எல்லைகளைப் புரிந்துகொள்வதும் புரியவைப்பதும் மிக முக்கியமான ஒன்று. தனது குழந்தைகளை முன்னிட்டு எல்லாவற்றையும் தியாகம் செய்வதோ, பின்பு அதைச் சொல்லிச் சொல்லியே குழந்தைகளிடம் மன அழுத்தத்தை உண்டு பண்ணுவதோ தவறானது. முதிர்ந்த ஒருவராக தமது எல்லைகள், குழந்தையான உனக்குப் பொருந்தாது என்பதை அவர்களுக்குப் புரிய வைக்க வேண்டும். அதில் காட்டப்படும் கண்டிப்பு தவறே இல்லை. அன்பென்ற திரைக்குள் சங்கடங்களை மறைத்துக் கொள்ளாமல் இருப்பது உரையாடலில் நல்ல தொடக்கம். சமூக ஊடகங்கள் என்றில்லை, ஒரு பண்பட்ட சமூகத்திற்கும்கூட அது அவசியமானது.

- ஆகஸ்ட் 2016, விகடன் 'தடம்'.

பிறகு எங்குதான் கோளாறு...?

மதியம் பன்னிரெண்டு மணிக்குதான் டாஸ்மாக் திறக்கப்படுகிறது என்பதால் காலை வேளைகளில் கடைத்தெருவில் கூட்டமே இருப்பதில்லை. பதினைந்து வருடங்களுக்கு முன்பு இருந்ததுபோல ஊர் புனிதமாக இருக்கிறது. எங்கள் ஊர் டாஸ்மாக், பள்ளிக்கும் பிள்ளையார் கோவிலுக்கும் அருகாமையில் இருக்கும் அதிகாரப்பூர்வ கடை. இரண்டு வருடங்களுக்கு முன்பு கடையை மூடச்சொல்லி போராடிய பொதுமக்களை சூத்தாமட்டையில் லத்தியால் அடித்து விரட்டிவிட்டு நடத்தப்படும் சட்டப்பூர்வ கடையும்கூட.

‘பன்னெண்டு மணி வரைக்கும் உண்மைலேயே சரக்கு கிடைக்காதாடா...’ என்று நண்பனிடம் நான் கேட்கும்போது மணி ஒன்பது இருக்கும். ‘அது எப்படி கிடைக்காம இருக்கும் வா...’ என்று இரண்டு கிலோமீட்டர்கள் தள்ளி இருக்கும் இன்னொரு டாஸ்மாக்கிற்கு அழைத்துப்போனான். கடை என்னவோ மூடித்தான் இருந்தது. பக்கத்தில் இன்னும் திறக்காத பாரில் - அதாவது வைத்துக்குடிக்க ஒரு மரப்பலகையும், உட்கார ஆணிகள் நீட்டிக்கொண்டிருக்கும் இன்னொரு மரப்பலகையும், சுற்றிலும் பிளாஸ்டிக் குவியலும், வாந்தி நாற்றத்துடன் போட்டியிடும் மூத்திர நாற்றமும் கமழ்கிற அதே டாஸ்மாக் பார் - உள்ளே நுழைய ஒரு சிறிய திறப்பு மட்டும் இருந்தது.

காலை ஆறு மணியிலிருந்தே சரக்கு கிடைக்கிறது. தொண்ணூறு ருபாய் குவார்ட்டர் நூற்று முப்பது ரூபாய். நூற்று இருபது ரூபாய் குவார்ட்டர் நூற்று ஐம்பது ரூபாய். இந்த கூடுதல் விலைக்கு சிறப்பு சலுகையாக, ஒரு பாட்டிலுக்கு ஒரு பிளாஸ்டிக் கப் இலவசம். பக்கத்தில் ஒரு ஜக்கில் தண்ணீர் இருக்கிறது. அதையொட்டி ஒரு இலையில் எலுமிச்சை ஊறுகாய் வைத்திருக்கிறார்கள். பன்னிரெண்டு மணிக்கு மேல் இத்தகைய சிறப்பு சலுகைகள் கிடையாது. நாம் தான் காசு கொடுத்து வாங்க வேண்டும்.

கப்பை வாங்கி சரக்கை ஊற்றித் தண்ணீர் கலந்து அடித்துவிட்டு, நாகரீகமாக ஊறுகாயை ஒருதடவை மட்டும் நக்கிக்கொள்கிறார்கள்.

இரண்டாம்முறை அதில் கைவைத்து ஊறுகாயை எச்சில்படுத்துவது கூட கிடையாது. அப்படி ஒரு இராணுவ ஒழுங்கு.

கட்டுப்பாடு இல்லாமல் குடித்து நிறையப்பேர் இறந்துவிடுகிறார்களாம். அதுவும் கவிஞர்கள் இந்த விஷயத்தில் மோசம் என்று முத்துக்குமாரின் மரணத்தையொட்டி பலர் விசனப்படுவதை ஃபேஸ்புக்கில் பார்க்க முடிகிறது.

எனக்குதான் குழப்பமாக இருக்கிறது. குடிக்குமிடத்தில் ஒரு சண்டை இல்லை, வம்பு இல்லை, முட்டி மோதல் இல்லை. ஊறுகாய் நக்குவது கூட ஒழுங்காகத்தான் நடக்கிறது. ஒரு நாளைக்கு இத்தனை பாட்டில் பிளாக்கில் விற்கும் என்று காவல்துறைக்குக் கூட தெளிவான கணக்கு இருக்கிறது. தங்களது பங்கு வசூலை கறாராக வந்து வாங்கிக்கொண்டு போய்விடுகிறார்கள். பிறகு எங்கு தவறு நிகழ்கிறது என்று புரியவில்லை. ஒருவேளை சரக்கில்தான் கோளாறு இருக்குமோ என்னவோ!

- ஆகஸ்டு 15, 2016

நா. முத்துக்குமாரின் மரணமும் பொதுப்புத்தியும்

நா. முத்துக்குமாரின் மரணத்தை ஒட்டி, குடிப்பழக்கம் மீண்டும் விவாதப் பொருளாகியிருக்கிறது. நமது சூழலில் கலைஞனாக இருப்பது என்பது அவமானகரமான ஒன்று. பரிவு என்ற போர்வைக்குப் பின்னால் தங்களது அற்பத்தனங்களையும் பத்தாம்பசலித்தனங்களையும் மறைத்துக்கொள்கிற ஒரு மக்கள் திரளின் முன்னால் அவன் அம்மணமாக நிற்க நேரிடும். அதற்குக் கலைஞனின் உயிரற்ற உடலும்கூட தப்பமுடியாது என்பதுதான் முத்துக்குமாரின் விஷயத்தில் நாம் புரிந்துகொள்வது. 'எங்களுக்கு உதவுகிறோம் என்று எங்களை சங்கடப்படுத்தாதீர்கள்' என அவரது தம்பி அறிக்கை விட்டிருக்கிறார். அந்த அளவுக்கு பொதுப்புத்தியின் அத்துமீறல் தறிகெட்டுப்போயிருக்கிறது. அந்த அறிக்கை இல்லாவிட்டாலும்கூட இதை நம்மால் புரிந்துகொள்ளமுடியும் என்பதுதான் நிலைமை. இங்கு பொதுப்புத்தி என்று சொல்வது பத்திரிகைகள், சமூக ஊடகங்கள் மற்றும் தன்னை சராசரி என்று உணராத தனிமனிதர்களின் தொகுப்பைத்தான். அத்தனை மூர்க்கமாக இருக்கிறது அது.

முதலில், குடிப்பது என்பது ஒருவனின் தனிப்பட்ட தேர்வு. அதன் வழியே நடப்பதும், இருப்பதும், இறப்பதும் கூட எவரது அங்கீகாரத்தையும் கோராத அவனது மிடுக்கு. அவன்தான் இங்கு படைப்பாளி. அவனே கவிஞன். சராசரி புத்தியைக்கொண்டு ஒரு கவிஞனை, அவனது படைப்பு மனதை அளவிடும் அறிவீனத்தை சகித்துக்கொள்ள இயலாது. நீங்கள் சிலாகிக்கும் ஒவ்வொரு கவிதைக்குப் பின்னாலும் அந்த உருவாக்கத்தின் படைப்பு வாதை இருக்கிறது என்பதை அறிவுரை சொல்லத் தலைப்படும் ஒவ்வொரு பொறுக்கியும் புரிந்துகொள்ளவேண்டும். படைப்புருவாக்கம் என்பது வேலை அல்ல. அதுவொரு நிலைமாற்றம்.

கவிதை என்பது இயந்திரங்களில் உருவாக்கப்படும் பொருள் அல்ல. கவிஞன் உருவாக்கும் ஒவ்வொரு வரிக்குப் பின்னாலும், அவன் இந்த வாழ்வில் பிணைந்தது இருக்கிறது, விலகியது இருக்கிறது, வெறுத்தது இருக்கிறது, தழுவியது இருக்கிறது. மேலாக, குடியை விரும்பிய ஒரு கவிஞனின் மூச்சுக்காற்றில் மிதக்கும் சாராயத்தின் நெடிகூட அந்த கவிதை வரிகளில் இருக்கிறது. ஒரு கவிதையை ரசிக்கிற எவனுக்கும் அல்லது

எவனுக்கும், தனது உடலைப் பணயம் வைக்கும் ஒரு படைப்பாளி மீது புகார் தெரிவிக்கவோ, அறிவுரை சொல்லவோ, அவனது மரணத்தை வைத்து சமூகத்துக்கு வெற்றுச் செய்தி சொல்லவோ எந்த தார்மீகத் தகுதியும் கிடையாது. படைப்பு மனம் என்பது இந்த மவுடீகத்தைக் கடந்தது. கடந்த நான்கு நாட்களாக, கொண்டாடப்பட வேண்டிய ஒரு கவிஞனின் ஆன்மாவைக் குடி என்பதையும், உடல்நலன் என்பதையும் முன்னிட்டு அவமதித்துக்கொண்டிருக்கிறோம் என்பது புரிய வேண்டுமானால், படைப்பு என்றால் என்னவென்று முதலில் புரியவேண்டும்.

ஏனெனில் இங்குக் கொட்டப்படும் அறிவுரைகளுக்குப் பின்னால், படைப்பு என்பது என்ன, படைப்பு மனதின் அலைக்கழிப்புகள் என்ன என்கிற அடிப்படைப் புரிதல் கூட இல்லாத மூர்க்கம் இருப்பதைப் பார்க்கிறேன். ஒரு கவிதையில் தான் விரும்பும் அல்லது தான் கரைந்துபோகும் கவித்துவக் கணங்களை அடைய ஒரு கவி எதையும் கைவிடத்தயாராக இருக்கிறான். சிறுதும் பெரிதுமான மரணங்களை எதிர்கொண்டே அவன் கவிதைகளை உருவாக்கி நம்முன் வைக்கிறான். அந்த வகையில் அவன் சராசரிகளின் முன்னால் மிக உயரத்தில் நிற்கிறான். அவனைப் புரிந்துகொள்வது என்பது ஒரு நாகரீக சமூகம் தன்னைப் புரிந்துகொள்வதுதான்.

கவிஞனின் மரணத்தைப் பொறுத்தவரையில் அவன் இனி புதிய கவிதைகளை எழுதப்போவதில்லை என்ற அளவில் மட்டுமே அது இழப்பு. அந்த இழப்பை வெளிப்படுத்த எல்லோருக்கும் உரிமை உண்டு. ஆனால் அதற்கு ஒரு பண்பு இருக்கிறது. பிரத்யேக குணநலன் இருக்கிறது. அது அவனது செயல்களைக் குறை சொல்லாது. அவனை விசாரிக்காது. அவனது உடலைப் பிரித்து ஆராயாது. மாறாக அவனைத் தழுவிக்கொள்ளும். தனது கண்ணீரின் மூலம் கட்டற்ற நன்றியை வெளிப்படுத்தும், அந்த ஈரத்தில் காலமெல்லாம் தவித்துக்கிடந்த கவியின் ஆன்மாவை ஆற்றுப்படுத்த முயலும்.

இவை எதுவுமில்லாமல் ஒரு சமூகம் தனது லவுகீக அற்பத்தனங்களின் அடிப்படையில் ஒரு கவிஞனை ஆராயுமெனில் அதுவொரு சபிக்கப்பட்ட சமூகம் என்பதே பொருள். தனது அபத்தங்களை உடனடியாக மறுபரிசீலனை செய்துகொள்ள வேண்டிய கட்டாயத்தில் அச்சமூகம் இருக்கிறது என்று பொருள். கைவிட முடியாத தனது கீழ்மைகளை ஒரு மக்கள் திரள், பரிவு எனும் கத்தியில் அதைப் படியவைத்துக்கொள்ளுமெனில், படைப்பாளி என்பவன் நகைத்தபடி அதன் விளிம்பை நோக்கி தனது கழுத்தைக் கொணர்ந்தபடியே இருப்பான். படைப்புச் செயல்பாடு என்பது அதுதான்.

- ஆகஸ்டு 17, 2016

சராசரிகளின் மூடத்தனம்

முந்தைய பதிவில் ‘சராசரி’ என்கிற வார்த்தையைப் பயன்படுத்தியிருந்தேன். அந்த வார்த்தையை யாரையும் காயப்படுத்தும் நோக்கிலோ அல்லது அவமதிக்கும் நோக்கிலோ சொல்லவில்லை. இதன் பின்னுள்ளது ஒரு சலிப்பு. நமது பொதுப்புத்தி, அறிவுஜீவித்தனத்துக்கு எதிராகக் கொண்டிருக்கிற மூர்க்கத்தின் மீதான எரிச்சல் அது. ஒரு உதாரணத்துடன் இதைப் பார்ப்போம்.

உங்களுக்கு தினமும் காலையில் எழுந்தவுடன் பத்து கிலோமீட்டர் தூரம் ஓடுகிற பழக்கம் இருக்கிறது. நல்ல பழக்கம்தான் அது. அதற்காக உசைன் போல்ட்டைப் பார்த்து, ‘தம்பி நானும்தான் ஓடுகிறேன்... என்ன ஒண்ணு எனக்கும் பொண்டாட்டி புள்ளைன்னு இல்லாம இருந்திருந்தா... நானும் உன்ன மாதிரி ஆகியிருப்பேன்...’ என்று சொல்வீர்களா? இல்லைதானே? ஏனெனில், ஒரு சமூகமே பிரசவ வார்டில் இருப்பது போல, வயிற்றைத் தள்ளியபடி நடந்துகொண்டிருக்கும்போது நீங்கள் ஓடுவது உங்களுக்கு ஸ்பெஷல். அது உங்களது உடலில் ஏற்படுத்தும் விளைவைக் காணும்போது ஓட்டத்தின் மீது காதல் வரும். அந்தக் காதல் உசைன் போல்ட்டின் சாதனையை மதிக்கும் மனநிலையை உங்களுக்கு அளிக்கும். அவனைக் கொண்டாடுவதை நோக்கி உங்களை நகர்த்தும். நேர்மறையான ஒரு மனதின் செயல்பாடு அப்படித்தான் இருக்க முடியும்.

இதை அப்படியே எழுத்தின்மீது போட்டு பார்ப்போம். சமூக ஊடகங்கள் வந்தபிறகு, எல்லாருக்கும் எழுதுவதற்கான வாய்ப்பு கிடைக்கிறது. கவிதையோ, கதையோ, அரசியலோ எது குறித்தும் சுவராஸ்யமாக நான்கு வரி எழுதவந்தால், காலமெல்லாம் லைக்கும் ஷேரும் மட்டுமே செய்துகொண்டிருப்பவர்கள் மத்தியில் எழுதுபவர்களுக்கு ஒரு கெத்து. ஆக இந்த இடத்தில் சொந்த எழுத்தின் மீது காதல் வரும். அவ்வாறு காதலிக்கத் தொடங்குகிறபோது, இயல்பாகவே அது முன்னோர்களின் சாதனை குறித்து பெருமிதம் கொள்ளும் மனநிலைக்கு நகரவேண்டும். இத்தகைய வசதிகள் எதுவும் இல்லாத காலத்திலும், தனது அக நெருப்பை அணையவிடாமல் பார்க் பெஞ்சிலும், ஒண்டிக் குடித்தனத்திலும்

உட்கார்ந்துகொண்டு பிரமாண்டமான படைப்புகளை எழுதியவர்கள் மீதான பிரமிப்பாக அது மாறவேண்டும்.

ஆனால் இங்கு என்ன நடக்கிறது?

சமூக ஊடகங்களில் நான்கு வரி எழுத வந்தவுடனேயே, எழுத்து என்ன பெரிய கொம்பா, எழுத்தாளன் என்ன பெரிய கொம்பா என்ற நினைப்பில் எழுதுபவர்களுக்கு தோள் உயர்கிறது. இப்படி தோள் உயர்ந்தால் அகம் தாழ்கிறது என்று பொருள். சிகிச்சை தேவை என்று அர்த்தம்.

இன்னொன்று, சமூக ஊடகங்களில் யாருக்கும் வாசகன் என்ற அடையாளத்தில் அவ்வளவாக விருப்பம் இல்லை. மேலும், வாசகனுக்கும் படைப்பாளிக்குமான இடைவெளி என்பது மிகவும் முக்கியமானது. அதை அதிகாரப் படிநிலையோடு போட்டுக் குழப்பிக்கொள்ள வேண்டியதில்லை. எழுதுபவன் ஒரு 'intellectual source' என்று மதிப்பதற்கு மிகப்பெரிய அறிவெல்லாம் தேவையில்லை. தன்முனைப்பைக் கொஞ்சம் வாசகன் ஒதுக்கி வைத்தாலே போதும். இயல்பான வாஞ்சையும், நன்றியுணர்ச்சியும் இருந்தாலே, எழுத்தாளனின் பங்களிப்புகளை மதிக்கும் நிலைக்கு அது அவனைக் கொண்டு செல்லும். ஆனால் ஷோல்டர் உயர்ந்துவிட்டால் எழுத்தாளனுடன் பொருதும் நிலைக்கே நகரமுடியும். இந்த மனநிலைதான் சராசரித்தனத்தின் உச்சம். முத்துக்குமாரின் விஷயத்தில் ஆபாசமாகத் திரிவது பொதுப்புத்தியின் இந்தச் செயல்பாடுதான்.

ஒருவனை மேதை என்று ஏற்றுக்கொள்வதில் சராசரிகளுக்கு இருக்கும் தயக்கம். அவனது சிறப்புகளை விடுத்து, பொதுப்புத்தியின் அடிப்படையில் அவனை சிலுவையில் ஏற்றித் தங்களது மேதைமையை பறைசாற்ற முயல்வது. அதன் மூலம் தாங்கள் 'காமன்மேன்கள்' இல்லை என்று பிரகடனப்படுத்துவது. எழுதுபவன் ஒன்றும் தேவதூதன் கிடையாது, அவனுக்கு ஒன்றும் சிறப்பு சலுகைகள் தேவையில்லை என்று தமது மூடத்தனத்தை பட்டுத்துணிக்குள் பொத்தி வைப்பது. இதெல்லாம்தான் அற்பத்தனம்.

எழுத்து என்பது ஒருவனுக்கு இருந்தே ஆகவேண்டிய தகுதி அல்ல. எல்லோரும் கவிதை எழுதியே ஆகவேண்டிய கட்டாயம் ஒன்றும் இல்லை. ஆனால் அதை எழுதுபவன் எப்போதுமே ஸ்பெஷல். இதில் 'Political Correctness' பார்வைக்கு இடமே இல்லை. இதேதான் இசை, ஓவியம், நாட்டியம், புகைப்படம் போன்ற மற்ற கலைகளுக்கும். காமன்மேன்கள் இதில் புழுங்குவதற்கு ஒன்றும் இல்லை. காமன்மேனாக இருப்பது ஒன்றும் சாபம் அல்ல. அது எதற்கும் குறைந்தது அல்ல. ரசிகனாக இருப்பதும் வரம் தான்.

எனது பள்ளிப் பிராயத்தில் எங்களது சித்தப்பாவின் நண்பர் ஒருவர் வீட்டுக்கு வருவார். அவர் B lit., படித்திருந்தார். அதாவது புலவர் பட்டம். தூய தமிழில்தான் பேசுவார். உதாரணத்துக்கு, 'இன்று கொல்லைப்புறம் சென்றபோது, ஒரு முற்றிய நெற்றுத் தேங்காய் கிடந்ததைப் பார்த்தேன்' என்ற அளவுக்கு. அவர் பேசுவதைக் கேட்க அவ்வளவு ஆசையாக இருக்கும். அவரை எங்கள் வீட்டில் யாரும் கிண்டலடித்து நாங்கள் பார்த்ததில்லை. இத்தனைக்கும் எங்கள் சித்தப்பா பொருளாதாரம் படித்தவர். ஆங்கிலத்தைப் பாடமாக எடுத்துப் படித்தவர்களும் அவரது நண்பர்களில் உண்டு.

எங்கள் அம்மாதான் இதில் அட்டகாசம். புலவர் பேசும் தமிழைக் கேட்கும்போது அப்படி ஒரு பெருமிதமாக அவரை நடத்துவார். எங்கள் அம்மாவுக்கும் தமிழ் நன்றாக வரும். அவர் ஏன் புலவர் தூய தமிழில் பேசுவதைக் கொண்டாடினார்? அந்தத் தூய தமிழ் என்பது ஸ்பெஷல். ஏனெனில் அது பொதுப்புத்திக்கு எதிரானது. அதைப் பேசுவதில் அவர் காட்டிய பிடிவாதம் நாம் பின்பற்ற வேண்டிய ஒன்று. அதே சமயம் அம்மா ஏன் புலவரை இமிடேட் செய்யவில்லை? அதுதான் பக்குவம். இதிலிருந்துதான் நிறைந்த போதையில் என் மீது சரிந்து விழும் ஒரு கவிஞனைப் புரிந்துகொள்ளும் தன்மையை என்னுடைய இருபது வயதிலேயே நான் கற்றுக்கொண்டிருக்கக்கூடும். இந்த புரிதலின்மைதான் சமூக ஊடகங்களில் பெரும்பான்மையானவர்கள் சறுக்கும் இடம். அறிவுரை சொல்ல அலையும் அபத்தம் நேர்வது இங்குதான்.

கலையை சுகிப்பது வேறு. அதை இமிடேட் செய்வது வேறு. கலைஞனை எளிமையாக நடத்துவது வேறு. அவனை எளிமையாகப் புரிந்துகொள்வது வேறு. அவனும் இந்த சமூகத்தில் ஒருவன் என்று அங்கீகரிப்பது வேறு. அவனும் இந்த சமூகத்தில் ஒருவன்தானே என்று இடது கையால் நகர்த்துவது வேறு. ஞானத்தை வழங்குபவனிடம் சண்டையிடுவதும் முரண்படுவதும் வேறு. நானும் ஞானிதான் என்று அவன் முன்னால் கூச்சலிடுவது வேறு. முன்னது எளிய மனிதர்களின் வாஞ்சை. பின்னது சராசரிகளின் மூடத்தனம்.

- ஆகஸ்டு 18, 2016

மெட்ராஸ் டே

வேலைக்காக நான் சென்னைக்கு வந்தது தொண்ணூறுகளின் இறுதியில். சென்னை என்று நினைத்து வந்தால் அந்தக் கம்பெனி கீழ்க்கட்டளையில் இருந்தது. இப்போது இருக்கும் ஊர் அல்ல அது. பக்கத்தில் உள்ள கோவிலம்பாக்கத்தில் விவசாயம் செழித்திருந்தது. அந்த ஊர் ஆட்கள் 'மவுண்ட் ரோடு' போவதையே மெட்றாசுக்கு போகிறேன் என்று சொல்லி பீதியைக் கிளப்பினார்கள்.

அது ஒரு 'press shop'. ஷிப்டில் பணிபுரிய வேண்டும். சுரண்டலின் மொத்த வடிவம் அந்த கம்பெனி. ஒரு நாளைக்கு பன்னிரெண்டு மணிநேரம் வேலை செய்யவேண்டியிருந்தது. 'Experience gain' பண்ண வேண்டும் என்ற ஒற்றைத் தூண்டிலில் சிக்கியிருந்த நேரம். ஆனால் அந்த வேலையையும் ரசித்துதான் செய்தேன். அப்படி ஒரு இளைஞர் கூட்டம் அந்த கம்பெனியில் இருந்தோம். பணத்தை விட மெக்கானிக்கல் சப்ஜெக்ட் மீது அவ்வளவு வசீகரம்.

சோறுதான் பெரிய பிரச்சினை. எனக்கு சமைக்கத் தெரியாது. அங்கு வாங்கிய சம்பளத்துக்கு தினமும் ஹோட்டலில் சாப்பிட முடியாது. நேரமும் அதற்கு அனுமதிக்காது. ஆனாலும் சென்னை இனிக்கவே செய்தது. எனக்கு இப்போதும் பிடித்த ஊர் சென்னைதான். ஐந்து வருடங்கள் நானும் இன்னொரு நிறுவனத்தில் வேலைபார்த்த ஒரு நண்பனும்தான் அறைத்தோழர்கள். ஒரு ஹால், கிச்சன், பாத்ரூம் என்று இருந்த சிறிய வீடு அது. அவனுக்கு இலக்கியம், சினிமா போன்ற எதிலும் ஆர்வமோ, பரிச்சயமோ கிடையாது. செக்ஸ் பற்றி வேண்டுமானால் அவனிடம் பேசலாம். ஆர்வமாகப் பேசுவான். அதையும் எத்தனை நாள்தான் அவனிடம் பேசிக்கொண்டே இருக்க முடியும். நான் வேறு straight. அலுத்துவிட்டது எனக்கு.

எங்காவது இலக்கியக் கூட்டங்களுக்கோ, சினிமாவுக்கோ போனால் 18 D பஸ்ஸைப் பிடித்து வீட்டிற்குத் திரும்புவது குறித்தே மனது அரற்றும். இருந்தாலும் அடங்காமல் அலைவேன். எல்லாரும் பகிர்ந்து

கொள்ளும் சென்னை குறித்த நாஸ்டால்ஜியாவில் செக்ஸ் குறித்து கவனமாக தவிர்த்துவிடுவதைப் பார்க்கிறேன். அந்த விசயத்தில் சென்னை அப்போது மிகவும் மோசமான ஊர். பேச்சிலர்களுக்கு நரகம். இப்போது கொஞ்சம் பரவாயில்லை என்று நண்பர்கள் சொல்கிறார்கள். முழுவிபரம் தெரியவில்லை.

அப்போதைய ஐந்து வருட சென்னை வாழ்க்கைக்குப் பிறகு நான் மதுரைக்கு வேறு ஒரு கம்பெனிக்கு போய்விட்டேன். அந்த கம்பெனியின் வேலையாக ஒரு ஆறுமாதம் கழித்து எண்ணூர் வரவேண்டியிருந்தது. வந்த வேலை முடிந்தவுடன் பழைய அறை நண்பனைப் பார்ப்பதற்காக நீண்ட தூரம் பிரயாணம் செய்து அங்கு போனால் என் கண்களை என்னால் நம்பவே முடியவில்லை. டிவி, ஃபிரிஜ், சோஃபா என்று நிறைய பொருட்களை வாங்கி வீட்டை மிக அழகாக வைத்திருந்தான். பேச்சிலர் நெடி குறைந்து அங்கு நிறைந்திருந்த தற்காலிக பெண் வாசத்தின் மிச்சத்தை உணர முடிந்தது. நான்தான் கொடுமையாக அவனது இடத்தை அடைத்துக் கொண்டிருந்தேன்போல. அந்த ஆறு மாதத்தில் அவன் பெரிய பையனாகியிருந்தான்.

அந்த அறையில் ஒருமுறை காய்ச்சல் வந்து படுத்திருந்தேன். அவன் எனக்குக் கஞ்சி வைத்துக்கொடுத்துவிட்டு மாத்திரையெல்லாம் கொடுத்து விட்டு வேலைக்குப் போய்விட்டான். மதியம்போல எனக்கு பயங்கர மூச்சுத் திணறல். செத்துவிடுவேன் என்று பயம் வந்துவிட்டது. தொண்டை வறண்டு தண்ணீர் தாகம் உச்சத்தில் இருக்கிறது. ஆனால் என்னால் எழமுடியவில்லை. ஒருவழியாக மொத்த தெம்பையும் கொடுத்து நகர்ந்தபோது, கதவைத்தான் முதலில் பெரிதாக திறந்துவைத்தேன். பிறகுதான் தண்ணீர் குடித்தேன். மருத்துவமனையில் மாத்திரையை மாற்றிக்கொடுத்துவிட்டார்கள் என்பது அன்றைய இரவு திரும்பவும் டாக்டரைப் போய் பார்த்தபோதுதான் தெரிந்தது. சிரித்துக்கொண்டே அறைக்குத் திரும்பினோம்.

பிறகு மீண்டும் 2003ல் சென்னை வாசம். அதுவும் செம்ம வித்தியாசமானது தான். சென்னையை வெறுப்பதற்கு சில காரணங்கள் இருக்கலாம். அது பொதுவானதாக இருப்பதையும் காணமுடியும். ஆனால் அதைக் காதலிப்பவர்களுக்கு பிரத்யேக காரணங்கள் இருக்கும். அதுதான் அந்த நகரத்தின் வசீகரம்!

- ஆகஸ்டு 22, 2016

மாதம் மும்மாரி மழை பொழிகிறதா

ஜெயலலிதாவின் ஆட்சி என்பது அதிகார துஷ்பிரயோகத்துக்கு எப்போதுமே பெயர் போனது. கிட்டத்தட்ட அதுவொரு சர்வாதிகார ஆட்சி. அதேசமயம் சுரண்டப்படும் மக்களின் முன்னால், அதுவரை அதிகாரத்தை சுவைத்துக்கொண்டிருந்த ஒருவரை நிறுத்தி செருப்பால் அடிப்பதன் மூலம் மக்களை கிளுகிளுப்புக்கு உள்ளாக்குவதும் அவரது வாடிக்கை. இது அவரது எல்லா ஆட்சிக் காலத்திலும் நடக்கும். இதற்கு சமீபத்திய உதாரணம் சசிகலா புஷ்பா விவகாரம்.

அவரது குடும்பத்தினர் மீது, அவர்களது வீட்டில் வேலை செய்தவர்கள் கொடுத்த பாலியல் அத்துமீறல் புகாரின் அடிப்படையில் வன்கொடுமை சட்டத்தில் வழக்குப்பதிவு செய்யப்பட்டிருக்கிறது. அந்த வழக்கில் முன்ஜாமீன் கேட்டிருக்கும் அவரை நேரில் ஆஜராகச் சொல்லி மதுரை உயர்நீதிமன்றம் உத்தரவிடுகிறது. ஆனால் தாம் தமிழகம் வந்தால் கைது செய்யப்படுவோம் என்று அவர் உச்சநீதிமன்றத்தை அணுகுகிறார். நீதிபதிகள், தமிழக அரசின் வழக்கறிஞரைப் பார்த்து 'அவர் தமிழகம் வர வேண்டும் என்று ஏன் இவ்வளவு அவசரம் காட்டுகிறீர்கள்... அவர் எங்கும் பறந்துவிடப் போவதில்லை' என்று கேட்கிறார்கள். வழக்கறிஞர், 'அவருக்கு எந்த கருணையும் காட்டக்கூடாது' என்று வாதிடுகிறார். இறுதியில் சசிகலா புஷ்பாவை ஆறு வாரத்திற்குக் கைது செய்யக்கூடாது என்று உத்தரவிட்டு, அவரை உயர்நீதிமன்றத்தில் ஆஜராகச் சொல்கிறார் உச்சநீதிமன்ற நீதிபதி.

முதலில், சசிகலா புஷ்பா செய்த தவறு என்ன? திமுகவின் எம்பி சிவாவை விமானநிலையத்தில் வைத்து கன்னத்தில் அறைந்ததாகப் புகார். அவரும் சசிகலா புஷ்பாவும் நெருக்கமாக இருப்பதான புகைப்படங்கள் சமூக வலைத்தளங்களில் முன்பே வளையவந்தன. அதை யாரும் பெரிதாக எடுத்துக்கொள்ளவில்லை. அது உண்மையல்ல என்றும் சொல்லப்பட்டது. 'மாதம் மும்மாரி மழை பொழிகிறதா' என்று கேட்டுக்கொள்ளும் ஜெயலலிதாவின் காதுக்கு அது எட்டவில்லை என்பதில் ஆச்சர்யப்பட ஒன்றுமில்லை. மாற்றுக்கட்சி பிரதிநிதிகளுடன்

அன்னம் தண்ணி புழங்கக் கூடாது என்ற தனது உத்தரவையும் மீறி, தண்ணீரெல்லாம் புழங்கியிருக்கிறதே ஒரு அன்னம் என்பதுதான் ஜெயலலிதாவின் கோபம். இது முழுக்க முழுக்க ஒரு சர்வாதிகாரியின் கோபம் என்பதுதான் இங்கு நாம் கவனிக்க வேண்டியது.

தன்னை ஜெயலலிதா அறைந்ததாக சசிகலா புஷ்பா மக்களவையில் சொல்கிறார். அது மிகப்பெரிய குற்றச்சாட்டு. அதை நம்புவதற்கு நியாயம் உண்டு. கூட்டல் கழித்தலில் தவறிழைத்த ஆடிட்டரை செருப்பால் அடித்த வரலாறு எல்லாம் நாம் கேள்விப்பட்டதுதான். ஆக, இங்கு ஜெயலலிதா, சசிகலா புஷ்பாவிடம் எதிர்பார்த்தது 'தவறிழைத்துவிட்டேன் அம்மா என்னை மன்னித்துவிடுங்கள்' என்று அவரது காலில் சாஷ்டாங்கமாக விழுந்துவிட வேண்டும் என்பதைத்தான். சசிகலாபுஷ்பா அதைச் செய்யாமல் தன்னைப் பாதுகாத்துக்கொள்ள முயன்றதும், தனது தவறுகளை நியாயப்படுத்த முயன்றதுமே கருணைமிகு அம்மாவின் நெற்றிக்கண் கோபத்துக்குக் காரணமாக இருக்கவேண்டும். இந்த விஷயத்தில் அம்மா திமுகவில் இருக்கும் ஆண் அடிமைகளை ஒப்பிட பெண்கள் கொஞ்சம் சுயமரியாதைப் பேணுகிறார்கள் என்று கருத இடமிருக்கிறது. அடிப்படையில் சசிகலா புஷ்பாவிடம் காணக்கிடைக்கும் போராளி குணம், சிவா வழியாக ஏர்போர்ட்டிலும், அவரது வாட்ஸப் உரையாடல் வழியாக பொதுவெளியிலும் நமக்குக் காணக்கிடைப்பதுதான்.

இங்கு நமது கேள்வியெல்லாம், இவ்வளவு முக்கியத்துவம் தரவும், அரசு எந்திரத்தைத் தீவிரமாகப் பயன்படுத்தவும் இந்த விஷயத்தில் என்ன அவசியம் இருக்கிறது? சிறுவாணி, காவிரி, பாலாறு அணை விவகாரங்களில் மற்ற மாநிலங்களின் போக்கு குறித்த கவலைகள் தொடங்கி, மாநிலத்தின் சட்டம் ஒழுங்குப் பிரச்சினை முதல் மத்திய அரசின் மக்கள்விரோதக் கொள்கைகள் வரை கவனிக்க அவ்வளவு விஷயங்கள் இருக்கும்போது இவ்வளவு தீவிரமாக இதைக் காவல்துறையும், அரசு எந்திரமும் கையிலெடுக்க வேண்டியதன் அவசியம்தான் என்ன?

ஒன்றே ஒன்றுதான்!

ஜெயலலிதாவின் அதிகாரம் என்பது கேள்விகளற்ற சர்வாதிகாரத்தின் மீது கட்டப்பட்டிருப்பது. அவரது கட்சியினரின் எம்பி பதவி என்பது, அவர் அவர்களுக்குப் போட்ட பிச்சை. அதற்குப் பலனாக அவர்கள் காட்டவேண்டியது தீராத விசுவாசமும் அடிமைத்தனமும். அதை அவர்கள் மீறும்போது அவர்களுக்குத் தண்டனை உறுதி. இதன் மூலம் ஜெயலலிதா செய்வது ஒரு பிரகடனம். இதிலும் கூட, ஜெயாவின் ஆளுமைப்பண்பு குறித்து புளகாங்கிதம் அடையும் சிலர் கவனிக்க வேண்டியது 'தனது

கட்சியின் எம்பியை மாத்திரம் அல்ல, ஓட்டு போட்ட மக்களையும் சேர்த்தே அவர் அவமதிக்கிறார்' என்பதுதான். மக்களாட்சியில் இதற்கு எந்த இடமும் கிடையாது. ஆனால், இது மக்களாட்சியே கிடையாது என்பதுதான் பத்திரிகைகளின் முனகலில் இருந்து நாம் புரிந்துகொள்வது. அவர்கள் பக்கங்களை நிரப்ப சமூக ஊடகங்களில் மேட்டர் தேடி அலைந்துகொண்டிருக்கிறார்கள். சசிகலா புஷ்பா பற்றி எழுத நினைத்தால் கூட ஜெயலலிதாவைத் தவிர்த்துவிட்டு அதை எழுதமுடியுமா என்று கையைப் பிசைந்து ரேகையை அழித்துக்கொள்கிறார்கள். பச்சமுத்துவின் கைதைக்கூட காத்திரமாக சொல்ல முடியாத புதியதலைமுறைகளின் சோகத்துக்கு ஒப்பான துயரம் இது!

- ஆகஸ்டு 27, 2016

Flirt

காதல் என்ற பெயரில் அடுத்தடுத்து பெண்கள் மீதான நான்கு வன்முறைகள். அதில் இரண்டு அப்பட்டமான கொலைகளாக முடிந்திருக்கிறது. முதலில் இவற்றை 'காதல் கொலைகள்' என்று வகைப்படுத்துவதே தவறு. இதில் காதல் என்பதே கிடையாது. நமது 'இளைஞர் திரள்' காதல் என்று நம்பும் ஒன்றின் உள்ளீடற்ற மூர்க்கமே இத்தகைய கொலைகள்.

முன்பெல்லாம் காதல் சார்ந்த தற்கொலைச் செய்திகள்தான் காணக்கிடைக்கும். இப்போது அவை குறைந்திருக்கின்றன. இதன் பொருள் தற்கொலைகள் குறைந்துவிட்டன என்பதல்ல. அவை காதலித்தவளின் மீதான வன்முறைகளாக மாறியிருக்கின்றன என்பதே. இந்த மாற்றத்தின் பின்னுள்ள காரணிகள் என்ன என்பதை ஆராய்வதன் மூலமே இதிலிருந்து வெளியேறுவதன் வழியை நாம் புரிந்துகொள்ள முடியும்.

காதலில் தற்கொலை செய்துகொள்பவர்கள் மிகுதியும் ஆண்களாகவே இருந்தார்கள். அதில் ஒருதலைக்காதல், நிறைவேற்றிக்கொள்ள முடியாத காதல் இரண்டுமே இருந்தது. ஒத்த காதல்கள் திருமணமாகக் கனியாததற்கு குடும்பம், வேலை, சாதி என்று நிறைய காரணங்கள் இருந்தன. ஆனால் காதல் என்ற உணர்வுக்குப் பின்னால் தன்னை தேவதூதனாக உணர்ந்து கொள்ளும் வாய்ப்பை அப்போதைய காதல்கள் ஆணுக்கு வழங்கின. அப்போது இருந்த சமூக மனநிலைக்கும், அதைப் பிரதிபலித்த சினிமாக்களுக்கும் இதில் பங்குண்டு.

தான் காதலித்த பெண்ணை விட்டுத்தருவதற்கும் அந்தக் காதல் திருமணத்தில் முடியாமல் போவதற்கும் புறக்காரணிகளே பெரிதும் காரணமாக இருந்தன. இந்த புறக்காரணிகளின் அழுத்தம் காதலிக்கும் இருவரின் அகமுரண்பாடுகளை கூர்மையடையாமல் பார்த்துக்கொண்டது. இந்த அகமுரண்பாடுகளை சகித்துக்கொண்ட அல்லது பொறுத்துக்கொண்ட ஒருத்தி காவியக்காதலி ஆகிறாள். எக்காலத்திலும் இவன் மீது காதல் கொண்டவள் அவள். தனக்குத் தொடர்பில்லாத, தன்னால் வெற்றி கொள்ள

இயலாத காரணங்களின் பொருட்டு தனது காதலை தியாகம் செய்தவள். ஆக அவள் ஒரு அபலை. ஆனாலும் தனது வாழ்நாளெல்லாம் தன்னைக் காதலித்தவனை நெஞ்சில் சுமந்தபடியே குழந்தைகள் எல்லாம் பெற்று கணவனுடனும் ஒரு புனிதமான வாழ்க்கையை வாழ்பவள். அவளது தேவதை உருமாற்றம் என்பது இத்தகைய கருத்தாக்கங்களால் நிலைபெற்ற ஒன்று. இதைக் கொண்டாடவோ, விதந்தோதவோ யாருக்கும் எந்தத் தயக்கமும் இல்லை. அவளது முன்னால் காதலன் உட்பட.

இந்த வகையில் 'காதல் தோல்வி' என்ற சொல்லுக்கு ஒரு 'புனித அடையாளத்தை' அவனது காதலி வழங்குகிறாள். அதனால்தான் காதலில் தோற்ற ஒரு ஆணின் மனம் அவளைத் தொழுதபடியே இருக்கிறது. பழைய நினைவுகளை நினைத்து அரற்றிக்கொண்டே இருக்கிறது. ஆனால் அதன் பின்னால் ஒரு அழுத்தமான கோரிக்கை இருக்கிறது. அவன் நிர்ணயித்த வரம்பு இருக்கிறது. அது என்னவென்றால் காதல் குறித்த இந்த 'ஆண்மைய மனநிலையின்' புனிதத்தைக் காக்கவேண்டிய பொறுப்பு அந்த காதலிக்கு இருக்கிறது. இதைக் கூர்ந்து கவனித்தால் இங்கே செயல்படுவது மிக நேரடியான ஒரு 'பெண் அடிமைத்தனம்'. அதை விரும்பும் ஒரு ஆணின் மனது.

ஆனால், இன்றைய சமூக மாற்றம் மற்றும் பொருளியல் சுதந்திரங்கள் இத்தகைய புனிதக் கட்டுமானத்தை உடைத்துவிட்டிருக்கிறது. இந்த தலைமுறை பெண், காதலின் பொருட்டு பெற்றோரை, குடும்பத்தை, சாதியை, சமூகத்தை உதறி வெளியேறத் தயாராக இருக்கிறாள். அந்த சுதந்திர உணர்வின் பின்னுள்ள மனநிலை காதல் என்ற பெயரில் இங்கு இருக்கும் கட்டுப்பெட்டித்தனத்தை மறுவரையறை செய்கிறது. காதல் என்பதில் இருக்கும் புனிதத்தை வெளியேற்றி சமத்துவத்தை நிலைநிறுத்த முயல்கிறது. இதை எதிர்கொள்ள முடியாத ஆண் பதட்டத்திற்கு உள்ளாகிறான். இங்கு சிதறும் ஆணின் மனநிலை, தனது சுயத்தின் பிளவாக அதை உருவகிக்கிறது. வன்முறையின் மூலம் அதை எதிர்கொள்ள முயல்கிறது. அவை பல நேரங்களில் காதல் கொலைகளாக முடிகின்றன.

மேலும் தனது காதல் தேர்வுகளைப்பற்றி பேசவும், தொடர்வதில் விருப்பமில்லாதபோது அதிலிருந்து வெளியேறவும் தனக்கு உரிமை உண்டு என்று ஒரு பெண் நம்புகிறாள். காதலின் பொருட்டு தனக்கு பொருத்தமில்லாத ஒருவனுடன் காலமெல்லாம் தொடரவேண்டிய அவசியம் இல்லை என்றும் அவள் நினைக்கிறாள். விலகல் முடிவை முன்னெடுக்க, அவனைக் காதலித்ததோ, அவனுடனான நெருக்கமான உறவுகளோ பெரும் தடையாக இருப்பதில்லை. ஆனால் இதை வெளிப்படையாக அறிவிப்பதில் ஒரு பெண்ணுக்கு இருக்கும் ஊசலாட்டம் இங்கு விவாதத்துக்கு உரியது.

தனது முழு சுதந்திரத்தையும் பாவிக்க விரும்பும் ஒரு பெண் காதலின் போது 'தனது பாதுகாவலனாக' ஆணை உருவகிப்பதையும் அதை அவனிடம் பிரகடனப்படுத்துவதையும் மறு பரிசீலனை செய்யவேண்டும். இந்த இடத்தில் பெண்கள் நிறைய தடுமாறுகிறார்கள். அல்லது ஆணை சுரண்டுகிறார்கள். தன்னைக் காதலிப்பவனிடம் 'நீ என்னைப் பார்த்துக் கொள்ள வேண்டியவன்' என்ற பிம்பத்தை ஏற்படுத்துகிறார்கள். இந்தப் பொறுப்புக்கு பதிலீடாக அவன் எதிர்பார்ப்பது 'அவனது எல்லைகளுக்குள் அவள்' என்னும் கணக்கீட்டைத்தான். இது மீறப்படுகிறபோது பிளவு தொடங்குகிறது. பூசல்கள் முளைக்கின்றன.

இந்தத் தடுமாற்றத்தின் பின்னணிதான் பல அரைவேக்காட்டு பெண்ணிய பிரகடனங்கள் பொதுவெளியில் வருவதற்குக் காரணம். எந்த சுதந்திரத்துக்குப் பின்னாலும், நிறைய உழைப்பைக் கோருகிற பொறுப்பையும் கைக்கொண்டாக வேண்டும். பொறுப்பைத் தட்டிக்கழிக்கிற சுதந்திரம் என்பது தன் மீது மையல் கொண்டிருப்பவர்கள் மீதான சுரண்டல். இது இரண்டு தரப்பிற்குமே பொருந்தக் கூடியது. முக்கியமாக எதன் பொருட்டும், தான் என்னவாக இருக்கிறோம் என்பதை தனது இணையிடம் மறைக்காத திராணி. இந்த புரிதல்தான் ஏமாற்றுவது அல்லது ஏமாற்றப்படுவது என்கிற காதலுக்குத் தொடர்பில்லாத உரையாடல் வருவதைத் தவிர்க்கும்.

தான் காதலிக்கும் ஒரு பெண் இன்னொருவனிடம் flirt இல் கூட ஈடுபட மாட்டாள் என்று ஒரு ஆண் நம்ப விரும்புகிறான். ஆனால் நிஜத்தில் பெண்கள் இத்தகைய புனிதங்களை எல்லாம் வேகமாகக் கடந்து கொண்டிருக்கிறார்கள். அது குடும்பம் என்ற அமைப்புக்குள்ளும் ஊடுருவி நகர்ந்துகொண்டே இருக்கிறது. காலம்காலமாக தான் ஆண் என்பதால் அனுபவித்து வரும் மிதப்பு இதனால் சிதைகிறபோது அது ஆணுக்கு நெருக்கடியாக மாறுகிறது. உச்சமாக, 'இந்தக் காதலை உதறுகிறேன்' என்கிற ஒரு பெண்ணின் செயல் 'ஆண் தன்மைக்கு' இழைக்கப்பட்ட அவமதிப்பாகப் பார்க்கப்படுகிறது.

ஆயினும் இத்தகைய கொலைகளுக்கு கண்டனம் தெரிவிப்பவர்கள் கூட காதல் குறித்த புனிதங்களைக் கைவிடாமல் இதைப் பேச முயல்கிறார்கள். இதை ஆண்கள் புரிந்துகொள்வதும், ஏற்றுக்கொள்வதும், சமத்துவத்தை நோக்கி நகர்வதுமே இருக்கும் ஒரே வழி. ஆனால் அது அத்தனை எளிதானது அல்ல. ஏனெனில் அது நூற்றாண்டுகளாக ஏடு ஏடாக படிந்த வன்மம். குருதியுடன் தான் வெளியேறும்.

- செப்டம்பர் 01, 2016 Thetimestamil.com.

பழமைக்குத் திரும்புதல்...

1980களில் சீனாவில் அறிமுகப்படுத்தப்பட்ட 'ஒரு குடும்பத்துக்கு ஒரு குழந்தை' திட்டம் ஏற்படுத்திய விளைவுகள் குறித்த மெஃபாங்கின் நேர்காணல் ஒன்று இன்றைய ஹிந்துவில் வெளிவந்திருக்கிறது. சீனாவின் அரசு, பொருளாதாரம், சமூகம், கலாசாரம் குறித்த ஒரு பருந்துப் பார்வையை அது தருகிறது.

கிட்டத்தட்ட அதே கால கட்டத்தில்தான் இந்தியாவிலும் குடும்பக் கட்டுப்பாடு பிரச்சாரங்கள் நமது அரசுகளால் தீவிரமாக முன்னெடுக்கப்பட்டன. இரண்டு குழந்தைக்கு மேல் பெற்றவர்களை சமூக விரோதிகளைப் போலப் பார்க்கும் போக்கு அதிகரித்தது. பத்து பிள்ளைகளைப் பெற்ற கிழவிகள் கூட, 'என்னடி இதோட நிறுத்திக்க வேண்டியதுதான...' என்று இரண்டாவது குழந்தைப்பேறில் இருக்கும் பெண்களைக் கேட்கத்தொடங்கினார்கள். தொண்ணூறுகளின் பிற்பகுதியில் இரண்டு குழந்தைகள் என்பது 'ஒரு குழந்தையாக' பரிணாமம் அடைந்தது. ஆயினும்கூட ஒரு குழந்தையோடு நிறுத்திக்கொள்ள பலர் தயங்கத்தான் செய்கிறார்கள். இருந்தாலும் ஒரு குழந்தை மட்டும் உள்ள பெற்றோர்களின் எண்ணிக்கை கணிசமாகக் கூடியிருக்கிறது.

அரசின் பிரச்சாரம் வெற்றியடைந்ததில் கல்விக்கு முக்கியப் பங்கு உண்டு. அடிப்படைக் கல்வி என்பது சுதந்திர உணர்வுடன் தொடர்புடையது. பெண்களுக்கான அடிப்படைக் கல்வியின் உறுதியாக்கம் அவர்களை பிள்ளை பெறும் இயந்திரமாக இருந்த நிலையிலிருந்து மாற்றியது. நான் சொல்வது இரண்டு குழந்தைகள் பெறும் சூழலையே. இதன் அடுத்த கட்டமாக ஒரு குழந்தையை நோக்கி நகர்ந்ததற்குப் பின்னால் இருக்கும் சமூகக் காரணிகள் வேறு. தனிக்குடும்பங்கள் மற்றும் கல்வி, மருத்துவத்துக்கு ஆகும் செலவு, இருவருமே வேலைக்குப் போகவேண்டிய நிர்ப்பந்தம் ஆகியவற்றைச் சொல்லலாம்.

இதற்கும் தீவிரமாக முன்னெடுக்கப்பட்ட புதிய பொருளாதாரக் கொள்கைகளுக்கும் நெருக்கமான தொடர்பு உண்டு. இதொன்றும்

புதிதல்ல. பல ஐரோப்பிய நகரங்கள் மற்றும் ஜப்பான் உள்ளிட்ட வளர்ந்த ஆசிய நாடுகளைக் கவனித்தால் எங்கு பார்த்தாலும் முதியோர்கள்தான் கண்ணுக்குத் தெரிவார்கள். இளைஞர்களைப் பார்ப்பதே அரிதானதாக இருக்கும். நம்மைவிட ஒரு தலைமுறைக்கு முன்பே இந்த கொள்கைகளை அறிமுகப்படுத்தியவர்கள் அவர்கள். அதன் பயனாக குழந்தை பெற்றுக்கொள்வதில் இருந்து விலகிப்போய்விட்ட ஒரு தலைமுறை இளைஞர்களை உருவாக்கி வைத்திருப்பவர்கள்.

ஜப்பானியர்கள் திருமணம் செய்து கொள்வதிலேயே ஆர்வமற்று இருப்பது அந்த அரசுக்குப் பெரிய சவாலாக இருக்கிறது. இந்த விஷயத்தில் இந்தியா பரவாயில்லை. திருமணம் மட்டுமே செக்ஸுக்கான ஒரே வழி என்பது பெரும்பான்மை இந்தியர்களின் தலைவிதியாக இருப்பதால் ஒருவகையில் திருமணத்தை வெறுப்பவர்கள் நம்மிடம் குறைவாக இருக்கிறார்கள். ஆயினும்கூட சராசரி திருமண வயது என்பது ஆண்டுக்கு ஆண்டு கூடிக்கொண்டே போகிறது.

மணம்புரியாத முப்பதைக் கடந்த பெண்களும் நாற்பதை நெருங்கும் ஆண்களும் சகஜமாக உலவிக்கொண்டிருக்கிறார்கள். காலம் கடந்த திருமணம் என்பதை தமிழ்ச் சூழலில் அறிமுகப்படுத்தியவர்கள் பிராமணர்கள் தான். இப்போதும் கூட அதில் மற்ற எந்த சாதியும் அவர்களை நெருங்கமுடியாது. சாதிரீதியாகப் பார்த்தால் ஒடுக்கப்பட்ட சாதிகளில் குறைந்த வயதுத் திருமணங்கள் நிறைய நடப்பதைப் பார்க்க முடியும்.

இந்த வயது கூடிய திருமணம் என்பதும் கூட, குழந்தைப்பேற்றுக்கு அஞ்சும் நிலைக்கு ஒரு காரணம். இப்போது குழந்தை பெற்றுக்கொள்ளும் இளம் தாய்மார்களைப் பார்த்தால் பரிதாபமாக இருக்கிறது. ஒத்தாசைக்கு அவர்களுடன் இருக்கும் அவர்களது அம்மாக்களை விட சோனியாக இருக்கிறார்கள். எப்போதும் குறையாத வயிறும், உடல் பருமனும் கூடுதல் போனஸாக இருக்கிறது. சுகருக்கு மாத்திரை போட்டுக்கொண்டே பெற்ற குழந்தையைக் கொஞ்சும் இளம் அப்பாக்கள் பழைய காலத்து அப்பாக்களைப் போல முரட்டுத்தனமாகக் கொஞ்சாமல் பதமாகக் கொஞ்சுகிறார்கள். இந்த விஷயத்தில் நமது இந்திய எதார்த்தம் கொடூரமானது.

பயணங்களின் போது நான் கவனித்த வரையில், குழந்தைப்பேறுக்குப் பிறகு கடுமையாக சோர்வடையும் அம்மாக்களில் இந்தியர்களே அதிகம். உடல் பருமன் ஒரு பிரச்சினையே இல்லை. இதைவிட அதிக பருமனுள்ள மற்ற நாட்டுப் பெண்கள் வேகமாக நடக்கிறார்கள். ஆண்களும்தான்.

ஆனால் நமது பெண்கள் இந்த விஷயத்தில் ரொம்ப மோசம். பத்து மீட்டர் நடந்தாலே மூச்சிரைக்கிறது. முதல் மாடிக்கே லிஃப்ட் இல்லையா என்று சலிப்படைகிறார்கள். வெளிநாடு செல்லும் இந்தியப் பெண்கள் மற்ற நாட்டுப் பெண்களை ஒப்பிட்டு மனஅழுத்தம் வராமல் எங்ஙனம் தப்பித்துக்கொள்கிறார்கள் என்று தெரியவில்லை. கூடவே உருண்டு உருண்டு வரும் கணவனைப் பார்த்து திருப்தியடைந்துகொள்வார்கள்போல. அதுவுமில்லாமல் சரக்கு, சிகரெட், பணி அழுத்தம் என அல்லல்பட்டு ஆண்களுக்கும் பெண்களை உற்றுநோக்கவோ ஆராதிக்கவோ நேரம் இருப்பதில்லை. இரண்டாவது குழந்தையை இல்லாமலாக்கும் காரணிகளில் இவையும் முக்கியமானவை. என்ன ஒன்று... இதை வெளியில் சொல்ல முடியாது. ஒரே ஒரு குழந்தையை மட்டும் பெற்றுக்கொண்டு அதற்குக் காய்ச்சல் என்றால் கூட பதறிப்போய் மன உளைச்சலுக்கு ஆளாவது வேறு. அடம் பிடிக்கும் குழந்தையை கொஞ்சம் வேகமாகக் கண்டிக்கக்கூட சில பெற்றோர்கள் தயங்குகிறார்கள்.

சில நண்பர்களது வீடுகளுக்குப் போனால், குழந்தைகள் அவ்வளவு வன்முறையானவர்களாக இருக்கிறார்கள். ‘இப்ப வந்தேன்னா என்ன செய்வேன் தெரியுமா...’ என்று கொடூர குரலில் வாய்ஸ் கொடுத்துக்கொண்டே இருக்கிறார்கள் இளம் அம்மாக்கள். எல்லை மீறும்போது வேகமாக வெளியில் வந்து படீர் படீரென்று இரண்டு அடி கொடுத்துவிட்டு அமைதியாக மீண்டும் சமையலறைக்குப் போய்விடுகிறார்கள். வந்திருக்கும் விருந்தினர்கள் தங்களது பொருளைப் பாதுகாத்துக் கொள்வதற்குள் போதும் போதுமென்றாகிவிடுகிறது. சோஃபாக்களில் சிறிய சிறிய தலையணைகள் ஏன் வைத்திருக்கிறார்கள் என்று அப்போதுதான் புரிகிறது. இரண்டாம் வகுப்புப் பையன் அங்கிள்ள்ள்.. என்று பாய்ந்து வந்து விழும்போது வயிறு கலங்குகிறது நமக்கு. தலையணையை நோக்கி கை பறக்கிறது. மற்ற எந்த விஷயத்தில் நாம் பழமைக்குத் திரும்புகிறோமோ இல்லையோ, குழந்தை பெற்றுக்கொள்ளும் விஷயத்தில் திரும்பியே ஆகவேண்டும் போல. நிறைய பெற்றுக்கொள்வதை சொல்லவில்லை. சீக்கிரம் பெற்றுக்கொள்வதைச் சொல்கிறேன். குழந்தைகளைக் காத்திரமாக கொஞ்சுவதைக்கூட விடுங்கள்; தாம் பெற்ற குழந்தைக்கே தாத்தாவும் பாட்டியுமாக இருப்பதெல்லாம் பெருமையா என்ன!

- செப்டம்பர் 04, 2016

காவிரிப் பண்பாடு

காவிரி விவகாரம் வழக்கம்போல தமிழர்களின் மீதான வன்முறையாக வெடித்திருக்கிறது. ஒரு பக்கம் தமிழ் விவசாயிகளின் மீதான நீண்டநாள் வன்முறை. இன்னொரு பக்கம் கர்நாடகாவாழ் தமிழர்களின் மீது பிரச்சினைக் காலங்களில் ஏவப்படுகிற வன்முறை. இதைப் பற்றிய செய்திகளை இப்போது செய்தித்தாள்களில் வாசிக்கிறபோது ஏமாற்றமே மிஞ்சுகிறது. ஹிந்துவில் கூட இரண்டு மாநிலங்களிலும் வன்முறை என்றே எழுதுகிறார்கள். தமிழகத்தில் என்ன பெரிய வன்முறை நடந்துவிட்டது?

வழக்கம்போல பிரயாணத்தின்போது, டீ குடிக்க இறங்கிய இடத்தில் இருந்து மோடி அமைதிக்கான கோரிக்கை விடுத்திருக்கிறார். அவரும்கூட இரண்டு மாநிலங்களும் அமைதியாக இருக்கவேண்டும் என்றே வேதம் ஓதுகிறார். சந்தேகமே இல்லாமல் அது சாத்தானின் வேதம்தான். நடக்கும் கலவரங்களுக்குப் பின்னால் காவிகளின் கை உண்டு என்று கிசுகிசுக்கப்படுகிறது. இதுவரை மத்திய அரசாங்கம் இந்த விசயத்தை தீவிரமாக எடுத்துக்கொள்ளவில்லை என்பதுதான் கள நிலவரம். சித்தராமையாவை கொஞ்சம் அலையவிட்டுப் பார்ப்போம் என்று மத்திய அரசு நினைப்பதற்கே சாத்தியம் அதிகம்.

கர்நாடகாவில் நிலவும் தமிழ் வெறுப்பு ஒன்றும் புதிதல்ல. சிலர் புதிதாக வந்து அமைதிப் பிரசங்கம் நிகழ்த்துகிறார்கள். அங்கு அமைதி தவழ்கிறது, நீங்களாக எதையாவது எழுதி வன்முறையைத் தூண்டாதீர்கள் என்று பாடம் நடத்துகிறார்கள். வன்முறையைத் தூண்டுவதும் அங்கு ஒன்றுமே நடக்கவில்லை என்று புளுகுவதும் ஒன்றுதான். சமூக ஊடகங்கள் வழக்கம்போலத்தான் செயல்படும். ஆனால், காவிரி விஷயத்தில் கர்நாடகா நடந்துகொள்வது அயோக்கியத்தனத்தின் உச்சம் என்பதை சொல்வதற்குத் தயங்க வேண்டியதில்லை. இங்கு இருப்பவன் அதில் கழிவைக் கலப்பதோ, மணல் அள்ளுவதோ அதைச் சொல்லாமல் தவிர்ப்பதற்கு காரணமாக இருக்கமுடியாது.

காவிரியை முடக்கியது என்பது கர்நாடகா தமிழகத்தின்மீது

செலுத்திய வன்முறை. அது டெல்டா பகுதி மக்களின் வாழ்வியலைக் கலைத்துப் போட்டுவிட்டது. நிலங்களை பிளாட் போட்டு விற்றதற்குப் பின்னால், தண்ணீர்வரத்து பொய்த்துப் போனதற்கு முக்கியப்பங்கு இருக்கிறது. மடி வற்றிய மாட்டை விற்கும் விவசாயியிடம் கோமாதா குறித்துப் பாடம் நடத்துவதைப் போன்ற உரையாடலை சிலர் இங்கு நிகழ்த்திக்கொண்டிருக்கிறார்கள்.

காவிரி நீர் என்பது அரசியல் உரிமை. அதில் உரத்துக் குரலெழுப்ப ஒன்றும் தயங்க வேண்டியதில்லை. அதில் கழிவைக் கலப்பது, மணல் அள்ளி சிதைப்பது என்பதெல்லாம் தடுக்கப்பட வேண்டியவையே. ஆனால் இங்கு கவனிக்க வேண்டிய எதார்த்தம் ஒன்று இருக்கிறது. தண்ணீர் இல்லாமல் போனதுதான், விவசாய நிலங்களை கைவிடும்படி விவசாயியைத் துரத்தியது. அவன் விற்று வெளியேறிய இடத்தில் வீடு கட்ட வருபவன்தான் ஆற்றை மீண்டும் மீண்டும் வன்புணர்கிறான். இப்போது தரவேண்டிய சொற்பத் தண்ணீரையும் கர்நாடகா மறுத்தால் மீதமுள்ள விவசாயியும் விளைநிலங்களை விற்று வெளியேறுவதைத் தவிர என்ன வழி? அவன் விவசாயத்தை விட்டு வெளியேற வெளியேற ஆறுகள் சாக்கடைகளாகத் தான் போகும். காவிரியைக் காப்பாற்ற வேண்டும் என்றால், அதில் தண்ணீரைப் பெறுவதைத் தவிர மாற்று வழியில்லை. கருத்துதிர்ப்பவர்கள் இந்த அடிப்படையைக் கருத்தில் கொள்ளவேண்டும்.

தஞ்சை, திருவாரூர், நாகை மாவட்டங்களில் இருந்து படித்து வெளியேறும் ஒவ்வொரு இளைஞனின் வாழ்விலும் காவிரி அவனைக் கைவிட்டதன் சுவடுகள் உண்டு. எப்படியாவது படித்து இதிலிருந்து வெளியேறி விடு என்று சொல்லிச் சொல்லியேதான் படிப்பை நோக்கி தனது குழந்தைகளை நகர்த்துகிறான் கைவிடப்பட்ட விவசாயி. கடந்த முப்பதாண்டுகளில் காவிரி விஷயத்தில் நடந்த பாரதூரமான விளைவுகள் அப்பகுதி மக்களின் மீது செலுத்திய மாற்றங்கள் இதுவரை கவனிக்கப்படவே இல்லை. சென்னை, பெங்களூர் போன்ற பெருநகரங்களை நோக்கி பெருந்திரளான மக்கள் இடம் பெயர்ந்ததற்குப் பின்னால் வற்றிப்போன காவிரி என்கிற மகத்தான நிஜம் இருக்கிறது. கர்நாடகாவின் தொடர்ந்த செயல்பாடுகள் அந்த வறட்சியைக் கூட்டுகின்றன.

தமிழர்கள் ஏதோ கர்நாடகாவில் முற்றுகையில் இருப்பதைப்போல ஊதிப் பெருக்கவேண்டியதில்லை. சொற்ப மென்பொறியாளர்களைத் தவிர அங்கு இருக்கும் பெரும்பான்மைத் தமிழர்கள் உடல் உழைப்புத் தொழிலாளர்களே. அவர்களது இடப்பெயர்வுக்குப் பின்னால், விவசாயம் பொய்த்துப் போனதன் வலி இருக்கிறது. டெல்டா மாவட்டங்களின்

இன்றைய நிலைமையும் அதுதான். ஒரு போகத்துக்காவது தண்ணீர் வருமா என்றுதான் விவசாயி காத்திருக்கிறான். உணவுக்குப்போக கொஞ்சம் மிச்ச தானியம், ஓய்வு, கொண்டாட்டம் என்பதெல்லாம் போய் குறைந்தபட்சம் நிலத்தைக் கைவிடாமல் இருப்பதற்காகவாவது அவனுக்குத் தேவை கொஞ்சம் தண்ணீர். அந்தத் தண்ணீரை அவன் பெறுவது என்பது பிச்சை அல்ல. உரிமை. அதைப் பெற்றுத்தருவதன் மூலம் அரசுகள் காப்பாற்றப்போவது அவனை மாத்திரமல்ல, மாநிலத்தின் ஒருபகுதி மக்களின் பண்பாட்டை. இன்னும் வன்முறையைக் கையில் எடுக்காத அந்த அழகிய பண்பாட்டை!

- செப்டம்பர் 13, 2016

அன்புள்ள ஜெ...

வணக்கம். நேற்று 'is this guy worth my time...' என்று ஒரு சிங்கப்பூர் பெண் எழுத்தாளர் உங்கள் மீது கோபப்பட்டிருப்பதைக் காண நேர்ந்தது. நீங்கள் ஏதோ எழுத்தாளர்களுக்கு பாடம் நடத்துவதற்காக சிங்கப்பூர், மலேசியா போன்ற நாடுகளுக்கு சென்றிருப்பதாக அரசல் புரசலாக செய்திகள் வந்து கொண்டிருந்தன. போன இடத்தில் கையில் கிடைத்த புத்தகத்தைப் படித்துவிட்டு, மனதில் வந்ததை எழுதிவிட்டீர்கள்போல என்று நினைத்தேன். தமிழில் ஜாம்பவான்கள் குறித்த உங்களது இலக்கிய விமர்சனங்களின் தீவிர விசிறி நான். அதன் சில பகுதிகளை மட்டும் சாய்ஸில் விட்டுவிடுவேன் என்பது வாசகனாக நான் எடுத்துக்கொள்ளும் சுதந்திரம். இங்கு அது முக்கியம் அல்ல. விட்டுவிடுவோம்.

எனது நேற்றைய பதிவைப் பார்த்துவிட்டு ஒரு நண்பர் உள்பெட்டிக்கு வந்து, வழக்கம் போல குறிப்பிட்ட கால இடைவெளியில் இதைப்போல எதையாவது நீங்கள் செய்வதும், அவர்கள் கூட்டமாக வந்து குமுறுவதும், நீங்கள் அதை சட்டை செய்யாமல் அடுத்த பஞ்சாயத்துக்கு புல்லட்டை நகர்த்துவதும் வாடிக்கை என்று சொல்கிறார். அதுகூட பரவாயில்லை; என்ன ஆனாலும் சரி, இறுதியில் ஸ்கோர் செய்வது நீங்கள்தான் என்று பழைய ரெக்கார்டுகளை எல்லாம் மேற்கோள்காட்டி அவர் சொல்லும்போது எனக்கு படபடவென்று ஆகிவிட்டது. இதற்கு என்ன ஆதாரம்... என்று கேட்டேன். உன்னைப் போன்றவர்கள்தானே இந்த சிங்கப்பூர் எழுத்தாளர்கள் விவகாரத்தில் கொந்தளிக்கிறீர்கள், ஜெயமோகன் ரசிகர்கள் யாராவது இதைப்பற்றி எழுதியிருக்கிறார்களா என்று கேட்கிறார். அட! ஆமால்ல... என்று நானும் பீராய்ந்தால் என் கண்களுக்கு அப்படி எதுவும் சிக்கவில்லை. அந்த பெண்மணியை விடுங்கள், அந்த இடத்தில் carry on என்று கமெண்ட் போட்டிருக்கும் மாலனையாவது உங்களது ரசிகர்கள் அடித்துப் பழகலாமே என்பது அவர்களது ஆதங்கம். அதில் நியாயம் இருப்பதாகவே படுகிறது.

ஆனாலும் எனது நண்பர்களைப்போல இதை நான் இவ்வளவு நெகட்டிவாக பார்க்கவில்லை. உங்களது ரசிகர்களை குறைத்து மதிப்பிடவும்

இல்லை. இந்நேரம் சூரியரெத்னாவின் உள்பெட்டியில் போய், ஜெமோ எவ்வளவு பெரிய ஆள் தெரியுமா, அவரது விமர்சனத் திறன் என்ன தெரியுமா என்றெல்லாம் சொல்லி லிங்க்குகளாக எடுத்துபோட்டு கதிகலங்க அடிப்பார்கள். ஆனால் துயரார்ந்த முறையில் அதையெல்லாம் அந்த எழுத்தாளர் தனது ஈகோவுக்கான உரமாகவே எடுத்துக்கொள்வார் என்று நினைக்கும்போதுதான் மனக்கிலேசமாக இருக்கிறது. ஆனாலும் இந்த விஷயத்தில் உங்களது ரசிகர்கள் கொஞ்சம் மந்தம்தான். ரசிகைகள் உட்பட. சமீபத்தில் நான் பெண்களை விமர்சித்து ஒரு பதிவிட்டவுடன், உங்களது வாசகியும் எனது சிநேகிதியுமான ஒருத்தி உள்பெட்டிக்கு வந்து, இதே தொனியில் இரண்டு ஆண்டுகளுக்கு முன்பே ஜெமோ எழுதியிருக்கிறார் என்று அந்த கட்டுரையின் லிங்க்கை எடுத்துப் போடுகிறார். ஏற்கனவே உங்களது வாசகர் ஒருவர் இதைப்போல ஒரு கதையை அனுப்பி உங்களது இந்த பதிவு ஆசானின் இந்த கதையை நினைவூட்டுகிறது என்று அதன் லிங்க்கை அனுப்பியிருந்தது நினைவுக்கு வந்தது.

இராணுவ ஒழுங்குடன் நடக்கும் தங்களது வாசகர் குழும சந்திப்புகளைப் பற்றி நான் கேள்விப்பட்டிருக்கிறேன். ஆனால் இந்த விஷயத்தில் உங்களது வாசகர்கள் கடைபிடிக்கும் ஒழுங்கு கடும் புதிராக இருக்கிறது எனக்கு. பயிற்சியின் போது ஒழுங்காக இருக்கிறார்கள். அது சரிதான். சண்டையின் போதுகூட அதே ரீதியில் அணிபிரியாமல் லெஃப்ட் ரைட் லெஃப்ட் ரைட் என்று போய்க்கொண்டே இருப்பதற்குப் பெயர் ஒழுங்கா? உங்களை எழுத்து இராட்சசன் என்று புகழும் ஒரு வாசகி கூட, அந்த எழுத்தாளரிடம் போய் 'என்னம்மா நீ இப்படி அரைவேக்காடு மாதிரி பேசுற...' என்று கேட்கமாட்டேன் என்று அடம் பிடித்தால் எப்படி?

சமீபத்தில் நடந்த ஒரு கவிதை நூல் வெளியீட்டு விழாவில், உங்களது பேச்சைக் கேட்ட நண்பன் சரவணன், ஜெமோ முன்பு போல இல்லை, நிறைய கனிந்துவிட்டார், உபன்யாசம் செய்பவரின் பேச்சைப்போல இருக்கிறது அவரது குரல் என்று சொன்னான். இதைச் சொல்லும்போது அவனது குரல் கமறியது எனக்கே ஸ்பஷ்டமாகத் தெரிந்தது. ஒருநாள் பேச்சுக்கே அப்படி என்றால் உங்களைத் தொடர்ந்து கேட்கும் ரசிகர்கள் ராமகிருஷ்ணராகவும் ரமணராகவும் மாறத்தானே செய்வார்கள். ஆனால் நீங்கள் பன்னீர்செல்வமாகவே தொடர்கிறீர்கள் என்பது ஒரு ஆறுதல்.

இப்படி ஒரு இக்கட்டான கட்டத்தில்தான், சாரு என்னிடம் 'இப்படி எதையுமே படிக்காத எழுத்தாளர்களின் புத்தகத்தையெல்லாம் படித்துவிட்டு ஜெமோ மதிப்புரை எழுதுகிறாரே, ஏன் என்னுடைய புத்தகத்தைப் பற்றி எழுதுவதில்லை' என்று கேட்கிறார். இதற்கு என்ன பதில் சொல்ல முடியும் சொல்லுங்கள்? உங்கள் நாவலைப் பற்றித்தான் எழுத மாட்டார்,

ஆனால் நான் ஒரு நாவல் எழுதினால் அதற்கு ஜெமோ கண்டிப்பாக மதிப்புரை எழுதுவார் என்று அவரிடம் சொல்லலாம் என நினைத்தேன். என்னதான் சாரு அன்பை போதிப்பவராக இருந்தாலும் அப்படிச் சொன்னால் கடுப்பாவார் என்பதால் அதைச் சொல்லவில்லை. இந்தக் கடிதத்தை எழுதிக்கொண்டிருக்கும்போதே இதை மாமல்லனும் படிப்பார் என்று நினைக்கையில் லேசாக மயக்கம் வருவதுபோல இருக்கிறது.

ஜெ. வுக்கு எழுதும் கடிதம் என்றாலே அது பலகட்ட சோதனைக்குப் பிறகே மேஜையை எட்டும் என்பது நமது அரசியல் நிலைமை. இலக்கியத்தில் அப்படி இருக்காது என்றே நினைக்கிறேன்.

இப்படிக்கு,

ஜிகே

- செப்டம்பர் 29, 2016

வதந்திகளின் அரசியல்

முதலமைச்சர் ஜெயலலிதா உடல் நலமின்மையால் மருத்துவமனையில் சேர்க்கப்பட்டு இரண்டு வாரங்கள் ஆகின்றன. அவரது உடல்நிலை குறித்து விதவிதமான கருத்துகள் பொதுவெளியில் பகிரப்படுகின்றன. எல்லோரும் இந்த விஷயத்தில் அதீத மாண்பு காக்கிறார்கள். எதிர்க்கட்சிகள் தொடங்கி எதிரிக்கட்சிகள் மற்றும் தோழமைக்கட்சிகள் உட்பட. அப்பல்லோ மருத்துவமனை ஒரு கோட்டையைப் போல பராமரிக்கப்படுகிறது. இதுவரை அவரது உடல்நிலை குறித்து வெளிவந்திருக்கும் எல்லாத் தகவல்களுமே உண்மைக்கும் பொய்க்குமான விளிம்பில் நிற்கின்றன. அந்த செய்திகளைச் சுற்றி உளுத்துப்போன செண்டிமெண்ட் காரணங்கள் கட்டப்பட்டிருக்கின்றன. இந்த நாட்டின் மொத்த அதிகார அமைப்பும் இந்த கட்டமைக்கப்பட்ட வலுவான கோட்டையின் செங்கல்லாக மாறி நிற்கும் ஆச்சர்யம் நிகழ்ந்துகொண்டிருக்கிறது. மோடி முதல் கவர்னர் வரை. போலீஸ் முதல் அதிகாரிகள் வரை.

முதல்வரின் உடல் நலம் குறித்து அந்த மருத்துவமனையின் அறிக்கை மட்டுமே மக்களின் முன்வைக்கப்படுகிறது. இது குறித்து கேள்வி எழுப்புபவர்களிடம், அவரது உடல் நலன் குறித்து தெரிந்து கொள்ள விழைவது 'ஜெயலலிதாவின் தனிமனித உரிமையை மீறுவதாகாதா...' என்று கேட்கிறார்கள். ஆகாது என்பதே எனது புரிதல். ஏன்? ஜெயலலிதாவின் உடல் நலம் குறித்த யூகங்கள் ஊடகவெளிக்கு வந்து பல வருடங்கள் ஆகின்றன. அப்போதெல்லாம் யாரும் அது குறித்து கேள்வியெழுப்பி அவரது அந்தரங்கத்தில் குறுக்கிடவில்லை. அவ்வாறு எப்போதாவது எழுப்பப்படும் கேள்விகளை நிராகரிக்கும் உரிமை ஜெயலலிதாவுக்கு இருந்தது. அந்த உரிமையை முழுக்கவும் ஜெயலலிதா பயன்படுத்திதான் வந்தார். இப்போது தனது தனிமனித உரிமையை பயன்படுத்திக்கொள்ளும் தன்மையில் அவர் இருக்கிறாரா என்பது தான் கேள்வியே.

இதற்கு யார் பதில் சொல்வது? அதை உறுதி செய்யக்கோரிதான் சாமானிய மக்கள் இதில் ஆர்வம் காட்டுகிறார்கள். வழக்கம்போல

இந்த விஷயத்திலும் சில லும்பன்கள் தங்களது கோரமுகத்தை காட்டுகிறார்கள்தான். ஆனால் அதை முன்னிட்டு, ஜெயலலிதாவின் மீது உள்ளார்ந்த அன்புடன் இருக்கும் ஒரு பகுதி மக்களை அவமதிக்கும் செயலை அனுமதிக்க முடியாது அல்லவா? அப்பல்லோ வெளியிடும் அறிக்கை என்பது கிட்டத்தட்ட ஜெயா டிவியின் செய்தியறிக்கை மாதிரியே இருக்கிறது. அங்கு புரட்சித்தலைவி என்றால் இங்கு ஹானரபில். தொனியில் மாத்திரம் அல்ல; உள்ளடக்கத்திலும் நிறைய முரண்களைக் கொண்டிருக்கிறது அது.

அவரது சுகவீனம் ஒரு பகுதி மக்களை அசைத்திருக்கிறது என்பதை நாம் ஏற்றுக்கொண்டே ஆகவேண்டும். அதே சமயம் பொதுவெளியில் இது குறித்து அஞ்சி அஞ்சியே பலர் பேசுவதைப் பார்க்க முடிகிறது. இந்த மவுனத்தின் பின்னால் இருப்பது நாகரீகத்தை காப்பாற்றிக்கொள்ளும் எண்ணம் மாத்திரம் அல்ல. நிலவும் சூழலின் மீதான அச்சம். இந்த அச்சம் ஒரு அடர்த்தியான நிழலைப்போல நம் மீது படர்ந்திருக்கிறது. அது வெறும் செய்தியின் நிழலா? இல்லை. அது அதிகாரத்தின் நிழல். அது இரண்டு வகையில் செயல்படுகிறது. ஒன்று அவரது உடல்நிலையைக் குறித்து நம்பகமற்ற தகவல்களை உலவவிடுகிறது. இரண்டாவது இது குறித்துப் பேசும் எல்லோரையும் வதந்தியைப் பரப்புபவர்களாக வரையறுக்கிறது. அதன் மூலம் தனது திசை திருப்பும் நடவடிக்கைகளால் பெரும்பகுதி மக்களை மற்றவர்களாகவும் குற்றவாளிகளாகவும் உருவகிக்கச் செய்கிறது.

ஆக இது மக்களின் மீது ஏவப்பட்டிருக்கும் ஒரு கருத்து முற்றுகை. இந்த முற்றுகையில் இருந்து வெளியேறுவதும் வெளியேறத் தூண்டுவதும்தான் கருத்து நேர்மை கொண்டவர்கள் செய்ய வேண்டிய செயல். ஆனால் நமது சூழலில் பெரும்பாலான அறிவுஜீவிகள் தொடங்கி மாற்றுக் கட்சியினர் வரை தரகர்களின் மனநிலையுடனே கருத்துகளை உதிர்த்துக்கொண்டிருக்கிறார்கள். தனிமனித நாகரிகம் என்ற பெயரில் பசப்புகிறார்கள்.

ஒருபுறம் எளிய மக்கள் தங்களது குழந்தைகளின் வாயில் அலகு குத்தி பால்குடம் எடுத்து சாமியிடம் வேண்டிக்கொண்டிருக்கிறார்கள். எதன் பொருட்டு? தான் ஸ்நேகிக்கிற ஒரு தலைவியின் உடல் நலன் பொருட்டு. இவ்வாறு வேண்டுதலில் ஈடுபடும் அனைவரையுமே காசுக்காகத்தான் அதைச் செய்கிறார்கள் என்று அவமதிப்பது, நமது மேட்டிமை மனநிலையின் தவறு. ஆனால் அந்த எளிய மக்களுக்கு இத்தகைய விவகாரங்களில் என்ன பங்கு இருக்கிறது என்று நான் யோசிக்கிறேன். அவர்கள் மீது சுமத்தப்படும் அரசியலில் எப்படி அவர்களது பங்கு இல்லையோ அதே போல இதைப்போன்ற அற்பத்தனங்களிலும் இல்லைதான். ஆனால்

அவர்கள் ஒரு கருவியாக இங்குப் பயன்படுகிறார்கள். எம்ஜியாரால் வலுவாக உருவாக்கி நிறுத்தப்பட்டிருக்கும் ஒரு கருத்துநிலை அது. அது இங்கு முக்கியமா என்றால் ஆம்; முக்கியம்தான்.

நான் ஒரு விவாதத்துக்காக இதைச் சொல்கிறேன். இப்படி ஒரு நிலையில் ஸ்டாலினால் கருணாநிதியை இரண்டு நாட்களுக்குக் கூட தொண்டர்களின் பார்வையில் இருந்து மறைத்து வைக்க முடியாது. ஏன்? கதவை உடைத்துக்கொண்டு ஒரு தொண்டனாவது மருத்துவமனையின் உள்ளே போவானா மாட்டானா? அப்படி ஒரு கொந்தளிப்பு சொந்தக் கட்சிக்குள்ளேயே நடக்காமல் இந்த விவகாரம் அதிமுகவில் எவ்வளவு லாவகமாக கையாளப்படுகிறது என்பதை யோசித்தால் உருவாக்கி உலவ விடப்படும் படைப்பூக்கமுள்ள வதந்திகளின் பங்கு என்ன என்று புரியும். திருமா போன்றவர்களின் விசிட்டுக்கு இந்த கருத்துருவாக்கத்தில் என்ன பங்கு என்று ஒரு மாற்றுப் பார்வையைக்கூட அது வழங்கும்.

இறுதியாக இதில் சொல்வதற்கு ஒன்றிருக்கிறது. நடக்கும் இந்த அபத்த நாடகத்தில் அதிகாரம் ஒரு தரப்பாகவும் வெகு மக்கள் திரள் மற்றொரு தரப்பாகவும் இருக்கிறது. அதனால் அவரது உடல் நலன் குறித்து தெரிந்துகொள்ளும் தங்களது ஆர்வத்திற்காக யாரும் குற்ற உணர்ச்சி கொள்ள வேண்டியதில்லை. உண்மையான நிலவரத்தை மறைத்து பொய்களைப் பரப்புபவர்களைவிட அது ஒன்றும் அத்தனை அருவருப்பானதில்லை. முன்னதில் ஒரு வெறுக்கத்தக்க கிளுகிளுப்பு மனநிலைகூட இருக்கலாம். ஆனால் பின்னதில் மிகவும் கீழான சுயநல நோக்கங்கள் ஒளிந்திருக்கின்றன.

- அக்டோபர் 04, 2016

கருத்து வன்முறை

தமிழகத்தின் தற்போதைய சூழலை சாதகமாக்கிக்கொண்டு பிஜேபி அரசாங்கம் பின்வாசல் வழியாக தமிழகத்தில் நுழைய முயல்கிறது என்று சிலர் அச்சத்தைப் பகிர்ந்துகொள்கிறார்கள். வைகோ சென்று கவர்னரைப் பார்த்தது, வெங்கைய நாயுடு சென்று கவர்னரைப் பார்த்தது, மேலும் கேரள கவர்னர் வேறு தமிழக கவர்னரை சந்தித்தது என்று இந்த வதந்தியின் பெறுமதியை கூட்டிக்கொண்டே இருக்கிறார்கள். அரசியல் தளத்திலிருந்துகூட இத்தகைய அச்சம் சில தலைவர்களால் பகிர்ந்துகொள்ளப்படுகிறது. இதன் உச்சமாக, இந்த இக்கட்டான நேரத்தில் நாம் ஒன்றிணைந்து அதிமுகவைக் காப்பாற்றவேண்டும் என்ற ஒரு கோரிக்கையும்கூட கண்ணில்படுகிறது. இது ஒரு முக்கியமான கோரிக்கை. புறத்தோற்றத்துக்கு இதன்மேல் உணர்ச்சிகரமான ஒரு பூச்சு இருக்கிறது. இது எப்போதும் அரசியலில் நிகழ்வதுதான். ஆனால் இதன் உள்ளே சென்று பார்த்தால் மக்களின் உணர்வைச் சுரண்ட முயலும் தந்திரம் இருப்பதாகப்படுகிறது.

முதலாவதாக, நடக்கும் இந்த எபிசோடில், ஜெயலலிதா எப்படி இருக்கிறார் என்ற உறுதியான தகவலே இதுவரை வெளிவரவில்லை. அதிமுகவில் இரண்டாம் கட்டத் தலைவர்களின் குரலே இந்த விஷயத்தில் இல்லை. இதன் பொருள் அந்தக் கட்சியில் அத்தகைய தலைவர்கள் இல்லை என்பது அல்ல. உண்டு. ஆனால், தாங்கள் இரண்டாம் கட்டத்தலைவர்களாக இருந்துகொண்டே எல்லா சுகத்தையும் அனுபவித்தவர்கள் அவர்கள். கொஞ்சம் சுயமரியாதையைக் கைவிட்டு காலில் விழுந்து எழுந்துவிட்டால், கட்டற்ற சுதந்திரமும் தலைமுறைகள் தாண்டி சம்பாதிக்கிற வாய்ப்பையும் உருவாக்கித் தருகிற வன்தலைமையைக் கொண்டிருக்கிற கட்சி அது. திட்டமிட்ட அளவில், சரியான பங்கை நேர்மையுடன் கொடுத்துவிடுகிற இரண்டாம் கட்டத் தலைவர்கள் 'சிறப்பு இரண்டாம் நிலைத்தலைவர்களாக' நீடிக்கும் உரிமையையும் பெறுவார்கள். இதெல்லாம் எல்லோருக்கும் தெரிந்தது தான். பேசிப் பேசியே மக்களிடம் சகஜமாகிப் போன ஒரு சங்கதி இதெல்லாம்.

ஜெயலலிதா உடல் நலமில்லாமல் இருக்கிற இந்தச் சூழலில், பொறுப்பு முதல்வரைத் தேர்ந்தெடுக்க வேண்டும் என்று பிரதான எதிர்க்கட்சியான திமுக கோரிக்கை விடுக்கும் நேரத்தில், வைகோ போன்றவர்கள்தான் அது தேவையில்லாத கோரிக்கை என்று பேசுகிறார்களே தவிர, சொந்த கட்சியின் இந்த இரண்டாம் கட்டத் தலைவர்கள் இதற்கு ஏதாவது பேசியிருக்கிறார்களா? அல்லது தான் சார்ந்த கட்சியின் அபிமானிகளுக்கு, தொண்டர்களுக்காவது, தங்களது கட்சித்தலைவியின் நிலை என்ன என்று சொல்ல வேண்டிய கடமையில் அவர்கள் இருக்கிறார்களா... போன்ற கேள்விகளெல்லாம் மிக முக்கியமானவை.

ஆக அதிமுக என்கிற கட்சியும், அதில் உள்ள இரண்டாம் கட்ட மற்றும் மூன்றாம் கட்டத் தலைவர்களும் 'ஜெயலலிதா' என்கிற ஒற்றை வார்த்தையைத் தவிர வேறு எதற்கும் தலைவணங்க வேண்டிய அவசியம் இல்லாதவர்கள். அதைத் தாண்டி அவர்களுக்கு எந்த தார்மீகமும் கிடையாது. அப்படி ஒரு வார்ப்பில் அவர்கள் இருக்கிறார்கள். இப்படி ஒரு இரண்டாம் நிலைத் தலைவர்களை, உருவாக்கி நிலை நிறுத்திய ஜெயலலிதாவின் அரசியல் போக்கு குறித்து குறைந்தபட்ச விமர்சனமாவது வேண்டுமா இல்லையா? தன்னியல்பாக மக்களிடம் அவ்வாறு உருவாகி வரக்கூடிய விமர்சனத்தைத்தான், இந்த 'காவிப் பூச்சாண்டி' காலி செய்கிறது. ஜெயலலிதாவை புனித பிம்பமாக்கி நம்முன் நிறுத்துகிறது. அவரது தற்போதைய உடல்நலனை நம்முன் கொண்டுவந்து நிறுத்துவதன் மூலம் எழ வேண்டிய அரசியல் குரலை, உரையாடலை நீர்த்துப்போகச் செய்கிறது.

அதே நேரத்தில் இந்த விவகாரத்தில் மிகவும் வெளிப்படையாகப் பேச வேண்டிய, செயல்பட வேண்டிய திமுக தனது இயல்பை மீறி கண்ணியம் காப்பதுபோல நடிக்கிறது. அவர்கள் யாரிடம் கோரிக்கை வைத்துக்கொண்டிருக்கிறார்கள் என்றே புரியவில்லை. திமுகவின் இந்த அரசியல் நகர்வு, உப விளைவாக ஒரு அரசியல் மொண்ணைத்தனத்தை இங்கு உருவாக்குகிறது. அதிமுகவினரைப் போலவே எல்லோரும் சிந்திக்க நிர்ப்பந்திக்கப்படுகிறார்கள். நான் மீண்டும் சொல்கிறேன் 'இதுதான் கருத்து வன்முறை'. ஜெயலலிதாவின் மீதான கரிசனத்தையோ அன்பையோ, நமது அரசியல் உரிமைகளின் மீது போட்டுக் குழப்பிக்கொள்ள வேண்டியதில்லை. அதில் நாம் மிகத் தெளிவாக இருப்பதற்குத் தயங்க வேண்டியதில்லை.

இப்போது தேவை ஒரு செயல்படும் முதல்வர். மிக வெளிப்படையாக அடுத்த கட்ட நகர்வுகள் குறித்த உரையாடல்கள் தொடங்கப்பட வேண்டும். எல்லாவற்றையும் யூகமாக, வதந்தியாக மென்று மென்று பேசும்

நிலையிலிருந்து மக்கள் அடுத்த கட்டத்துக்கு நகர்ந்தே ஆகவேண்டும். ஜெயலலிதா என்ற ஒற்றைப் பாத்திரத்தை முன்னிட்டு தமிழகத்தின் ஒட்டுமொத்த நிர்வாகமும் முட்டுச்சந்தில் முடங்க வேண்டியதில்லை. இதை வெளிப்படையாகப் பேச பத்திரிகைகள், ஊடகங்கள் ஏன் தயங்குகின்றன என்று புரியவில்லை.

திமுக எதன் பொருட்டு இவ்வளவு பாசாங்காகக் காய் நகர்த்துகிறது? வெகு மக்கள் உளவியல் ஒரு 'சிறைப்பட்ட' மனநிலையில் இருப்பதாகவும் இந்த நேரத்தில் எழுப்பப்படும் அரசியல் கோரிக்கைகள் மக்களிடம் தங்கள் மீதான எதிர்மறை விளைவை ஏற்படுத்தும் எனவும் நினைத்து அது அஞ்சுகிறதா? ஆமெனில் அதை உடைத்தெறிய வேண்டியது பிரதான எதிர்க்கட்சியாக அதன் பொறுப்பில்லையா? கண்ணியம் என்ற வார்த்தைக்குப் பின்னால், தனிப்பட்ட கணக்குகளோடு ஒளிந்து கொள்ளும் அதன் இந்தப் போக்குதான் வைகோ போன்ற செல்லரித்துப் போன குரல்கள் வெளிச்சத்தில் புழங்குவதை ஊக்கப்படுத்துகிறது. ஜெயலலிதாவின் இப்போதைய நிலையை முன்னிட்டு, அவரால் உருவாக்கி நிலைநிறுத்தப்பட்ட மக்கள் விரோத கருத்தமைப்பின் முன் நாம் மண்டியிடவேண்டியதில்லை. இங்கு நடந்து கொண்டிருப்பது மக்களை அவமதிக்கும் செயல். கூட்டுச் சீரழிவின் பின்னல். இதற்கு எந்த அகராதியிலும் அரசியல் விழிப்புணர்வு என்று பொருளில்லை. கிசுகிசுக்கப்படும் இந்தக் காவிப் பூச்சாண்டியை முன்வைத்து நாம் வேறொரு சீரழிவை சகித்துக்கொள்ளவேண்டியதில்லை. அரசியல் உரிமை என்பது யாரோ ஒருவரின் மீதான கனிவில் இருந்து முளைப்பதல்ல. மானுட அன்பின் தேவையிலிருந்து கிளைப்பது அது!

- அக்டோபர் 10, 2016

வதந்தியும் நனவிலியில் பொதிந்திருக்கும் வன்முறையும்

தமிழக முதல்வர் ஜெயலலிதா மருத்துவமனையில் அனுமதிக்கப்பட்டு ஒரு மாதத்துக்கு மேல் ஆகிறது. ஆரம்பகட்ட கொந்தளிப்புகள் எல்லாம் அடங்கி இப்போது நிலைமை கொஞ்சம் நிதானத்துக்கு வந்திருக்கிறது. சமூக ஊடகங்கள் முக்கி முனகி அரசாங்கத்தைக் கிண்டலடித்துக் கொண்டிருக்கின்றன. நடுநிலையாளர்கள் கையைப் பிசைந்து கொண்டிருப்பதைப்போல நடிக்கிறார்கள். அதேநேரம் மறக்காமல் 'வதந்தியைப் பரப்புவது தவறு' என்றும் சொல்லிக்கொண்டே இருக்கிறார்கள். சமீப காலங்களில் தேசபக்திக்கு அடிப்படைவாதிகள் எழுதிய விளக்கவுரையை விட 'வதந்தி என்றால் என்ன' என்று அரசு கூறும் விளக்கங்கள் அபாரமானதாக இருக்கின்றன. இது வரை எட்டு பேர் வதந்தியைப் பரப்பியதாக கைது செய்யப்பட்டிருக்கிறார்கள். அதில் சிலர், 'இவர்தான் வதந்தியைப் பரப்பியவர்' என பாதிக்கப்பட்ட கட்சியின் பிரதிநிதிகளால் கைகாட்டப்பட்டவர்கள். மக்களாட்சியின் மகத்தான தருணங்கள் இவை.

எழுந்து நிற்க முடியாத மாற்றுத் திறனாளி ஒருவர், திரையரங்கில் தேசிய கீதம் ஒலிபரப்பப்பட்டபோது உட்கார்ந்தே இருந்ததால், அவரது தேசப்பற்று சந்தேகத்துக்கு உள்ளாக்கப்பட்டு அச்சுறுத்தப்பட்டிருக்கிறார் கோவாவில். இந்த செய்தியைப்பற்றி கண்டித்துப் பேசவும் எழுதவும் செய்யும் சிலர், இதெல்லாம் தமிழ்நாட்டில் நடக்கவே முடியாது என்று பெருமிதப்படுகிறார்கள். இவ்வாறு சொல்பவர்களுக்கு இதன் அபத்தம் புரிகிறதா என்று கூட எனக்குத் தெரியவில்லை. ஒரு விஷயம் நடக்கும் வரை அதன் ஆபத்து புரியாத வெகுளித்தனம் இது. காவிகளின் வீச்சு மற்ற எந்த மாநிலங்களையும் விட இங்குக் குறைவு என்பதைத் தவிர இதைப்போன்ற நிகழ்ச்சிகள் தமிழகத்தில் நடக்காததற்குக் காரணங்கள் ஒன்றும் இல்லை. ஆனால் அத்தகைய சிறந்த குணநலன்களை எல்லாம் நாம் வேகமாக இழந்துகொண்டே வருகிறோம் என்பதைப் புரிந்துகொள்ள வேண்டும். திட்டமிட்ட வடிவில் கொஞ்சம் கொஞ்சமாக இந்த அடிப்படைவாதம் நம்மையும் தீண்டத் தொடங்கியிருக்கிறது. கோவையில் நிகழ்த்தப்பட்ட சமீபத்திய வன்முறை சொல்வது அதைத்தான்.

இத்தகைய வன்முறைகளுக்கும், அரசு உருவாக்கி நிறுத்தும் கருத்தியல் வன்முறைக்கும் நீண்ட நேரடியான தொடர்புகள் உண்டு. ஒன்றில்லாமல் மற்றதில்லை. கண்காணிப்பு என்பது அரசின் ஆதிக்கத்தை நேரடியாகக் களத்துக்குக் கொண்டுவரும் ஒரு கருவி. இன்னும் நமது வீட்டின் கதவைத் தட்டவில்லையே தவிர, நமது தெருவில் நுழைந்திருக்கிறது கண்காணிப்பின் நிழல். தமிழகத்தில் நிலவும் இந்த வதந்தி கைதுகள் ஃபாசிசத்தின் கூறுகளைத் தனக்குள்ளே எவ்வாறு கொண்டிருக்கின்றன என்று பார்க்கவே நான் விரும்புகிறேன்.

எது வதந்தி, எது அடிப்படை உரிமை, எது செய்தி போன்றவற்றின் இடையே உள்ள மெல்லிய கோட்டை அழித்ததின் மூலம் பொதுச்சமூகத்தை கண்காணிப்பு வளையத்துக்குள் கொண்டுவந்ததில் அரசு வெற்றியடைந்திருக்கிறது. அதன் சுவடுகள் பொதுவெளியில் தெரிகின்றன. எதற்கு வம்பு... என்ற மனநிலையை நோக்கி ஒரு பகுதி மக்கள் திரள் நகர்கிறது. சென்ற ஆண்டு நிகழ்ந்த சென்னைப் பெருவெள்ளத்தின் போது, 'மழை நீருக்குள் முதலைகள் புகுந்துவிட்டன' என்று ஒரு வதந்தி பரவியது நினைவிருக்கலாம். அதே சமயம், 'ஒரே நேரத்தில் செம்பரம்பாக்கத்தில் இருந்து அளவுக்கு அதிகமான நீர் திறந்துவிடப்பட்டுவிட்டது' என்கிற செய்தியும் பரவியது. இதில் எது ஆபத்தானது...? எது 'வதந்தி' என்று வரையறுக்கப்பட வேண்டியது என்பது நம் எல்லாருக்குமே தெரியும். ஏனெனில், நாம் நீரில் மூழ்கினோம். ஆனால் முதலையிடம் யாரும் கடி வாங்கவில்லை. வெள்ளம் வடிகிறபோது முதலை குறித்த வதந்தி தனது பெறுமதியை இழக்கிறது; வெள்ளம் குறித்த வதந்தி செய்தியாகி நிலைக்கிறது. ஆக, ஒரு வதந்தி, அது வதந்திதான் என்று உறுதியாவதற்கு கொஞ்சம் கால அவகாசம் வேண்டியிருக்கிறது. இதைப்போன்ற சம்பவங்களில் மக்களே முட்டி மோதிக்கொள்வார்கள், சிரித்துக்கொள்வார்கள், பீதியில் உறைவார்கள், பிறகு அதிலிருந்து வெளியேறிக்கொள்வார்கள். ஏனெனில் இதன் தொடக்கமும் முடிவும் அவர்களாக இருக்கிறார்கள். இங்கு இந்த வதந்தியை உருவாக்கி உலவவிட்ட வர்களை நாம் கண்டித்தோம். அரசும் உடனே இதை மறுத்தது.

ஆனால், வதந்தியின் பிறப்பிடம் அரசு என்று வருகிறபோது, அது தனது எல்லாவிதமான வன்முறை அலகுகளையும் கொண்டு அதை எதிர்கொள்கிறது. ஒரு கட்டத்தில், இந்த அரசை பிரதிநிதித்துவப்படுத்துகிற மக்களையே குற்றவாளிகளாக்கி அவர்கள் முன் நிறுத்துகிறது. அப்போது மக்களும் ஒரு 'சுய தணிக்கை' மனநிலைக்குப் போகும் அழுத்தத்துக்கு ஆளாகிறார்கள். இதுதான் ஃபாசிசத்தின் ஆரம்ப கட்டம். நமது கண்ணியத்தின் பெயரில், அன்பின் பெயரில், பொறுப்பின் பெயரில் மக்களின் மீது பிரயோகிக்கப்படுகிற வன்முறை. அபத்தமாக, நமது

சூழலில் நடுநிலையாளர்கள் என்று அறியப்படுகிற பலர், இந்த தேய்ந்த சொற்களின் மீது நின்று கொண்டேதான் நாடகமாடுகிறார்கள். இதுவொரு ஒடுக்குமுறை என்று அவர்களுக்குத் தெரியாதா? தெரியும். பிறகு ஏன் அதைச் செய்கிறார்கள்? முதலில் இந்த நேரத்தில் அரசை ஆதரிப்பதில் அவர்களது சில குறுகியகால நலன்கள் ஒளிந்திருக்கின்றன. நீண்ட கால நோக்கில், மக்களின் 'தணிக்கை மனநிலையை' ஒழுக்கம் என்று வரையறுப்பதன் மூலம், தங்களது பிற்போக்குத்தனத்துக்கு பெறுமதியை ஏற்றிக்கொள்ள ஒரு வாய்ப்பாக இதைப் பயன்படுத்திக்கொள்கிறார்கள். இதை மீறுபவர்களுக்கு இது ஒரு வகையில் தனி மனித சுதந்திரம் எதேச்சதிகாரத்துடன் பொருதும் இடம். அடங்கிப்போகிறவர்களுக்கு தமது அரசியல் உரிமையை 'அதிகாரமிக்கவர்களின் தனி மனித சுதந்திரம்' என்ற பம்மாத்தின் முன்னால் இழக்கும் இடம். நாம் உற்று நோக்க வேண்டிய புள்ளியும் எதிர்வினை ஆற்ற வேண்டிய இடமும் இதுதான்.

புகை மூட்டமாகக் காட்சியளிக்கிற இந்த கருத்துநிலைகளில் இருந்துதான் அதுவரை பதுங்கிக் கிடந்த 'அரசியல் தரகர்கள்' தங்களது பிரத்யேக வாள்களுடன் களத்துக்கு வருகிறார்கள். மக்களிடம் உண்மையைச் சொல்வதை விடுத்து, 'வதந்தி' என்ற வார்த்தைக்குப் புதிய விளக்கங்களை அளிப்பதன் மூலம், அதே வதந்தியின் மறுக்க முடியாத ஒரு கூறாக அவர்கள் மாறுகிறார்கள். இதன் மூலம் வதந்தி என்ற அற்ப சொல்லுக்கு அரசியல் அந்தஸ்தை வழங்குகிறார்கள். அவர்களைக் காண கோமாளிகளைப்போல இருக்கிறது. ஆனால் அப்படி அல்ல அது. தாம் என்ன செய்கிறோம் என்று தெரிந்தேதான் அவர்கள் அதைச் செய்கிறார்கள். இங்கு எல்லாவற்றிற்கும் ஒரு விலை இருக்கிறது. இந்த இடத்தில் தம்மை வைத்துச் சூதாடுவது என்பது நீண்டகால நோக்கில் இத்தகைய தரகர்களுக்குப் பயன்தரக்கூடியது என்று அவர்களுக்குத் தெரியும். இதன் பொருள் அவர்கள் தம்மை மாத்திரம் வைத்துச் சூதாடுகிறார்கள் என்பதல்ல, தம்மை நம்புகிற மக்களையும் வைத்துத்தான் ஆடுகிறார்கள் என்பதுதான். ஒவ்வொரு நாளும் ஒவ்வொரு விதமான செய்திகள், வண்ண வண்ணமான குற்றச்சாட்டுகள் என நிகழ்ச்சி களைகட்டுகிறது. ஒரு கட்டத்தில் மக்கள் ஓய்ந்துபோகிறார்கள், அல்லது சலிப்படைந்து விடுகிறார்கள். இதுதான் சில அரசியல் காய்நகர்த்தல்களுக்கு உகந்த நேரம். அதுவும் இனிதே நடந்து முடிகிறது.

இந்த விஷயத்தில் முதலமைச்சரின் உடல்நிலையை மக்களிடம் வெளிப்படையாகச் சொல்வதில் என்ன தயக்கம்? அதை ஏன் மறைக்க வேண்டியிருக்கிறது? ஏனெனில் நாம் வந்தடைந்திருக்கிற இப்போதைய அரசமைப்பில் மக்கள் என்பவர்களுக்கு, அவர்களுக்கு இருந்தே ஆகவேண்டிய மதிப்பு என்பது ஒரு அரசை உருவாக்குவதில்

மட்டும்தான் இருக்கிறது. அதன் நிர்வாகத்திலும், கண்காணிப்பிலும் அவர்கள் அரசுக்கு வெளியே வைக்கப்பட்டிருக்கிறார்கள். இது மக்களாட்சித் தத்துவத்துக்கு எதிரானது. ஆனால், ஒரு ‘சர்வாதிகார மனநிலை’ மட்டுமே சிறந்த மக்களாட்சியைத் தரமுடியும் என்று நாம் நம்பவைக்கப்பட்டிருக்கிறோம். இங்கே தான் புனிதம், மாண்பு போன்ற வார்த்தைகள் மிகவும் லாவகமாகப் பயன்படுத்தப்படுகின்றன. ஒரு தரப்பின் மாண்பும் புனிதமும் இன்னொரு தரப்பின் மவுனத்தின் மீது தொங்கிக்கொண்டிருக்கிறது. அதை உதறி எறிவது என்பது, அந்த செய்தியில் இருந்து வெளியேறுவது மாத்திரம் அல்ல, அரசின் இந்த கருத்து முற்றுகையில் இருந்து வெளியேறுவதும்தான்.

அதைச் செய்வதற்கு ஒருவித திராணி தேவையாக இருக்கிறது. அதை எங்கிருந்து அடைவது? அதை உருவாக்கித் தருவதற்குதான் மாற்றுக்கட்சிகள், மாற்று இயக்கங்கள் என்று இருக்கின்றன. ஆனால், ஒன்றும் நடக்கவில்லையே ஏன்... என்று யோசித்தால், இங்கு ‘மாற்று’ என்பது என்னவாக இருக்கிறது, எவ்வாறு புரிந்துகொள்ளப்பட்டிருக்கிறது என்பதில் போய் நிற்கிறது. இங்கு யாருக்கு யார் மாற்று? இங்கு உருவாக்கி நிலைநிறுத்தப்படுகிற விழுமியங்களுக்கு மாற்றான விழுமியங்களை உருவாக்குபவர்கள்தான் மாற்று. ஆனால், அது அந்த அளவுக்கு காத்திரமாக இல்லை. பதவியை ஒரு குறிப்பிட்ட காலத்துக்குப் பங்கு போட்டுக்கொள்வதுதான் மாற்று என்றாகி இருக்கிறது. இந்த அரசியல் உள்ளீடற்ற தன்மைதான் பொதுமக்களை இந்த விஷயத்தில் அவமதிக்கும் அளவுக்குப் போகிறது. அவர்களது இயல்பான உந்துதலை, ஆர்வத்தைக்கூட வதந்தியைப் பரப்பும் செயல் என்று குற்றமாக வரையறுக்கிறது. அது வெறும் ஆர்வம் மட்டும் தானா? இல்லை. ஏனெனில் மக்களாட்சியின் அடிப்படைத் தத்துவம், ஒரு அரசைத் தேர்ந்தெடுப்பதில் மாத்திரம் அல்ல; அதன் செயல்பாட்டைக் கண்காணிப்பதும் அதன் நேர்வழியை உறுதி செய்வதிலும் இருக்கிறது. ஆக, தாம் தேர்ந்தெடுத்திருக்கிற அரசையும் அதன் தலைமையின் இயக்கத்தையும் கண்காணிக்கிற, கேள்வி கேட்கிற, அது செயல்படாத போது அதை மாற்றுகிற உரிமையையும் உள்ளடக்கியது தான் மக்களாட்சி. இந்த உரிமைகள் மறுக்கப்படுவதைத்தான், கண்ணியம், தனிமனித உரிமை போன்ற சொல்லாடல்களை முன்னுறுத்தி ஒரு தரப்பு உறுதிசெய்கிறது. கேள்விகளை எதிர்கொள்ள முடியாதபோது ‘வதந்தி’ என்கிற வார்த்தையை உருவாக்கி அச்சுறுத்துகிறது. இந்த செயல்பாட்டுக்கு மக்களாட்சியில் என்ன பொருள்; மக்கள் விரோதம் என்பதைத் தவிர!

ஒருவர் வதந்தி பரப்புகிறார் என்ற அடிப்படையில் கைது செய்யப்படுகிறபோது, அவர் மீது ஒரு சமூக விலக்கம் வந்துவிடுகிறது. இது மிகவும் ஆபத்தானது. இங்கு வெகு மக்களின் அரசியல் புரிதலின்மை

அரசின் கையிலுள்ள ஆயுதத்தை கூர் தீட்டிக்கொள்ள பயன்பட்டுவிடுகிறது. ஆக, இங்கு அரசுக்கு எதிராக ஒரு ஒருங்கிணைவு தேவையாக இருக்கிறது. அது நடக்காது என்று தெரிகிறபோது, மவுனமாக அதைக் கடக்க முயல்கிறோம். இத்தகைய மனநிலையை உருவாக்கி நிலைநிறுத்துவது ஃபாசிசத்தின் இரண்டாவது கட்டம். இது நமது சூழலில் புதிதல்ல, மான நஷ்ட வழக்குகளின் தன்மை அதுதான். எண்ணிலடங்கா அவமதிப்பு வழக்குகளை மாற்றுக் கட்சியினரின் மீது சுமத்துவதன் மூலம் அவர்களை மவுனிக்கச் செய்யும் தந்திரத்தைப் பயன்படுத்திய அரசுதான் இது. ஆக, இந்த ஆதிக்கக் கருத்தியலுக்கு எதிராகத் தொடர்ந்து பேசுவதும் எழுதுவதும் ஒவ்வொருவரின் கடமையாகிறது. ஆனால் நமது சூழலில் என்ன நடக்கிறது? எல்லாரும் தத்தமது கணக்குகளோடு இந்த விஷயத்தை அணுகுகிறார்கள். ‘எல்லாவற்றிலும் அரசியல் உண்டு’ என்னும் விழிப்புணர்வுச் சொல்லாடலைக்கூட, மிகவும் தந்திரமாக அரசின் வன்முறையை மறைக்கும் செயலுக்குப் பயன்படுத்துகிறார்கள். ஒருபுறம் கண்ணியம் என்ற சொல்லின் பின்னால் அரசு ஆதரவு, மறுபுறம் அதே கண்ணியம் என்ற வார்த்தையின் பின்னால் தனி மனித சுதந்திரத்துக்கான போர்ப்பிரகடனம். மொத்தத்தில் நிலவுவது அற்பத்தனத்தின் மீதான சவாரி. இதிலிருந்து வெளியேறுவதுதான் குறைந்தபட்ச அரசியல் புரிதலும் முன்னகர்வும்.

சமகால அரசியல் என்பது ஒரு சீரழிவை இன்னொரு சீரழிவைக் கொண்டு எதிர்கொள்வது என்பதாகத் திரிந்திருக்கிறது. காத்திரமான ஒப்பீட்டைச் செய்வதுபோல பாவனை செய்துகொண்டே பல ஊடகங்கள் அறம் பிறழ்கின்றன. ஒரு நேர்மையான விமர்சனத்தைக் கையிலெடுப்பதை விடுத்து, விமர்சனம் செய்பவர்களை ஆராயும் கிளுகிளுப்பை மக்களிடம் உண்டாக்குவதன் மூலம் திசைதிருப்பும் வேலைகளைச் செய்கின்றன. அதற்காக எந்த எல்லை வரைக்கும் செல்ல அவர்கள் தயாராக இருப்பது தெரிகிறது. இந்தியா முழுவதும், ‘தேசபக்தி’ என்ற பெயரால் மக்களைப் பிரிக்கும் செயலை தற்போது ஆட்சியில் இருக்கும் மத்திய அரசாங்கம் தீவிரமாக முன்னெடுக்கும் நேரத்தில், அதை மக்களிடம் கொண்டு சேர்க்க வேண்டிய ஊடகங்கள், காங்கிரஸ் அரசாங்கத்தின் ஊழலையும், வாரிசு அரசியலையும் விவாதப் பொருளாக்குகின்றன. இதன் மூலம், மக்களின் மனதில் அரசுக்கு ஆதரவான ஒருமித்த மனநிலையை உருவாக்க முயல்கின்றன. முந்தைய காங்கிரசின் ஆட்சிக்காலத்தில், ஊழலுக்கு எதிரான பொம்மைப் போராட்டங்களை நடத்தியவர்களை நாயகர்களாக முன்னிறுத்தி, முந்தைய அரசின் கொள்கைகளின் வழியாக சட்டப்பூர்வமாக நடத்தப்பட்ட கொள்ளைகளை மக்களிடம் விவாதப்பொருளாக மாறாமல் தடுத்தவையும் இதே ஊடகங்கள்தான். இப்போது நடப்பதும் அதேதான்.

காங்கிரஸ் அரசாங்கம் கடைப்பிடித்த கொள்கைகளை அதைவிட தீவிரமாக முன்னெடுக்கிற பிஜேபி அரசாங்கத்தின் மக்கள் விரோதக் கொள்கைகளை, 'ஊழலற்ற நிர்வாகம்' என்ற சொல்லாடலின் மூலம் முட்டுக்கொடுக்கின்றன. அதில் பெருமளவில் வலதுசாரி ஆதரவு ஊடகங்கள் வெற்றியடைந்திருக்கின்றன என்பதை நாம் ஒத்துக்கொண்டே ஆகவேண்டும். அதனால்தான் தேசபக்தி குறித்த மூர்க்கமான கூச்சல்கள் பொதுவெளிக்கு வருகின்றன. ஒரு மாற்றுத் திறனாளியை, அவர் எழுந்து நிற்கவில்லை என்பதற்காக மிரட்டும் நிலை உலவுவது அதனால்தான். ஒரு பகுதி கூட்டு மனசாட்சி, அந்த அரசாங்கத்தை உளப்பூர்வமாக ஆதரிக்கிறது. அதன் வன்முறையை நனவிலியில் பதிய வைத்திருக்கிறது என்பதன் வெளிப்பாடுதான் இது.

இந்தத் தாக்குதல் குறித்துப் பேசுபவர்கள் எல்லாரும், அவர் ஒரு சமூகப் போராளி என்பதைத் தவறாமல் குறிப்பிட்டுப் பேசுகிறார்கள். நான் கேட்கிறேன், 'ஒரு திரையரங்கில், தேசிய கீதம் இசைக்கப்படுகிறபோது அங்கு இருக்கும் ஒருவர் எழுந்து நின்றே ஆகவேண்டும்' என்கிற கட்டாயம் எங்கிருந்து வருகிறது? அவ்வாறு எழுந்து நின்றே ஆகவேண்டும் என்று நெருக்குவதும், இல்லையென்றால் அவர் மீது தாக்குதல் நடத்துவதும் எந்த உரிமையின் அடிப்படையில்? அவ்வாறு தாக்கப்படுபவன் எந்த முக்கியத்துவமும் இல்லாதவன் என்றால் மட்டும் அந்தத் தாக்குதல் நியாயமாகிவிடுமா? இத்தகைய கருத்துகள் தயக்கமின்றி எவ்வாறு பொதுவெளியில் வைக்கப்படுகின்றன? இதன் அடுத்த முயற்சியாக மக்கள் மிக இயல்பாக எழுந்து நிற்க பழக்கப்படுவார்கள். அதை ஒரு கும்பல், 'பெரும்பான்மை மனநிலையுடன் ஒத்துப்போவது' என்றும், 'இணங்கி வாழும் செயல்' என்றும் புனிதப்படுத்தும். எல்லாரும் 'மற்றமை' ஆக ஒதுக்கப்படும் ஆபத்தைத் தவிர்த்துக்கொள்வதன் பொருட்டு பெரும்பான்மையுடன் கலந்துகொள்ள விழைவார்கள். இதுதான் ஃபாஸிசத்தின் மூன்றாவது கட்டம். இதன் பொருள் இணக்கமா? இல்லவே இல்லை. வன்முறை தனது நிழலை மிகவும் வேகமாக படரச் செய்வதில் வெற்றி அடைகிறது என்று அதற்குப் பொருள். ஒற்றைக்கருத்து என்பதோ, ஒருமித்த கருத்து என்பதோ மேலிருந்து திணிக்கப்படுவதாக இருக்க முடியாது. ஆனால், இங்கு நிகழ்ந்துகொண்டிருப்பது மிக வேகமாக உதிரிகளை ஒன்றிணைக்கும் செயல். அதற்கே இங்கு 'அரசியல்' என்றும் 'மக்கள் ஆதரவு' என்றும் பெயர் சூட்டப்படுகிறது.

மக்களைப் பிளவுபடுத்தும் கருத்தியல் உடனடி பலனைத் தரும் என்று உதிரி இயக்கங்கள் மக்களின் உணர்ச்சியை வேட்டையாடப் புறப்படுகின்றன. இந்த வதந்தி கைதுகளைக் கண்டித்தவர்கள் யார், மவுனமாக இருந்தவர்கள் யார், வதந்தி குறித்து புதிய விளக்கங்களைச்

சொல்வதன் மூலம் பசப்புபவர்கள் யார் என்பதை அறிந்துகொள்வதன் மூலம், இதில் பங்காளிகள் யார் பகையாளிகள் யார் என்பதை நாம் எளிதாகப் புரிந்துகொள்ள முடிகிறது. இந்த விஷயத்தில் சோரம்போகாத கட்சிகளை நுண்ணோக்கி வைத்துதான் நாம் காண வேண்டியிருக்கிறது. ஒரு உணர்ச்சிப் பூர்வமான நிகழ்வைக் கொண்டு, மக்களிடம் அற்பத்தனங்களை விற்பது நீண்டகால நோக்கில், அவர்களை வன்முறையின் பங்காளிகளாக்கிவிடும் என்பதை நாம் உணர வேண்டும். இந்த தேசத்தின் மாண்பு, சொத்து, கவுரவம் என்று இறுமாப்புடன் முன்வைக்கப்படும் கோஷங்களுக்குப் பின்னால், ஒரு வன்முறைக் கருத்தியல் பொதித்துவைக்கப்பட்டிருக்கிறது. அதைக் கண்டறிவதும், வெகுஜனத்திரள் முன்னால் தயக்கமின்றி எடுத்து வைப்பதுமே அறிவுஜீவிப் பண்பாடு என்று நான் கருதுகிறேன். எந்த ஒன்றையும் ரொமாண்டிசைஸ் செய்வது, அதன் சீரழிவைக் கூட்டவே உதவும்.

இங்கு ‘வதந்தி’ என்று சொல்லப்படும் வரையறைக்குப் பின்னால் ஒரு உள்ளார்ந்த ஒடுக்குமுறை உள்ளது என்பதையும், அதை எத்தகைய புனித வார்த்தைகளை முன்னிட்டும் சகித்துக்கொள்ளலாகாது என்பதையும், மிகவும் வெளிப்படையாக நமது எதிர்வினையைப் பதிவுசெய்ய வேண்டும் என்பதையும் நான் குறிப்பிட விரும்புகிறேன். ஏனெனில், இந்த கட்டுப்பாட்டின் நிழல்கள் எதேச்சதிகாரத்தின் காலடியில் சென்று முடிகின்றன. அங்கு அரசியல் என்பது வெறும் சாமரமாகவே இருக்கும். மக்களாட்சி என்பது எந்தக் காலத்திலும் இந்த மனநிலைக்கு எதிரானது. இந்த சமரசத்துக்கு நாம் பழகிக்கொள்வது, வரப்போகும் பெரிய ஒடுக்குமுறைகளுக்கு பாதை அமைத்துத்தரும் செயலாக அமையும். ஒவ்வொரு சிறிய வன்முறையையும் காத்திரமாக எதிர்கொள்வதன் மூலமே, நாம் அன்பை நோக்கி நகரமுடியும். அன்பென்பது ‘சுய தணிக்கை’ அல்ல. தணிக்கை என்கிற பிரக்ஞை இல்லாத நிலையைநோக்கி நகர்வது. அந்த இடத்தில் கண்ணியம் என்பது வெறும் வார்த்தையாக மட்டுமே இருக்கும். ஏனெனில் அது சுதந்திரம் என்ற சொல்லின் ஒரு பகுதியாக மாறிப்போயிருக்கும்!

- நவம்பர் 2016 ‘உயிர்மை’.

ஹீரோக்கள்

இந்த போபால் என்கவுன்ட்டர் விவகாரத்தில், நடந்தது படுகொலைதான் என்று செய்தியைப் படிக்கும் எல்லாருக்குமே புரிகிறது. அதில் எந்த ரகசியமும் இல்லை. சிறையில் உணவு உண்ண வழங்கப்படும் தட்டை உடைத்துக் கூரான ஆயுதமாக்கி, அதைக்கொண்டு காவலரைக் கொன்றுவிட்டு, போர்வைகளை ஒன்றோடு ஒன்றாகப் பிணைத்து அதைப் பயன்படுத்தி முப்பத்திரண்டு அடி உயரமுள்ள சுவரின்மீது ஏறிக்குதித்து கைதிகள் தப்பித்தார்கள் என்கிறது போலீசின் திரைக்கதை. இது மிகவும் அலட்சியமான திரைக்கதைதான். முன்பெல்லாம் ஒரு என்கவுன்ட்டர் நடக்கும்போது, அதை உண்மைபோல காண்பிப்பதற்கு கொஞ்சம் சிரமம் எடுத்துக்கொள்வார்கள். இப்போது அதையும் கடந்துவிட்டார்கள் என்பதுதான் இதில் நாம் கண்டிருக்கும் வளர்ச்சி. இங்கு அரசு, போலீஸ், சிறை நிர்வாகம் என்பதைத்தாண்டி நாம் விவாதிக்க வேண்டியது பொதுச்சமூகத்திடம் ஆதிக்கம் செலுத்தும் 'என்கவுன்ட்டர் ஆதரவு' மனநிலையைத்தான்.

முதலில், 'கொல்லப்பட்டவர்கள் என்ன தேசபக்தர்களா...?' என்ற ஒரு எதிர்வினையைப் படித்தேன். இதன் பொருள் 'அவர்கள் தேச விரோதிகள் அல்லவா' என்பதுதான். இவ்வாறு 'தேசவிரோதிகள்' என்று அவர்களை வரையறுக்கும்போதே 'அவர்கள் கொல்லப்படவேண்டியவர்கள்' என்னும் கருத்து அதன் உட்பொருளாக வந்துவிடுகிறது. அதுமட்டும் அல்ல; இதன் அடுத்த கட்டமாக இந்த தண்டனையை நிறைவேற்றுபவர்கள், அதாவது தேச விரோதிகளைக் கொன்று ஒழிப்பவர்கள், இதன் வழியாக தேசபக்தர்களாகவும் தோற்றம் கொண்டுவிடுகிறார்கள். இந்த இடத்தில் இத்தகைய அத்துமீறல் கொலைகளைக் கண்டிப்பவர்கள், இதன்மூலம் தேசபக்தர்களைக் கண்டிப்பவர்களாக ஆகிவிடுகிறார்கள். தேசபக்தர்களைக் கண்டிப்பதன் மூலம், அவர்களும் தேசவிரோதிகளாக ஆகிவிடுகிறார்கள். ஆக, கொல்லப்படவேண்டியவர்களின் எண்ணிக்கை வெடித்துப் பரவுகிறது. கொலை மனநிலையை செறிவூட்டும் 'மாஸ் ஹிஸ்டீரியா' அதன் உச்சத்தை அடைகிறது. ஃபாசிசம் வேகமாக தனது வட்டத்தை வரைகிறது. அது தனது வட்டத்தைப் பெருக்கிக்கொண்டே போகப் போக

அதில் மாட்டிக்கொள்பவர்களின் எண்ணிக்கை அதிகரித்துக் கொண்டே போகும். கொஞ்சம் கொஞ்சமாக அது பொதுச்சமூகத்தையும் அதற்குள் திணித்துவிடும் என்பதுதான் வரலாறு நெடுக ரத்தமும் சதையுமாக கொட்டிக்கிடக்கும் உதாரணங்களில் இருந்து நாம் புரிந்துகொள்வது.

இந்த பாசிச வட்டத்தின் விட்டத்தைப் பெருக்கும் கண்ணிகள் எவை என்கிற தெளிவு நமக்கு இல்லையென்றால், ஒரு பொதுச்சமூகமாக நாம் தோல்வியடைகிறோம் என்று பொருள். இந்த வன்முறையின் இரத்தக்கறை நம்மீதும் உண்டு என்று அர்த்தம். கொஞ்சம் கொஞ்சமாக அது நமது ரத்தத்தையும் கோரும் எனும் எச்சரிக்கை நமது மூளையை எட்டவில்லை என்றும் பொருள். அறிவுஜீவு மனநிலையைத் தவிர்த்து, ஒரு சிவில் சமூகமாக நாம் கைக்கொள்ள வேண்டிய சில அடிப்படைகள் இருக்கின்றன. மிக மேலோட்டமாகப் பார்க்கிறபோது 'இறுகிப்போன பொலிடிகல் கரெக்ட்னஸ்' மனநிலையைப்போல அது தோன்றலாம். ஆனால் நாம் கவனம் செலுத்தியே ஆகவேண்டிய புள்ளி அது.

முதலாவதாக, குற்றம் சுமத்தப்பட்டிருக்கும் ஒருவனை 'மற்றமையாக'க் கருதும் மனநிலை. இவ்வாறு அவனிடமிருந்து தன்னை அப்புறப்படுத்திக்கொள்வதன் மூலம், தன்னை மேலானவனாக உணர்வது. அதன் மூலம், அதிகாரத்தின் பிரதிநிதியாக தன்னை உருவகித்துக்கொள்வது. தண்டனை தரும் அமைப்புடன் மனரீதியாக பிணைத்துக்கொள்வதன் மூலம் தானும் அதிகாரமிக்க ஒருவன்தான் என்னும் சுயஇன்பத்தில் திளைப்பது. அதன் வழியாக, தான் பாதுகாப்பாக இருப்பதாக நம்பத் தலைப்படுவது. அரசு நிகழ்த்தும் படுகொலைகளின்போது சமூக ஊடகங்களில் ஒரு சாரரிடம் வெளிப்படும் எக்காளத்தின் அடிப்படை இதுதான். அதிகார அமைப்பான போலீசுடனும், அரசுடனும் தம்மைப் பிணைத்துக்கொண்டு 'கொல்லுங்கள்... கொல்லுங்கள்...' எனும் கூக்குரலை உருவாக்கி உலவவிடுவது அதனால்தான். இதன் பின்னுள்ளது கொஞ்சமும் தனிமனித விடுதலை உணர்வற்ற, சொரணையற்ற கோழைத்தனம்.

இவ்வாறான நேரங்களில் என்னதான் செய்யவேண்டும்? தன்னை குற்றம் சாட்டப்பட்டிருப்பவனுடன் பிணைத்துக்கொண்டு மறுகவேண்டுமா? அவனையும் அவனது செய்கைகளையும் நியாயப்படுத்தவேண்டுமா என்கிற கேள்வி எழலாம். இல்லை. இங்கு நாம் செய்யவேண்டியது, ஒரு பண்பட்ட தனிமனிதனாக, அற விழுமியங்களின் மீது அழுத்தமாகக் காலூன்றி நின்று சமநிலையுடன் இவற்றை எதிர்கொள்வதுதான். குற்றம் சாட்டப்பட்டிருப்பவனின் தரப்பை நிராகரிக்காமல் இருக்கப் பழகுவது அதன் முதல்படி. அதுதான் நம்மை கும்பல் மனநிலையில் இருந்து விலக்கி வைக்கும். அரசு, போலீஸ், ராணுவம் போன்ற அதிகார அமைப்புகளை விதந்தோதும் அற்ப மனநிலையில் இருந்தும் நம்மைப் பாதுகாக்கும்.

ஏனெனில் இந்த கும்பல் மனநிலைதான், அரச வன்முறையின் முதலும் இறுதியுமான நம்பிக்கை. தேச நலன், பிராந்திய நலன், பாதுகாப்பு போன்ற சொற்களை முன்னிறுத்தித்தான் அது தனது வன்முறையை நியாயப்படுத்துகிறது. உணர்வுவயப்பட்ட நிலையில் இருக்கும் நம்மை அதன் கூட்டாளியாக்கிவிடுகிறது, ஒருபகுதி மக்களைப் பிரித்து அவர்களை மற்றவர்களின் முன் நிற்கவைப்பதன் மூலம் தனது அதிகாரத்தின் எல்லையை கூட்டிக்கொள்கிறது. ஆக, எந்த ஒன்றையும் 'மற்றமையாக'க் காணும் மனநிலையிலிருந்து நாம் முதலில் வெளியேறவேண்டும். இங்கு நடந்திருப்பது 'அரசு நிகழ்த்திய படுகொலை'. அதைச்செய்யும் உரிமை அரசுக்கு எந்தக் காலத்திலும் கிடையாது என்பதில் இருந்துதான் நமது புரிதலைத் தொடங்க வேண்டும்.

தண்டிக்கும் மனநிலை என்பது மிக நெருக்கமாக அதிகாரத்தின் மீதான வேட்கையுடன் தொடர்புடையது. முரணாக அது அச்ச உணர்வுடன் ஆழமாகப் பிணைந்திருக்கக் கூடியது. கொலைகளின் வழியே அச்சத்தைக் களையவே முடியாது. இத்தகைய கொலைகளின் மூலம் அரசுகள் உறுதி செய்ய முயல்வது, மக்களிடம் இருக்கும் அச்சத்தைக் களைவது அல்ல, மாறாக அந்த அச்சத்தை நிலைநிறுத்துவது. இதைப் புரிந்துகொள்வதானது ஒரு அரசைப் புரிந்துகொள்வது மாத்திரம் அல்ல, நாம் எவ்வளவு தூரம் மனிதர்களாக இருக்கிறோம் என்பதைப் புரிந்துகொள்வதுதான்.

- நவம்பர் 01, 2016

ஆண்பால் பெண்பால் அன்பால்

'பெண்கள்' என்ற சொல்லை நினைக்கத் தொடங்கினால் எனது அத்தைகளே முதலில் கண்முன் வருகிறார்கள். பிறகுதான் வீட்டை நிறைத்திருந்த சித்திகளும், சகோதரிகளும், அம்மாவும். வீட்டின் அகம் என்பது பெண்களால் நிறைந்திருந்தது அப்போது. கூடத்தைத் தாண்டி எந்த ஆணும் சமயலறைக்கோ, பெண்கள் கோலோச்சும் காபரா அறைக்கோ செல்லாத காலம். எந்தக் கட்டுப்பாடுகளும் இல்லாமல் சிறுவனாக அந்த அறைகளுக்குள் புகுந்து விளையாடிக்கொண்டிருந்த பிராயம் எனக்கு. ஐஸ்பாய் விளையாட்டில், நெல் கொட்டி வைத்திருக்கும் குதிருக்குப் பின்னால் ஒளிந்திருக்கும்போது, அதே இருட்டோடு இருட்டாக பாயில் வராந்தாவில் உட்கார்ந்திருப்பாள் திருமணமாகியிருக்காத எவளாவது ஒரு அத்தை. ஓடுகிற அவசரத்தில் அவளைத் தீண்டிவிட்டால் சட்டென்று எழுந்து வந்து எங்களது கால்சட்டையைக் கழட்டிக்கொண்டுதான் விடுவாள். ஒதுங்கி உட்கார்ந்திருக்கும் அவளைத் தீண்டிவிட்டால் நாங்கள் தீட்டாகிவிட்டோம் என்று பொருள். அதோடு நாங்கள் எதைத்தொட்டாலும் அவையெல்லாமே தீட்டாகிவிடும் என்கிற அச்சம்.

கொஞ்சம் வளர்ந்த பையனாக ஆகிவிட்டபோதும் கூட நான் விளையாட்டு அவசரத்தில் அவளைத் தீண்டிவிட்டால் கூச்சத்துடன் நெளிந்து கொண்டே ஏய்.. கால் சட்டையைக் கழட்டுடா... என்று சொல்லும் ஒரு அத்தையை இப்போதும் எனக்கு நினைவில் இருக்கிறது. அத்தைகள் ஒவ்வொருத்தியாக திருமணமாகி வீட்டை விட்டுப் புறப்படும் நாளில் அவள் வயதை ஒத்த கல்யாணமாகாத மற்ற அத்தைகள் விசும்பினார்கள். அதில் ஒருத்தி வாழாமல் திரும்பி வந்த போது மற்ற அத்தைகள் தங்களது வாழ்க்கை குறித்து பயந்தார்கள். பின்னந்தியில் இருளுடன் குளத்து நீர் முயங்கும் நேரத்தில் தங்களது திருமணம் குறித்து அவர்கள் தங்களுக்குள் கிசுகிசுத்துக்கொள்வதை நான் பலமுறை கேட்டிருக்கிறேன். அதில் ஒருத்தியைத் தவிர எல்லாரும் நன்றாக நீந்துவார்கள். கட்டியிருக்கும் பாவாடையை நெகிழ்த்தி பந்துபோல் செய்து அதில் தலையை வைத்துக்கொண்டு நீரைக் கொப்பளித்துக்கொண்டே தம்பட்டம் அடிப்பாள் ஒரு அத்தை. அவள் நீந்தும் அழகை இப்போது

நினைக்கையில் அந்த காட்சி ஒரு மாய வசீகரத்தைப் போல என் மனதில் நிறைகிறது. அது குளமேதான் என்றாலும், அது அவளது பிரத்யேக உலகம் இல்லையா? தண்ணீருக்கடியில் இருந்தாலும் உடைகளற்ற அந்த கால்கள் மிதந்து அலைந்தது தனக்கே தனக்கான ஒரு சுதந்திர வெளியில் இல்லையா? காற்று நிரப்பப்பட்ட அவளது பாவாடை ஒரு பாராசூட்டைப் போல எனது நினைவில் மிதக்கிறது. அந்த அந்தி நேரக் குளம் அவளுக்கு அளித்திருந்தது ஒரு பிடி வாழ்வு. அதுவொரு கலைக்க முடியா சுதந்திரத்தின் குறியீடு. பெண்களின் மீதான வசீகரத்தின் கண்ணி அங்கிருந்தே எனக்கு தொடங்கியிருக்க வேண்டும்.

பிறகு சிலவருடங்கள் கழித்து அதுவரை என்னுடன் சிறுமியாகச் சுற்றிக்கொண்டிருந்த அக்காளும் அவ்வாறு நீந்தத் தொடங்கினாள். ஒன்பதாம் வகுப்போடு படிப்பு நிறுத்தப்பட்டு அம்மாவுடன் வீட்டு வேலைக்கு ஒத்தாசையாக இருத்தப்பட்ட அவளோடு குளத்தில் குளிக்கும் ஒரு தலைமுறைப் பெண்களின் இருப்பு முடிவுக்கு வந்தது. தங்கைகள் கல்லூரிக்குப் போனார்கள். பொதுஇடத்தில் குளிக்க முடியாது என்று மறுத்துவிட்டார்கள். மொத்தமாகவே தெருப்பெண்கள் குளத்தில் குளிப்பதை நிறுத்திய அந்த காலத்தில் குளம் தன்னை வேகமாக தூர்த்துக்கொண்டது. தனது உயிரை மாய்த்துக்கொண்டது. மாடுகளும் இறங்கமுடியாத பாழும் நீரில் தவளைகள் மட்டும் தனித்து தாவிக்கொண்டிருந்தன. இதை அசைபோடும்போது எனக்கு இப்போதும் ஒரு விஷயம் ஆச்சர்யமாகவே இருக்கிறது. அதே குளக்கரையில் கொஞ்சம் தள்ளிதான் எனது சித்தப்பன்களும், மாமன்களும் குளித்தார்கள். மெல்லிய சீண்டலும் காதலும் அதில் எப்போதும் இருந்தது. எப்போவாவது சில மீறல்களும் இருந்தனதான். ஆனாலும் இவள் என் பெண் என்னும் வாஞ்சை அதில் இருந்தது. அங்கேயும் நிறைவேறாத காதல்கள் இருந்தன. ஆனால் எப்போதும் அங்கு வன்முறைகள் நிகழ்ந்ததே இல்லை.

ஆனால் கல்லூரி செல்லத்தொடங்கிய எங்களது தங்கைகள் வீட்டின் வாயிலில் நாங்கள் எதிர்ப்படும்போது கூட மிக அனிச்சையாக தங்களது மார்பின் குறுக்காக கைகளை வைத்துக்கொண்டு நடக்கத் தொடங்கினார்கள். கூட்டம் அதிகமாக உள்ள பேருந்துகளில் அவர்கள் கல்லூரிக்குச் செல்லத் தொடங்கியது ஒரு காரணமாக இருக்கலாம். ஒரு வகையில் பெண்கள் வீட்டைவிட்டு கூடுதலாக வெளியில் வந்திருக்கிறார்கள். ஆனால் கைகளை இயல்பாகத் தொங்கவிட இன்னும் எத்தனை வருடங்கள் ஆகும் எனத் தெரியவில்லை.

இந்த மாற்றம் பெண்களில் மட்டுமா எனில் இல்லை. ஆண்களிலும் நிறைய மாற்றங்கள் நிகழ்ந்திருக்கின்றன. பொதுவெளிக்கு வருகிற ஒரு

பெண்ணை எவ்வாறு எதிர்கொள்வது என்பதில் ஆண்கள் அடையும் சிக்கல் நமது சூழலில் மிகவும் முக்கியமானது. இந்த விஷயத்தில் நமது சமூகமே ஒட்டுமொத்தமாக முதல் தலைமுறைச் சமூகமாக தடுமாறுகிறது. உள்ளுக்குள் நிறைய புழுங்கிக்கொண்டே வெளியில் சுதந்திரத்தை உணர்வதைப் போல நடிக்கிறது. தீட்டு நாட்களில் அன்று இருட்டு வராந்தாவில் அமைதியாக உட்கார்ந்த ஒரு தலைமுறைப் பெண்கள் பழங்கதையாகிப் போய்விட்டார்கள். ஆயினும் வயிற்றைப் பிடித்துக்கொண்டே பேருந்துக்கு விரையும் ஒருத்தி, தான் சுதந்திரமாக இருப்பதாக நம்பவே விரும்புகிறாள். இன்று அவளால் விடுப்பு எடுக்க முடியாது. உட்கார இருக்கை கிடைக்காத பேருந்தில் நின்று கொண்டே அலுவலகம் போக வேண்டிய ஒரு சூழலில், தான் விரும்பிய சுதந்திரத்துக்கும் தன் மீது திணிக்கப்பட்டிருக்கும் சுதந்திரத்துக்குமான இடைவெளி கூடிக்கொண்டே போவதை அவளால் எதிர்கொள்ள முடியவில்லை. இது தான் ஒரு ஆணின் வாழ்விலும் நிகழ்கிறது. அவனும் தான் சுதந்திரமாக இருப்பதாகவே நம்ப விரும்புகிறான். பெண்ணைக்காட்டிலும் கொஞ்சம் கூடுதலான தனது உடல் பலம் மட்டுமே அப்படி நினைத்துக்கொள்ள அவனுக்கு உதவுகிறது.

இங்கு சுதந்திரம் என்பதை ஏன் குறிப்பிட்டுச் சொல்லவேண்டியிருக்கிறது என்றால், நாம் அன்பென்று சொல்லிக்கொள்ளும் எல்லாவற்றையும் கேள்விக்குள்ளாக்கும் மந்திர வார்த்தை அது. ஏனெனில் பல நேரங்களில் நாம் அன்பு என்ற பெயரில் ஆதிக்கம் செலுத்துபவர்களாக, வன்முறையை ஏவுபவர்களாக இருக்கிறோம். சாதி மாறிக் காதலித்து மணந்துகொண்ட தனது அன்பு மகளின் துயர வாழ்க்கையைப் பொறுக்க முடியாமல் அவளைக் கொன்று அவளுக்கு விடுதலை தரும் ஒரு பாசமிகு தகப்பனைப் போல. நாம் கொஞ்சம் கண்ணை மூடி யோசித்தால், நம் மீது அதிகமாக அன்பு செலுத்துபவர்கள்தான் நம்மைத் தீவிரமாக ஒடுக்குபவர்களாகவும் இருப்பதை உணர முடியும். இங்கு அன்பைப் போன்ற தவறாக புரிந்துகொள்ளப்பட்ட பிறிதொரு வார்த்தை கிடையாது. இந்த இடத்தில் காதல் என்ற வார்த்தையையும் சேர்த்தேதான் சொல்கிறேன். மனிதர்கள் தமக்குள் கொள்ளும் அன்பு மாத்திரமல்ல, தாம் நம்பும் கோட்பாடுகள் மீது கொள்ளும் மூர்க்கமான பற்றும்தான்.

எனக்கு ஜெயகாந்தனின் 'யுகசந்தி' என்கிற ஒரு சிறுகதை நினைவுக்கு வருகிறது. திருமணமான பத்தே மாதங்களில் விதவையாகிறாள் ஒருத்தி. அவளைப் பெண்ணென்று கூட சொல்ல முடியாது. அந்தக்காலத்து திருமண வயதை நோக்கும்போது அவள் சிறுமிதான். கொஞ்சகாலம் கழிந்து நீண்ட தயக்கத்துக்குப் பிறகு வீட்டில் முடங்கிக் கிடக்கும் அவளை மேல்படிப்பிற்கு அனுமதிக்கிறார் அவளது அப்பா. அந்த

அனுமதியை பெற்றுத்தருபவள் அவளது பாட்டி. தனது பதினாறு வயதில் கையிலொரு குழந்தையுடன் விதவையாகிப்போனவள்தான் பாட்டியும். இப்போது அவளது பேத்தியும் அதேபோன்று விதவையாகி நிற்கிறாள். இந்த இரண்டு பேரின் வாழ்க்கையை முன்வைத்து ஒரு காலகட்டத்துப் பெண்களின் கண்ணீரைச் சொல்கிறது அந்தக் கதை. கண்ணீர் மட்டுமல்ல, அந்த இருளிலிருந்து பேத்தி வெளியேறுவதையும், அந்த விதவைக் கிழவி மட்டும் தனது பேத்தியை எவ்வாறு சரியாகப் புரிந்துகொள்கிறாள் என்பதையும் சொல்கிறது.

விதவையாகிவிட்ட அந்தப் பெண்ணுக்கு ஒரு காதல் வருகிறது. அதைக் கேட்க நேரும் அப்பா ருத்ரதாண்டவம் ஆடுகிறார். பாட்டிக்கும் கூட அதிர்ச்சிதான். ஆனால் அவள் பேத்தியைப் புரிந்துகொள்கிறாள். அவள் மீது வாஞ்சை பெருகுகிறது கிழவிக்கு. கணவனை இழந்த பெண் ஒருத்தியின் வாழ்க்கை இங்கு என்னவாக இருக்கிறது என்பது மட்டுமல்ல அதிலிருந்து வெளியேறாமல் இருக்கச் செய்கிற நமது நம்பிக்கைகள் குறித்தும் விமர்சனத்தை எழுப்புகிறது அந்தக் கதை. தனது மகளின் விதவைக் கோலம் குறித்து நிஜமாகவே கண்ணீர் சிந்தும் அந்த தந்தைக்கு அவள் மறுமணம் செய்துகொள்ளப்போகிறாள் என்பதை ஏற்றுக்கொள்ள முடியாது. தன் மகள் இறந்துவிட்டதாகத் தீர்மானித்து தலை முழுகுவார். ஆனால் தனது மகள் விதவையாகி வீட்டுக்கு வந்தபிறகும் கூட அவரது தாம்பத்யம் தொடர்ந்து கொண்டுதான் இருந்திருக்கும். அதற்குப் பிறகும் ஒரு குழந்தை பிறந்திருக்கும் அவருக்கு. அப்பாவை விடுங்கள்; தனது அம்மாவை அந்தப் பெண் என்னவாகப் பார்த்திருப்பாள் என்பதை நாம்தான் இன்னொரு கதையாக எழுதிப் பார்க்க வேண்டும்.

கதை என்று வருகிறபோது இது ஒரு காலகட்டத்து வாழ்வு. அப்படி இருந்ததும் உண்மைதான். ஆனால் ஒட்டுமொத்த சூழலும் அப்படித்தான் இருந்தது என்றும் சொல்ல முடியாது. பொதுப்புத்தியில் நிலைத்திருப்பதைப்போல, பெண்கள் வரலாறு முழுக்க அபலைகளாகவே வாழ்ந்து கொண்டிருந்தார்களா என்றால் இல்லை என்பதே இலக்கியங்களின் வழியும், எனக்குத் தெரிந்த வாழ்வின் வழியாகவும் நான் அறிவது. இளம் வயதில் தனது காதலனுடனான கலவியின் போது கணவனால் காணப்பட்டு எழுந்து நிற்க வைக்கப்பட்ட போதும் கூட ‘சரி... என்னா இப்ப...?’ என்று கேட்டுவிட்டுக் கடந்த எனது பாட்டி ஒருத்தியின் கதையை கேள்விப்பட்டிருக்கிறேன். கண்ணன், ராதை, இலா குறித்த இதிகாசங்களை செவிவழிக் கதைகளாகக் கேட்ட ஒரு தலைமுறையாக அவள் இருந்திருக்கக்கூடும். இப்போதைய குழந்தைகளுக்கு நாம் அறிமுகப்படுத்தும் சாரமற்ற பிளாஸ்டிக் கண்ணனின் சித்திரங்கள் அல்ல அவை. அந்தக் கிழவிகளிடம் இருந்து இன்றைய பெண்கள்

பெற்றுக்கொள்ளத் தவறியது என்ன என்பது குறித்த உரையாடல்கள் துவங்கப்பட வேண்டும்.

ஜெயகாந்தனது இந்தக் கதையில்கூட திருமணமாகி கணவனுடன் போகும் அந்த விதவைப் பெண் குறித்து நமக்கு எந்த அதிருப்தியும் கிடையாது. ஏனெனில் அவள் கணவனை இழந்தவள். அபலை. அவளுக்கு ஒரு வாழ்க்கை கிட்டியே ஆக வேண்டும். கிடைத்தும் விட்டது. அந்தக் கதையை நாம் இன்னும் கொஞ்சம் வளர்த்துப் பார்க்கலாமா? இப்போது அவளது கணவனை அவளுக்குப் பிடிக்கவில்லை? அவள் என்ன செய்வாள்? அதிலிருந்து வெளியேறுவாள் இல்லையா? அதைப் பார்ப்பதற்கு அந்த பாட்டியும் உயிரோடு இருந்தால், அந்த வெளியேற்றத்தை எவ்வாறு எதிர்கொள்வாள்.

இது ஒரு கதையின் வாழ்வு மாத்திரம் அல்ல. நம் கண் முன்னே நிகழ்ந்து கொண்டிருக்கும் எதார்த்த வாழ்வும்தான். இந்தக் கதை வெளிவந்து முப்பதாண்டுகள் இருக்கும். அடிப்படைவாதிகள், ஒழுக்கவாதிகள், நேர்மையாளர்கள், அன்பின் வடிவானவர்கள் எல்லோரது மனதுக்கும் உகந்த கதையாகவே இது இப்போது இருக்கும். ஆனால் இந்தக் கதை வெளிவந்து முப்பதாண்டுகளுக்குப் பிறகு நமது முதுகை நாமே தட்டிக்கொண்டு சிலாகித்துக்கொள்வதல்ல வாழ்க்கை. இப்போதைய எதார்த்தம் என்ன, அதில் நாம் எங்கு இருக்கிறோம் என்று யோசிப்பதுதான் முக்கியம்.

அதைப் புரிந்து கொள்ள கவிதா சொர்ணவல்லியின் 'கதவின் வெளியே மற்றொரு காதல்' என்ற ஒரு சிறுகதையை நாம் பார்க்கலாம். இரண்டு ஸ்நேகிதிகள். இருவருமே சமகாலத்தில் காதலித்துக்கொண்டிருப்பவர்கள். தமது காதல் குறித்து காஃபி ஷாப்பில் உட்கார்ந்து சந்தோசமாகப் பகிர்ந்து கொள்ளக் கூடியவர்கள். தனது இருபதுகளில் இருக்கும் அவர்களுக்கு வாழ்க்கை ஒரு பரந்த நட்சத்திர வெளியைப்போல் இருக்கிறது. அதில் ஒருத்தி சொல்கிறாள், தனது காதலனைக் கடந்து தனக்கு இன்னொருவனின் மீது ஒரு ஈர்ப்பு வருகிறது என்று. அது காதலாகக் கனிகிறது என்றும் சொல்கிறாள். கேட்கும் மற்றொருவளுக்கு அதிர்ச்சியாக இருக்கிறது. 'நீ ரெண்டு பேரையும் லவ் பண்ணுவியா' என்று கேட்கிறாள். இந்த உரையாடலின் பின்னிருப்பது பெண்மையின் ஆழ்ந்த இருளும் ஒளியும் பின்னிக்கொள்ளும் சுயம். அவள் 'ஆமாம்' என்று சொல்கிறாள். குறிப்பிட்ட கால இடைவெளியில் இவளுக்கும் அதேபோல இன்னொருவனின் மீது காதல் வருகிறது. இருவரும் உட்கார்ந்து வேறொரு இடத்தில் அது குறித்துப் பேசிச் சிரித்துக்கொள்கிறார்கள். எந்தக் களங்கமும், அச்சமும் அற்ற தங்களது 'காதல்கள்' குறித்த உரையாடலின் போது, இப்போது

கொஞ்சம் மழையோ, சாரலோ, தூறலோ வந்தால் எவ்வளவு நன்றாக இருக்கும் என்று நினைத்துக் கொள்கிறார்கள். இது நமது சூழலில் கதைகள் அடைந்திருக்கும் மாற்றம் மட்டுமல்ல. நமது வாழ்க்கை அடைந்திருக்கும் மாற்றமும் கூட.

இந்தக் கதையைப் படித்துவிட்டு நீங்கள் முகம் சுழிப்பீர்கள் என்றால், நான் உங்களிடமே பேச விரும்புகிறேன். இந்தக் கதையில் கவிதா சொர்ணவல்லி சொல்வது மீறலோ, புரட்சியோ அல்ல. ஒரு பெண் தான் தீண்டக்கூடிய எல்லைகள் குறித்த சமிக்ஞை. அது பெண்கள் கொள்ளும் காதலின் உன்மத்தம் மாத்திரம் அல்ல. தமது மென்கரங்களால் வலிமையான ஒன்றை ஓரமாக நகர்த்தும் எத்தனிப்பு. இதை எதிர்கொள்ள நாம் தயாராக இல்லை என்பதுதான் நமது சூழலில் நடக்கும் காதல் கொலைகள் நமக்கு உணர்த்துவது.

இங்குக் காதலின் எல்லை திருமணம் என்று புரிந்துகொள்ளப்பட்டிருக்கிறது. திருமணமாகக் கனியாத காதல்கள் எல்லாம் இழந்த காதல்கள் என்றும் நமது மனதில் பதியவைக்கப்பட்டிருக்கிறது. மேலும் காதல் மறுப்பு என்பது தனது ஆளுமைக்கு விடுக்கப்பட்ட சவாலாகவும் புரிந்துகொள்ளப்படுகிறது. இது மிகவும் அபத்தமானது. இருபது வயதில் தோன்றும் காதலும், முப்பது வயதில் அதன் பரிமாணமும் முழுக்கவும் வேறானது. ஒரு ஆணும் பெண்ணும் தான் காதலிக்கத் தொடங்கியபோது இருந்த வசீகரமும், துடிப்பும் சமநிலைக்கு வருவதை வயதாக ஆக உணர்வார்கள். அதுவொரு சலிப்பாக மாறுவதையும் நாம் காண முடியும். பேருந்து, ரயில் பயணங்களின் போது சில கணவன் மனைவியர் எந்த உரையாடலும் இல்லாமல் மணிக்கணக்காக அமைதியாகப் பயணம் செய்வதை நான் நிறைய பார்த்திருக்கிறேன். எப்போதும் பேசிக்கொண்டே இருந்த இணைகளுக்கு ஒரு கட்டத்தில் பேசுவதற்கு ஒன்றுமே இல்லாமல் போகிறது. அப்படி நடக்கும் என்று ஏற்றுக்கொள்வதை விடுத்து பதட்டமடைகிறார்கள். அது ஒரு புரிதலாக இல்லாமல் வெறுமையாக மாறுகிறபோது பூசல்கள் முளைக்கின்றன. இதில் இளைஞர்களும் விதிவிலக்கல்ல. சீக்கிரம் சலிப்படைகிறார்கள். காதலில் இருக்கும் இருவர், தாம் சலிப்புறுவதாக உணர்கிறபோது ஒருவரை ஒருவர் ஆராயும் மனநிலைக்குப் போகிறார்கள். ஒரு கட்டத்தில் காதல் வடிந்துபோய் 'கமிட்மென்ட்' என்கிற ஒற்றை வார்த்தையில் நிலைபெற்றுவிடுகிறது.

காதல் தோற்கும் இடத்தில்தான் காதல் குறித்த புனிதங்கள் பெரிது படுத்தப்படுகின்றன. துரோகம் என்ற வார்த்தை உரையாடல்களில் நுழைகிறது. இருவருக்குமான உறவின் கோரமுகம் வெளித்தெரிய

வரும் காலம் இது. இதை எவ்வாறு கையாள்கிறோம் என்பதுதான், நாம் எவ்வளவு பக்குவமடைந்திருக்கிறோம் என்பதைச் சொல்லும் கருவி. கைவிடுதல் என்பதோ ஏமாற்றுதல் என்பதோ காதலில் கிடையாது.

பெண்கள் குறித்த கனவுகள் எந்த ஆணுக்கும் கிறக்கமூட்டுபவைதான். நெகிழும் கணங்களில், 'நான் உன்னை எவ்வளவு காதலிக்கிறேன் தெரியுமா' என்று வார்த்தைகளைப் பயன்படுத்தாமல் ஒருத்தியால் சொல்ல முடியும். அதை அனுபவித்த, தன்னை ஒப்புக்கொடுத்த ஆண் ஆசீர்வதிக்கப்பட்டவன். தீவிர காதலில் ஆண் தயங்கித் தயங்கி தனது சுமைகளை உதறுவான். ஆனால் ஒரு பெண் மிக எளிதாக இந்த சமூகத்தையே உதறி எறிவாள்.

அவளுடன் எனக்கு இருப்பது அது காதல்தானா அல்லது வெறும் ஸ்நேகம்தானா என்று தீர்மானிக்க முடியாமல் நான் தத்தளித்துக்கொண்டு இருந்த சமயத்தில் அவளுக்கு திருமணம் நிச்சயமாகிவிட்டது. கல்யாணத்துக்கு நானும் போயிருந்தேன். தாலி கட்ட பத்து நிமிடம் இருக்கும் நேரத்தில், ஒரு சிறுமி வந்து என்னிடம் "அக்கா உங்களை கூட்டிட்டு வரச்சொன்னாங்க" என்று சொன்னாள். நான் மணமகள் அறைக்குச் சென்றபோது, முழு ஒப்பனையோடு அவள் தனித்து அமர்ந்திருந்தாள். "இந்தக் கல்யாணத்தை நிறுத்தட்டுமா" என்று கேட்டாள் அவள். தீர்க்கமான ஒரு பெண்ணின் முன்னால் ஆண் என்பவன் குமிழியைப்போல உடையக்கூடியவன் என்பதை உணர்ந்த நிமிடம் அது. பதில்களற்ற கேள்விகளைக் கேட்பதில் எப்போதுமே பெண்கள் சிறந்தவர்கள். வருடங்களுக்குப் பிறகு தனது கணவன் மற்றும் குழந்தைகளோடு வீட்டுக்கு வந்திருந்தாள். அவர்கள் இருவருக்குள்ளும் அப்படி ஒரு காதல் இருந்தது. அதைச் சகித்துக்கொள்வது எனக்கு சிரமமாக இருந்தது. விடைபெறும்போது அவள் எனது கன்னத்தில் முத்தமிடும்வரை நான் அவள் மீது அதிருப்தியாகவே இருந்தேன் என்பதை இப்போது நினைக்கையில் எனக்கே வெட்கமாக இருக்கிறது. காதலை மட்டுமல்ல, தகுதிகளை மறுவரையறை செய்வதிலும் பெண்கள் பிசாசுகள்தான்.

நண்பன் ஒருவனின் காதல் திருமணம். வீட்டிற்குத் தெரியாமல் நடத்திவைத்தோம். அதிகாலை நான்கு மணிக்கு காரில் சென்று அந்தத் தெருமுனையில் காத்திருந்தோம். அவள் சொன்னநேரத்துக்கு வந்து காரில் ஏறிக்கொண்டாள். பதட்டத்தில் அவளிடம் எனக்குப் பேசவே தோன்றவில்லை. அவள் மிகவும் நிதானமாக "அண்ணே அந்த பிள்ளையார் கோவில் வாசல்ல கொஞ்சம் ஸ்லோ பண்ணுங்க, நான் சாமி கும்பிட்டுக்கிறேன்" என்று ஓட்டுனரிடம் சொன்னாள். அதற்கு எதிரேதான் அவளது வீடு. "நல்லவேளை சரியான நேரத்துக்கு

வந்துட்ட, நான் பதட்டமா இருந்தேன்" என்று அவளிடம் சொன்னபோது, "ச்சே... ச்சே... நான் ராத்திரியே அப்பாகிட்ட 'காலைல மூணு மணிக்கு எழுப்புங்கப்பா... படிக்கணும்' என்று சொல்லிட்டுதான் படுத்தேன். கரெக்டா எழுப்பிவிட்டாரு" என்று சொன்னாள்.

சில வருடங்களுக்குப் பிறகு இதையெல்லாம் திரும்பிப் பார்க்கிறபோது நகைப்பாக இருக்கிறது. எந்த தீவிரத்தையும், காலம் சரி செய்துவிடுகிறது. அதன் மெல்லிய தடத்தை மட்டும் வைத்துவிட்டு மிச்சத்தை அழித்து விடுகிறது. அன்பைப் பற்றியும் காதலைப் பற்றியும் நூற்றாண்டுகளாக எண்ணற்ற நூல்கள் எழுதிக் குவிக்கப்பட்டிருக்கின்றன. படங்கள், நாடகங்கள் என எதற்கும் பஞ்சமில்லை. பெண்களின் மென்மையைப்பற்றி பக்கம் பக்கமாக சிலாகிக்கும் ஆண்களின் எழுத்துக்களைப் படிக்கும்போது எனக்கு அதிர்ச்சியாக இருக்கும். அவற்றையெல்லாம் படித்துக்கொண்டே அது உண்மைதான் என்பதுபோல நடிக்கும் பெண்களைக் காண எனக்குக் கிளர்ச்சியாகவும் இருக்கும். பெண் மிகவும் மென்மையானவள்தான். ஆயினும் மிகக்கூரான ஒரு சொல்லை, ஒரு ஆணின் இதயத்துக்குள் இறக்கி அதைக் காலமெல்லாம் அங்கேயே இருக்கச்செய்ய அவளால் முடியும். அவள் வன்மையானவளும்கூட.

காதல் என்று வருகிறபோது அதன் இன்னொரு பகுதியாக பிரிவும், விலகுதலும் இணைந்தே இருக்கிறது என்று தோன்றிக்கொண்டே இருக்கிறது. காதலைப் பற்றியும், அன்பைப் பற்றியும் சொல்லப்பட்டிருக்கும் பல கருத்துகள் அதை அடையாதவர்களாலும், கொடுக்கமுடியாதவர்களாலுமே அருளப்பட்டிருக்கின்றன என்று தோன்றும். அவ்வளவு பொய் இருக்கிறது அந்தப் பிரகடனங்களில். அன்பின் வன்முறை குறித்து ஆராய அஞ்சி அதை ரொமான்டிசைஸ் செய்துவைத்திருக்கிறார்கள் என்றும் கூட தோன்றும்.

மனிதர்கள் மீதான அன்பிலோ, காதலிலோ சாசுவதமானது என்ற ஒன்றே கிடையாது என்பதை நாம் குழந்தைகள் முதல் நம்மீது அன்பு செலுத்துபவர்கள் அனைவருக்கும் சொல்லித் தரவேண்டும். இதன் பொருள் அவர்களை வெறுக்கத் தூண்டுவதல்ல. சுதந்திரத்தின் பரந்த வெளியில் அவர்கள் கையைப் பிடித்து கூட்டி வருவது. அங்கு பறந்து கொண்டிருக்கும் எண்ணற்ற இறகுகளில் ஒன்றைப் பின்தொடரச் செய்வது. அவர்கள் நம்மை விட்டு விலகுவதை அங்கீகரிப்பது. அதற்கு நாம் செய்ய வேண்டியது முதலில் நம்மை பூரண சுதந்திரம் உள்ளவர்களாக உணர்வது. அந்த சுவையின் களிப்பை உணர்ந்தால் மட்டுமே அதை மற்றவர்களுக்குக் கடத்தும் உணர்வு பெருகும். அந்த உணர்வுக்குப் பெயர்தான் அன்பு. அதன் பெயர்தான் காதல். விடைபெறுகிறேன் என்று சொல்லும் ஒருத்தியை கனிவுடன் முத்தமிட்டுக் கையசைக்கும் ஒரு

ஆணின் காதலே எல்லாவற்றையும் விட மகத்தானது. இது பெண்ணுக்கும் பொருந்தும். எல்லாவற்றிலும் இருக்கும் புனிதங்களை உதிர்த்துவிட்டுப் பார்த்தால், அதில் மிஞ்சியிருப்பது பறக்கும் எத்தனம் மட்டுமே. அன்பு என்ற சொல் அதைநோக்கியே நகரும். அதை சாத்தியப்படுத்தும் ஒருத்திதான் ஒரு ஆணின் பிரபஞ்சக் காதலி. தனது தீராக் கனவுகளின் ஒரு துண்டு வண்ணத்தை அவன் அவளிடம் மட்டுமே பெறமுடியும். ஆண் பெண் மீது கொள்ளும் அன்பும், பெண் ஆண் மீது கொள்ளும் அன்பும் அவர்கள் காதலிக்கும்போது மட்டும் அல்ல பிரியும்போது கூட செயல்படும் நிலைக்கு நாம் நகரவேண்டும். அந்த இடத்தை அடைவதற்கு நாம் வேறுபாடுகளையும் கூட காதலிப்பவர்களாக மாறவேண்டும். உடன்படுவதில் மட்டும் அல்ல, வேறுபடுவதிலும் களிப்புறுவதே காதல்.

- நவம்பர் 10, 2016 'ஆனந்தவிகடன்'.

Demonitization

மோடியின் கறுப்புப்பணத்துக்கு எதிரான இந்த நடவடிக்கை சமூகத்தளத்தில் அதிர்வை உண்டாக்கியிருக்கிறது. இங்கு சமூகத்தளம் என்று நான் சொல்வது சமூக ஊடகங்களை அல்ல. சமூக ஊடகங்களில் 'மாஸ் ஹிஸ்டீரியா' அதன் உச்சத்தை அடைந்திருக்கிறது. எல்லாமே இங்கு யூகங்கள். ஆனால் ஒவ்வொருவருக்கும் கருத்து தெரிவித்தே ஆகவேண்டியிருக்கிறது. கறுப்புப்பணம் என்பது கொஞ்சம் சிக்கலான விஷயம். எது கறுப்பு, எது வெளுப்பு என்பதன் வரையறைகள் உண்மைக்கும் பொய்க்குமான விளிம்பில் ஊசலாடிக்கொண்டிருக்கின்றன.

ஐநூறு மற்றும் ஆயிரம் ரூபாய் நோட்டுகளை செல்லாது என்று ஒரு நாள் இரவில் அறிவித்திருக்கிற மோடியின் நம்பகத்தன்மைக்கும் இது பொருந்தும். அவர் கத்தியின்மீது நின்றுகொண்டிருக்கிறார். அவரது கண்ணீரை முதலைக்கண்ணீர் என்று கேலி செய்யும் சமூகஊடகங்கள், பணத்தை மாற்றுவதற்காக வரிசையில் நிற்கும் ராகுலின் செயலை அற்பத்தனம் என்று வரையறுக்கத் தயங்குகிறது. மோடியின் அரசியல் வெற்றி என்பது காங்கிரசின் அற்பத்தனத்தின் மீது கட்டப்பட்டிருக்கும் ஒன்று. அது நிகழ்த்திக் காட்டிய மக்கள் விரோத, வரம்புகள் அற்ற ஊழல்தான் மோடியின் வெற்றியை சாத்தியமாக்கியது. மோடியின் மீதான வன்முறை அச்சத்தைக் கொண்டு காங்கிரசின் பல்லாண்டு கால வன்முறையை நாம் கடக்கவேண்டியதில்லை. இந்த அடிப்படையில் இருந்தே இந்த விவகாரத்தைப் புரிந்துகொள்ள வேண்டும்.

இந்த விவகாரத்தில், மோடி வெளிப்படுத்தும் முகம் என்ன, அவரது உண்மையான முகம் என்ன என்பதில் எல்லோருக்கும் இருக்கும் குழப்பமே இதில் ஒரு கருத்தை எட்டமுடியாமல் போவதற்குக் காரணம். அதனால் தான் இந்த விஷயத்தில் மோடியை வில்லனாக வரித்துக்கொள்வதில் அது கவனம் கொள்கிறது. நான் மோடியை 'ஒரு சர்வாதிகாரியின் மனப்போக்கு உள்ள நிர்வாகி' என்று வரையறுக்கவே விரும்புகிறேன். இந்த விஷயத்தில் அவரைப் பொருட்படுத்தத்தக்க நேர்மையாளராகவும் நான் நம்புகிறேன். இவ்வாறு நான் நம்புவதன் அடிப்படை அவரது சர்வாதிகார மனநிலையின் மீது நான் கொள்ளும் தெளிவுதான். அவர்கள் அவ்வாறுதான் இருக்க முடியும்.

இந்த அறிவிப்பின் பின்னால், ஒரு சர்வாதிகாரியின் மூர்க்கம் இருக்கிறது. ஆனால் அதில் மன்மோகன்சிங் கைகொண்ட தப்பித்துக்கொள்ளும் வழிமுறை இல்லை. இந்திய அரசியலில் மன்மோகன் சிங்குகளின் வருகையும் நிலைத்தலும் மோடிகள் வருவதைத்தான் உறுதி செய்யும். இப்போது நிகழ்ந்திருப்பது அதுதான். ஆனால், இன்னும் ஒரு ஐம்பது நாட்கள் பொறுத்துக்கொள்ளுங்கள் என்ற மோடியின் கோரிக்கையை நான் நேர்மையாகவே பார்க்கிறேன்.

இன்றைய உலக அரசியல், முதலாளித்துவத்தின் இறுதி எல்லையில் அதாவது முட்டுச்சந்தில் போய் நின்றுகொண்டிருக்கிறது. எல்லாவற்றையும் உறிஞ்சித் தீர்த்துவிட்டு, அது தனது அடுத்த வேட்டையை இறுதி செய்ய முடியாமல் தவிக்கிறது அது. ட்ரம்ப்பின் பிரகடனம் சொல்வது அதைத்தான். இன்று 'தேசியம்' என்பதன் வரையறைகள் மாறிக்கொண்டிருக்கின்றன. எப்படி இருந்தாலும் நிறைய மாற்றங்கள் வரப்போகின்றன. ட்ரம்ப்பின் 'அமெரிக்கா அமெரிக்கர்களுக்கே' எனும் கோஷம் 'அந்தந்த நாடும் அந்தந்த நாடுகளுக்கே' என்ற உரையாடலாக நீட்சியடையும் காலத்தில், முதலாளித்துவம் 'இப்போது இருக்கிற உருவத்தில்' நீடிக்க முடியாது.

தம்மை ஆள்பவர்களிடம் தமது நாட்டிற்கு வரும் அகதிகள் மீது அன்பாக இருக்கச் சொல்லும் மேற்குலக சமூகம் 'அகதிகள் உருவாவதை நிறுத்துங்கள்...' என்று சொல்லமுடியாது. ஏனெனில் அது அதற்குத் தர வேண்டிய விலை அதிகம். அது மிகப்பெரிய உலுக்குதலை எதிர்கொள்ள வேண்டும். அகதிகள் மீதான அன்பு உருவாக அகதிகள் வேண்டும். முதலாளித்துவம் உருவாக்கி நிலைநிறுத்தியிருக்கும் விழுமியங்களில் இது முக்கியமான கண்ணி. நமக்கும் அதேதான். மோடியை ஆதரிக்கவும், அவர் அறிமுகப்படுத்த நினைக்கிற சீர்திருத்தத்தை எதிர்க்கவும் நமக்கு முதலாளித்துவம் வேண்டும். அதன் சொகுசும் வேண்டும். அதுதான் பிரச்சினை.

இந்தியப் பொருளாதாரம் என்று வருகிறபோது, உலக நிலைமையைக் கருத்தில் கொண்டுதான் நாம் அதைப் பரிசீலிக்க முடியும். மோடியின் இந்த முடிவைக் கடுமையாக விமர்சிக்கும் எல்லாரும், 'அதானியின் பணம், அம்பானியின் பணம்' என்பதில் இருந்தே தொடங்குகிறார்கள். அது மிகப்பெரிய அபத்தம். சுவிஸ் வங்கியில் உள்ள பணத்தை ஒரேநாளில் இந்தியாவுக்குக் கொண்டு வரும் எந்த உபாயமும் எந்த அரசுக்கும் இங்கே கிடையாது. கடும் சர்வாதிகாரத்தைப் பேணுகிற சீனாவாக இருந்தாலும் சரி, சீரிய மேலாண்மை முறையை வைத்திருக்கிற இங்கிலாந்தாக இருந்தாலும் சரி, இதில் சாத்தியமே இல்லை.

ஏனெனில் கறுப்புப்பண உருவாக்கம் என்பது முதலாளித்துவப் பொருளாதாரத்துடன் நெருக்கமான தொடர்புடையது. ஒன்றில்லாமல் மற்றது இல்லை. கடந்த இருபது ஆண்டுகளாக நாமும் முதலாளித்துவப் பொருளாதாரத்துடன் மிக நெருக்கமாகப் பிணைக்கப்பட்டிருக்கிறோம். அது நரசிம்மராவின் கொடை. அவர் இல்லாவிட்டாலும் அது நடந்தே இருக்கும் என்பது வேறு விஷயம்.

நாம் இன்று கைக்கொள்ளும் பல விழுமியங்கள் முதலாளித்துவ சிந்தனையால் உருவாகி வந்திருப்பவைதான். இன்று இந்தத் தடைக்காக நாம் உகுத்துக்கொண்டிருக்கும் கண்ணீரும் கூட முதலாளித்துவ சொகுசின் மீது உட்கார்ந்துகொண்டு உகுப்பதுதான். எந்த சிறிய சீர்திருத்தமும் வலிக்கவே செய்யும். அவன் சிரமப்படுகிறான், இவள் சிரமப்படுகிறாள் என்கிற போலிக் கண்ணீரையும் அது உருவாக்கவே செய்யும். உண்மையாகவே இது பிரச்சினை இல்லையா... மக்கள் அவதிப்படவில்லையா... என்று நீங்கள் கேட்கலாம். ஆம்; அதுவும் உண்மைதான். ஆனால் இதை சகித்துக்கொள்வதைத் தவிர மாற்றே இல்லை.

ஏனெனில் இந்தப் பொருளாதார முறை நம்மீது திணிக்கப்பட்ட ஒன்று. எவ்வளவு வேகமாக இது நம்மீது திணிக்கப்பட்டதோ, அதே அளவு வேகத்துடன் கண்காணிப்பு வழிமுறைகள் சீர்திருத்தப்பட்டு நிலை நிறுத்தப்படவில்லை. நமது இந்தியப் பொருளியல் முழுக்கவும் சுரண்டுபவர்களின் கையில் இருக்கிறது. அதைச் சீண்டினால், தன்னைக் குப்புறத் தள்ளும் என்று மோடிக்குத் தெரியும். ஆனால் மோடிகளால் அமைதியாக இருக்கமுடியாது என்பதுதான் இதில் முரண். அவர்கள் நம்மையும் இதில் பணயம் வைக்கவே செய்வார்கள்.

கருப்புப்பண ஒழிப்பில் இந்த நடவடிக்கை பலனளிக்குமா என்று மண்டையைப் பிய்த்துக்கொள்பவர்களுக்கு சொல்ல ஒன்றே ஒன்றுதான் இருக்கிறது. வேறு எந்த உறுதிசெய்யப்பட்ட வழிமுறையும் அதற்கு இல்லை என்பதுதான் அது. இவற்றிலிருந்தெல்லாம் நிரந்தரமாக வெளியேற ஒரு வழி இருக்கிறது. அதற்கு ஒரு மிகப்பெரிய கனவைப் பின்தொடர வேண்டும். அந்த பொக்கை வாய்க்கிழவன் கண்ட கனவு அது. பொருளாதாரம் குறித்து அவன் சொன்னதை நோக்கிச் செல்வதுதான் இறுதி வழி. ஆனால் அவனை விட்டு நாம் நீண்டதூரம் விலகி வந்துவிட்டோம். அங்கே நாம் திரும்பிப்போக வேண்டுமெனில் நிறைய போலி அச்சங்களைக் கைவிடவேண்டும். பத்து நாட்களுக்குப் பணம் இல்லையென்றால் செத்துவிடுவோம் என்பதும் அதில் ஒன்று!

- நவம்பர் 14, 2016

நிழல் தெய்வங்கள்

சசிகலாவிடம், "நீங்கள்தான் கட்சியை வழிநடத்த வேண்டும்" என்று தொண்டர்களும், கட்சிப் பிரதிநிதிகளும் வலியுறுத்துவதாகவும், அவர் இன்னும் ஜெயலலலிதாவின் மரணத்தில் இருந்து மீளாத் துயரத்தில் இருப்பதாகவுமான பிம்பம் கட்டமைக்கப்படுகிறது. அத்தகைய நாடகம் கடுமையாக விமர்சிக்கவும்படுகிறது.

கட்சியின் ஒரு பிரிவு தொண்டர்களால் சசிகலாவின் உருவம் பெரிதுபடுத்தப்பட்ட போஸ்டர்கள் கிழிக்கப்பட்டிருக்கின்றன. அதுவும் புரிந்து கொள்ளக்கூடியதே. 'ஜெயலலிதா' இறந்துவிட்டிருக்கிற ஒரு துயரார்ந்த சூழலில், அடுத்த தலைமைக்கான உடனடி நகர்வுகளை கட்சியின் தீவிரத் தொண்டன் விரும்பமாட்டான்தான். அதுவொரு எரிச்சல். அதைத்தாண்டி, ஒரு அதிமுக தொண்டன், சசிகலாவின் தலைமையை ஏற்றுக்கொள்வான் என்பதும் மிக சீக்கிரமாகவே அதற்கு பழகிக்கொள்வான் என்பதுமே உண்மை. அதிமுகவின் முந்தைய வரலாறு சொல்வதும் அதைத்தான்.

கட்சிக்குள் தான் என்னவாக இருக்கிறோம் என்பதை இந்த நேரத்தில் சசிகலா விரைவாக உறுதிப்படுத்திக்கொள்ள முயல்கிறார். அதனால்தான் ஜெயலலிதாவின் சமாதி முன்பு அவர் பவ்யமாக நின்று கொள்கிறார். சமாதியின் மீது மலர் தூவி விட்டு நகரும் கட்சியினர், அவரது காலில் விழுந்து எழுகிறார்கள். அதை அவரும் அசையாத மிடுக்குடன் ஏற்றுக்கொள்கிறார். அதிகார மாற்றம் அதிமுகவுக்கான பிரத்யேக வழியில் உறுதி செய்யப்படுகிறது.

அதிமுக ஒரு அரசியல் கட்சி என்பதை விட 'அதிமுகயிசம்' என்பதே மிகவும் சுவாரஸ்யமானது. 'ஒரு அரசியல் கட்சியின் அடிப்படை உறுப்பினராக இருப்பதற்கு, எவ்வித அரசியல் அறிவும் தேவையில்லை' என்பதை உறுதிப்படுத்தியதன் வழியாக பெரும் மக்கள்திரளை கட்சிக்குள் ஈர்த்ததுதான் எம்ஜியாரின் வெற்றி. இதன் பொருள், அதிமுகவிற்கு அரசியல் இல்லை என்பதல்ல. அது கைக்கொள்ளும் அரசியலில் தொண்டனுக்கு எந்தப்பங்கும் தேவையில்லை என்பதே அது.

ஒரு அரசியல் தொண்டன் கொண்டிருக்க வேண்டிய ‘அடிப்படை அரசியல் புரிதல்’ என்னும் சுமையை இல்லாமல் ஆக்கியதன் வழியாக கட்சியினருக்கு விடுதலை வழங்கியவர் எம்ஜியார். அதனால்தான் அவர் புரட்சித்தலைவர். எந்த வன்முறையும் இல்லாமல் நிகழ்ந்த புரட்சி அது. இதன் அடுத்த கட்டமாக சட்டமன்ற உறுப்பினர்களுக்கும், மந்திரிகளுக்கும் கூட அந்த சுமை தேவையில்லை என்பதை உறுதி செய்தவர் ஜெயலலிதா. புரட்சியின் அடுத்த கட்டம் அது. இந்த அரசியல் நீக்கம்தான் அதிமுகவின் பலம். அதுதான் ஒரு தலைமையின் முன்பு கேள்விகளற்று சரணடையும் பண்பாக, கட்சித்தலைவரை கடவுளாக்கித் தொழும் நிலையாக தொண்டனிடம் திரிந்தது.

இந்த மனநிலை, தொண்டனிடம் எவ்வாறு செயல்பட்டதோ அதற்கு நேர் எதிரான ஒரு ஆளுமையை தலைமையிடம் எதிர்பார்த்தது. ஆமாம். அதிமுகவின் தலைமை என்பது முழு சர்வாதிகாரத்தோடு மட்டுமே இருக்க முடியும். ஏனெனில் அப்போதுதான் ஒரு தொண்டன், தலைமைக்கு விசுவாசமாக இருப்பான். தலைமையை நம்புவான். எளிய மக்களை அரசியல் ரீதியாக காயடித்துவிடுகிறபோது, அந்த இடத்தை தலைமையின் வசீகரத்தைக் கொண்டுதான் நிரப்ப முடியும். அதிமுகவில் நிகழ்ந்தது அதுதான்.

இந்த அரசியலற்ற மனநிலை, மூர்க்கத்தை ராஜதந்திரமாகவும், நிலப்பிரபுத்துவ மனநிலையை அன்பாகவும் வரித்துக்கொள்ளும். பெரும் மக்கள் திரளால் ஜெயலலிதா கொண்டாடப்படுவதன் அடிப்படை இதுதான். உறுதி செய்யப்பட்ட தொண்டனின் இந்த சரணாகதி மனநிலையை பூர்த்தி செய்யும் பண்பு யாரிடம் இருக்கிறதோ அவர்தான் அதிமுகவின் கட்சித்தலைமைக்கு வரமுடியும். ஆக, சசிகலா தலைமைக்கு வருவதை எதிர்க்கும் அரசியல் ரீதியான பின்புலங்கள் எதுவும் அந்தக் கட்சிக்குள் இல்லை. மாறாக அவரை ஏற்றுக்கொள்ளும் கூறுகளே விரவிக்கிடக்கின்றன.

இந்த அம்சங்களைப் பற்றி பேசாமல் சசிகலாவை கடுமையாக விமர்சிப்பவர்களை நான் ஆச்சரியத்துடன் பார்க்கிறேன். ஏனெனில் சசிகலா தலைமைக்கு வருவதை அல்ல, ‘சசிகலாக்கள் மட்டுமே தலைமைக்கு வரமுடியும்’ என்பதை உறுதி செய்தது ‘ஜெயலலிதாயிசம்’ தான். சசிகலாவை ஊழல்வாதி என்று தூற்றும் அதே நேரத்தில் ஜெயலலிதாவை புனிதப்படுத்தும் வேலையை மறக்காமல் செய்கிறார்கள். சசிகலாவின் தலைமையை ஏற்றுக்கொள்வதற்கு எதிராக செயல்படும் மூன்று முக்கியமான தரப்புகள் உண்டு. அவை என்ன?

முதலாவது, ஜெயலலிதாவை ‘உள் மனதில்’ தங்களது பிரதிநிதியாக வரித்துக்கொண்டிருந்த ‘பிராமணீய மத்தியதரவர்க்க மனநிலை’. இனி ஜெயலலிதாவைப் போன்ற ஒரு ‘bold lady’ பிறந்துதான் வரவேண்டும் என்ற அரற்றலாக அது முடிகிறது. திராவிட அரசியலின் எழுச்சிப் போக்கில் ஒதுக்கப்பட்ட ‘பிராமணீய மேட்டிமைத்தனத்தை’ ஜெயலலிதா கைவிடாமல் வைத்திருந்தார் என்று அவர்கள் நம்பினார்கள். அவர்களால் ஜெயலலிதாவின் இடத்தில் சசிகலாவை வைத்துப் பார்க்கமுடியவில்லை. அவர்களது பொருமலுக்குப் பின்னால் இருப்பது விழுமியங்கள் குறித்த கவலை அல்ல. சொந்த விழுமியங்களின் எதிர்காலம் குறித்த ஆற்றாமை.

இந்த இடத்தில் ‘பிராமணீய மனநிலை’ என்று சொல்வது குறியீடுதான். பொதுவான சாதிய மேட்டிமைத்தனத்துடனும் பொருத்திக் கொள்ளலாம். ‘சோ’ போன்ற வலதுசாரி அறிவுஜீவிகள், கண்மூடித்தனமாக ஆதரித்த பத்திரிகைகள், கண்ணீர் மல்க காலில் விழுந்த கட்சிக்காரர்கள் என எல்லாரிடமும் ஜெயலலிதாவின் சாதி குறிப்பிடத்தகுந்த அளவில் ஆதிக்கம் செலுத்தியது. இதை சசிகலா எவ்வாறு கையாள்கிறார் என்பதில் இருக்கிறது, அவர் அடுத்த ‘ஜெயலலிதாவாக’ ஏற்றுக்கொள்ளப்படுவாரா இல்லையா என்பது.

இரண்டாவது, திமுகவை ஆதரிக்கிற மக்கள் சசிகலாவை எவ்வாறு பார்ப்பார்கள் என்பது. திமுக ஆதரவாளர்கள் என்று வருகிறபோது, அவர்களது பெரும் வாக்கு வங்கியான தேவ, வன்னிய, கவுண்ட, தலித் சாதிகள் இதை எவ்வாறு எதிர்கொள்ளும் என்பதே முக்கியம். திமுக கட்சியினர் என்று பார்த்தால், சசிகலாவின் மீது வைக்கிற எல்லா விமர்சனங்களும் சொந்தக் கட்சிக்குள்ளும் உண்டு என்ற நிதர்சனத்துக்கு முகம் கொடுத்துக்கொண்டே கையைப் பிசைந்தபடி அவர்கள் சசிகலாவை எதிர்ப்பார்கள். சசியை விட ஜெயா மேல் என்ற மொண்ணை வாதமாக ஒரு கட்டத்தில் அது முடிவடையும். ஜெயாவை விட எம்ஜியார் மேல் என்ற அதன் பழைய நிலைப்பாட்டின் அடுத்த எபிசோட் அது.

காத்திரமாக சசிகலாவை நிராகரிக்க வேண்டும் எனில், அவர்கள் முதலில் ஸ்டாலினை நிராகரிக்க வேண்டியிருக்கும். ஆனால் உதயநிதியைக் கூட ஆதரிக்க வேண்டிய வரலாற்றுக் கடமை அவர்களுக்கு இருப்பதால் அதில் மேற்கொண்டு யோசிக்க ஒன்றுமில்லை. அதையும் மீறி அவர்கள் எழுப்பும் கேள்விகளை, நடராஜனின் சட்டைப்பையில் இருக்கும் சில தமிழ் தேசியர்களே எளிதாக சமாளிப்பார்கள். இந்த இடத்தில் கம்யூனிஸ்ட்கள் என்ன செய்வார்கள் என்பதற்கான பதிலை, நல்லகண்ணு போன்றவர்கள் வெளிப்படுத்திவிட்டார்கள். எம்ஜியார் முன்னெடுத்த புரட்சிக்கு முன்னால், தாங்கள் முன்னெடுக்கும் புரட்சி ஒன்றுமே இல்லை என்று புரிந்துகொண்டவர்கள் அவர்கள்.

மூன்றாவது தரப்பு மிகவும் மைனாரிட்டியான அறிவுஜீவித் தரப்பு. இன்னும்கூட மதிப்பீடுகள், விழுமியங்கள், மக்களாட்சித் தத்துவம் போன்ற தேய்ந்த வார்த்தைகளைக்கொண்டு பேசிக்கொண்டிருக்கும் 'சிறிய கும்பல்' அது. அதற்கு நமது சூழலில் எந்த பெறுமதியும் இல்லை. அவர்கள் பேசுவதை 'முனகல்' என்று வேண்டுமானால் வைத்துக்கொள்ளலாம். அவர்கள் ஒரு 'சீரிய கருத்து நிலையை' மக்களிடம் தக்கவைக்க தொடர்ந்து முயன்று கொண்டே இருப்பார்கள். அதற்காக அவர்களது சாதனைகள் ஒன்றுமே இல்லையென்று அர்த்தம் அல்ல.

ஆனாலும், வருங்காலத்தில் இந்துத்துவ எதிர்ப்பைக்கூட தனக்கு சாதகமாக சசிகலா பயன்படுத்திக்கொள்ள முனையும்போது அவர்கள் மவுனமாக அழுதபடி கையசைப்பார்கள். சசிகலாவின் தலைமைக்குப் பின்னால் இருக்கும் நடராஜனின் ஆகிருதியைப் போன்ற அபத்தம் அது. அரசியல் என்றால் அபத்தமும் ஆபத்தும் இல்லாமல் இருக்குமா!

- டிசம்பர் 13, 2016

ஜல்லிக்கட்டும் தமிழ்ப் பாரம்பரியமும்

பொங்கல் பண்டிகை நெருங்குவதை ஒட்டி ஜல்லிக்கட்டு குறித்த விவாதம் மீண்டும் பொதுவெளிக்கு வந்திருக்கிறது. இந்த விவகாரத்தில் செயல்படுகிற முக்கியத் தரப்புகள் உண்டு. ஒன்று, பண்பாட்டு ரீதியாக இது தமிழர்களின் கொண்டாட்டம். அதைத் தடை செய்வது 'இனக்குழுக்களின் கலாசாரத்தில் குறுக்கிடுகிற வன்முறை; இதை அனுமதிக்க முடியாது' எனும் ஜல்லிக்கட்டு ஆதரவு கிராமிய அடிப்படை சுபாவத்தின் குரல். இரண்டாவது, ஜல்லிக்கட்டை தமிழ்ப் பாரம்பரியமாகப் பேசுவதற்கு ஒன்றுமில்லை; ஏனெனில் தமிழ்ப் பாரம்பரியம் என்று சொன்னாலே அது சாதிப் பாரம்பரியம்தான். ஜல்லிக்கட்டிலும் சாதிய ஒடுக்குமுறை உண்டு. இரட்டைக் குவளை முறை, ஆணவக் கொலை, தீண்டாமை என்று எதிலும் நெகிழ்ந்து கொடுக்காத சமூகம், ஜல்லிக்கட்டு என்றவுடன் இது தமிழ்க் கலாசாரம் என்றும் பெருமிதம் என்றும் கூறுவதை ஏற்றுக்கொள்ள முடியாது என்னும் எதிர்க்குரல். மூன்றாவது, இந்த விவகாரத்தில் மிகத் தீவிரமான கணக்குகளுடன் செயல்பட்டு, உச்சநீதிமன்றம் சென்று ஜல்லிக்கட்டை 'விலங்குகளின் மீதான குரூரம்' என்ற அடிப்படையில் நிறுத்தி வைத்திருக்கும் 'பீட்டா' உள்ளிட்ட என்ஜிஓக்கள் மற்றும் 'விலங்குகளின் நலன்கள் 'குறித்த அரசு அமைப்புகளின் குரல். இதுதான் மிகவும் வலுவான தரப்பு. நான்காவது, மரபு ரீதியான விலங்கினங்களைக் காக்க முற்படுகிற, பீட்டா உள்ளிட்ட அமைப்புகளின் நோக்கங்களை அம்பலப்படுத்துகிற, மக்களுடன் பெரும் உரையாடலைத் தொடங்கி வைத்திருக்கிற ஜல்லிக்கட்டு ஆதரவு தனிமனித அமைப்புகள். ஐந்தாவது, இந்த விவகாரத்தில் மக்களின் உணர்வுகளைச் சுரண்டும் அற்பத்தனத்தை செய்கிற பிஜேபி, காங்கிரஸ், அதிமுக, திமுக உள்ளிட்ட அரசியல் கட்சிகள் மற்றும் சில உதிரி அமைப்புகள். சிம்பு, ஆர். ஜே. பாலாஜி உள்ளிட்ட தற்காலிகக் கோமாளிகள்.

மேலே சொல்லியிருக்கிற ஒவ்வொன்றையும் தனித்தனியாகப் புரிந்துகொள்ளாமல் இந்த விவகாரத்தை நாம் விவாதிக்க முடியாது.

முதலில் இது தமிழ்க் கலாசாரமா என்றால் ஆமாம்; தமிழ்க்

கலாசாரம்தான். ஜல்லிக்கட்டின் காலம் சில நூற்றாண்டுகளுக்கு உட்பட்டதுதான் என்ற வாதமும் உண்மை. எந்த கலாசாரமும் அது கட்டமையும் காலத்தில் தனது முந்தைய காலத்தின் எச்சங்களை சுமந்தே வருகிறது. ஜல்லிக்கட்டும் அப்படியானதுதான். அது உருவாகியதையும் நிலைத்ததையும் வருடங்களைக் கொண்டு கணக்கிடமுடியாது. நமது வீட்டில் செய்யும் சடங்குகளில் கூட, நமது வசதிக்கும் வாய்ப்புக்கும் ஏற்றாற்போல நாம் மாற்றங்களைச் செய்துகொள்கிறோம். அதுவொரு பெரும் மக்கள்திரள் தானாகவே தனது வாழ்முறையில் நகரும் செயல்பாடு. இதில் ஆதிக்கம் செலுத்துகிற பல கூறுகள் உண்டு. அவற்றில் வெறும் பண்பாட்டு அமைப்புகள் மாத்திரம் அல்ல. அரசுகள், நிறுவனங்கள், கருத்துருவாக்குபவர்கள் என எல்லோரது பங்கும் உண்டு. இந்த இடையீடுகள் எந்த அளவுக்கு இருக்கலாம் என்பதற்கு குறிப்பிட்ட வரையறைகள் எதுவும் இல்லை. அதில் ஜனநாயகத்தன்மை இருக்கிறதா என்பதே அளவீடு. இந்த ஜல்லிக்கட்டுத் தடையிலும் நாம் பொருத்த விரும்புவதும் அந்த அளவீட்டையே. ஆனால் இந்தத் தடை மேலிருந்து திணிக்கப்படுகிறது. அதனால் அதுவொரு ஜனநாயக விரோதத்தன்மையைக் கொண்டிருக்கிறது. இதைப் புரிந்துகொள்வதிலிருந்துதான் இதன் பின்னுள்ள அரசியலை உணர்ந்துகொள்ளமுடியும்.

ஜல்லிக்கட்டில் சாதி உண்டா என்றால் உண்டு. அதை ஏற்றுக்கொள்வதில் எந்தத் தயக்கமும் வேண்டியதில்லை. அதே நேரம், அதிலிருந்து முழுக்கவும் தலித்துகள் விலக்கி வைக்கப்பட்டிருந்தார்களா என்றால் அதுவும் இல்லைதான். 'தலித் பூசாரிகள் தீபாராதனை காட்டிய பிறகுதான் மாட்டை அவிழ்த்துவிட வேண்டும்' என்ற சடங்குகள் உள்ள ஊர்களும் உண்டு. தங்களுக்கென பிரத்யேகமான ஜல்லிக்கட்டுகளை நடத்திக்கொள்கிற தலித் கிராமங்களும் உண்டு. நமது பாரம்பரியத்தில் ஜாதி இல்லாத பண்பாட்டு நிகழ்வே கிடையாது. 'அதைக் காரணமாக வைத்து, ஜல்லிக்கட்டைத் தடை செய்யவேண்டுமா...' என்றால் 'ஆமாம்...!' என்றுதான் சொல்வேன். ஆனால், அது எப்போது? ஜல்லிக்கட்டு என்பது முழுக்கவும் மக்களிடம், அதாவது ஆதிக்க ஜாதி உழைக்கும் மக்களிடம் இருக்கிறவரையில். அவர்களுடன் நீக்கமற நிறைந்திருக்கிற சாதிய உணர்வைவிட்டு வெளியேறாமல் அதே சமயம் அதைப் பெருமிதமாக முன்னெடுக்கிற அவர்களின் மீதான எதிர்வினையாக அந்தக் கோரிக்கை தலித் தரப்பிலிருந்து வலுப்பெற வேண்டும். ஆனால் இப்போது என்ன நடந்துகொண்டிருக்கிறது? ஜல்லிக்கட்டை தடை செய்துவைத்திருப்பவர்கள் யார்? இந்தத் தடையை சாத்தியப்படுத்தியவர்களுக்கு இந்த சமூகத்துடன், வாழ்முறையுடன் எந்தத் தொடர்பும் கிடையாது. அவர்கள் முழுக்கவும் வெளியாட்கள். அவர்களை நிராகரிப்பதன் வழியாகவே இதை நாம்

அணுகவேண்டும். ஒரு பண்பாட்டு விழா அரசியல் புரிதலாகக் கனியும் இடம் அது. அதை நாம் கைவிடலாகாது. ஏனெனில் இதன் பின்னுள்ள கணக்குகள் அத்தகையவை.

இந்தத் தடையை நிகழ்த்திக் காட்டியவர்கள் மிகவும் மேம்போக்கான விலங்கு அபிமானம் கொண்டவர்கள். விலங்குகளுடன் புழங்கும் வாழ்க்கை முறையைக் கொண்டவனை 'மற்றவனாகக்' காண்கிற மேட்டிமைத்தனம் நிறைந்தவர்கள். தாம் கார்ப்பரேட்டுகளிடம் சோரம் போய்க்கொண்டிருக்கிறோம் என்பதைக்கூட அறிந்துகொள்ளாத மவுடீகமும், தெரிந்தாலும் தனது சொகுசுக்காக அதைக் கடந்துபோகிற அற்பத்தனமும் கொண்டவர்கள். இத்தகைய மனநிலையின் மூலம் தாங்கள் வன்முறையின் கூறாக மாறிக்கொண்டிருக்கிறோம் என்பதைக்கூட அறியாத அளவுக்கு மூர்க்கமான அறிவுஜீவிகள். இந்த மொண்ணைத்தனத்தை பீட்டா உள்ளிட்ட மக்கள் விரோத அமைப்புகள் மிகவும் தந்திரமாகப் பயன்படுத்திக்கொள்கின்றன. பொதுப்பரப்பில் தங்களது நலன்களுக்கு உகந்த கருத்துகளைப் பரப்பி மக்களின் சிந்தனை முறையில் ஆதிக்கம் செலுத்துகின்றன அவை. சாதி, அன்பு, பரிவு உள்ளிட்ட எல்லா கருத்தியல் வன்முறைகளையும் லாவகமாகப் பயன்படுத்தி அறிவுச் சுரண்டலைத் தீவிரமாக செய்கின்றன. இத்தகைய நிறுவனங்கள் தங்களை வெளிப்படுத்திக்கொள்ளும் அன்புருவின் காம்பைப் பற்றி இழுத்தால், அதன் கொடூர வேர்கள் ஆசியா, ஆப்பிரிக்கா என எங்கும் நிறைந்திருப்பதைக் காணமுடிகிறது. விலங்குகளின் மீதான அன்பாகத் தோற்றம் காட்டி நிற்கும் இத்தகைய அமைப்புகளின் பின்னே மக்களைச் சுரண்டும் ஏற்பாடுகளே நிறைந்திருக்கின்றன. அவர்கள் அரசின் எல்லா அலகுகளிலும் ஊடுருவி இருக்கிறார்கள். அவர்களால் அரசை மிரட்டவும் முடிகிறது. அதே சமயம் மக்கள் நலனிலிருந்து நீண்ட தூரம் விலகிப்போயிருக்கிற அரசுகள், ஒரு புறம் அவர்களுடன் கைகோர்த்துக்கொண்டே மறுபுறம் ஜல்லிக்கட்டு ஆதரவு என்றும் பல்லிளிக்கிறார்கள். இது நீதிமன்றங்களுக்கும் பொருந்தும். ஜல்லிக்கட்டை பாரம்பரியம் என்று ஏற்றுக்கொண்டால், உடன்கட்டை ஏறுவதையும் பாரம்பரியம் என்று ஏற்றுக்கொள்ள வேண்டுமா என்று புத்திசாலித்தனமாக கேட்கிறார்கள். இன்னும் என்ன மயிருக்கு நீதிமன்றங்களில் டவாலி... என்று கேட்டு எத்தனை நீதிபதிகள் தீக்குளித்திருக்கிறார்கள்? நீதிமன்றங்கள், அரசியல் பொறுக்கித் தனத்தின் புகலிடமாக மாறியிருக்கும் சூழலில் இதைப் போன்ற விவகாரங்களில், சமூகத்தின் மேட்டிமைத்தன மனநிலையை சொரிந்து கொடுக்கும் தீர்ப்புகளை வழங்கி தமது செல்லரித்துப்போன மாண்புகளை அவர்கள் தக்கவைத்துக்கொள்ள முயல்கிறார்கள். அதைத்தாண்டி இந்த தீர்ப்பு விவகாரத்தில் யோசிக்க ஒன்றும் இல்லை. ஏனெனில் பீட்டா போன்றவை

ஊடுருவும் இடங்களில் நீதிமன்றங்கள்தான் முதலிடத்தில் இருக்கும். நாங்களா வேண்டாமென்று சொல்கிறோம்... கோர்ட் தானே சொல்கிறது... கோர்ட்டை மதிப்பது ஒரு குடிமகனின் கடமை இல்லையா... என்று கிரண் பேடி போன்றவர்கள் பசப்புவது அதனால்தான். அவர்களுக்குத் தெரியும் இது என்னவென்று.

இந்த விவகாரத்தில் சிம்பு, பாலாஜி போன்றவர்களது போலிச்சீற்றங்கள் பொதுவெளிக்கு வருகிறபோது, ஜல்லிக்கட்டு விவகாரம் அரசியல் ரீதியான கோரிக்கையாக மாறுவதையும், அரசியல் கட்சிகள் மீதான அழுத்தமாக செறிவடைவதையும் அது தடுத்துவிடும். மேலும், இத்தகைய விவகாரங்களில் தீவிரமாகச் செயல்படுபவர்கள் மீதான இருட்டடிப்பாகவும் அது மாறும்.

இதில் சீரிய பங்களிப்பது, விடாப்பிடியாக இதன் அரசியலைப் பேசிக்கொண்டிருக்கிற சில தனிமனித அமைப்புகளே. இந்த உரையாடலை பண்பாட்டுத்தளத்திலிருந்து பரந்த அரசியல் தளத்திற்கு மாற்றியவர்கள் அவர்கள். இறக்குமதி செய்யப்பட்ட பசுக்கள், நாய்கள், மருந்து வியாபாரம், காளைகளின் விந்து வியாபாரம், அவ்வியாபாரம் பாரம்பரியக் காளைகளை கொன்றொழிக்க முனையும் வெறித்தனம், பாரம்பரியக் காளைகளைக் காப்பதில் 'ஜல்லிக்கட்டு' போன்ற கலாசார விழாக்களின் பங்களிப்பு மற்றும் அதற்கு எதிரான கார்ப்பரேட் காய்நகர்த்தல்கள் என இந்த வலைப்பின்னலை அம்பலப்படுத்துபவர்கள் அவர்கள்தான். அவர்களது குரலை வலுவாக்குவதும், அவர்களோடு தம்மை ஆழமாகப் பிணைத்துக்கொண்டு பரந்த விவாதங்களை ஊக்குவிப்பதுமே அரசியல் கட்சிகள் இப்போது செய்யவேண்டியது. ஜல்லிக்கட்டை உலகளாவிய தளத்தில் வைத்து இந்தத் தடை அரசியலைப் புரிந்துகொள்வதும், விவாதிப்பதும் ஒரு சிவில் சமூகமாக நமது பொறுப்பு. ஆமாம். சன்னிலியோனை நமக்குப் பிடிப்பது வேறு. அவரைப் பீட்டா சென்ற ஆண்டின் 'PETA person of the year' ஆகத் தேர்ந்தெடுத்து நம்முன் நிறுத்துவது வேறு.

- ஜனவரி 12, 2017

மெரினாவில் ஒரு வாடிவாசல்

இளைஞர்களால் முன்னெடுக்கப்பட்டிருக்கிற, 'ஜல்லிக்கட்டு தடை'க்கு எதிரான இந்த அறவழிப் போராட்டம் மெரினாவையும் நிறைத்து தொடர்ந்து நீள்கிறது. தமிழகத்தின் மற்றைய சிறு நகரங்களையும் அந்த உணர்வு தீண்டியிருக்கிறது. எல்லா இடங்களிலும் ஆண்களும் பெண்களும் பகல் இரவு பாராமல் குழுமியிருக்கிறார்கள். கோஷமிடுகிறார்கள். சமூக ஊடகங்கள் மூலம் விரைவாக ஒருங்கிணைகிறார்கள். ஒருவருக்கு ஒருவர் உதவிக்கொள்கிறார்கள். உண்மையான மற்றும் மிகைப்படுத்தப்பட்ட ஜல்லிக்கட்டிற்கு எதிரான சர்வதேச சதி குறித்த அரசியலை விவாதிக்கிறார்கள். இதில் மிக முக்கியமானது, 'ஊடகங்களில் இந்த விஷயத்தைப் பேசியே ஆகவேண்டும்' என்ற அழுத்தத்தை அவர்கள் உருவாக்கிவிட்டதுதான். எப்போதுமே 'அரசுகளைப் பகைத்துக்கொள்ள வேண்டாம்' என்று முடிவெடுத்து தந்திரமாக இத்தகைய விஷயங்களைக் கடந்துவிடும் ஊடக முதலாளிகள் வேறு வழியின்றி இதை அனுமதிக்கத் தொடங்கி, இப்போது 'இதுவே கல்லா கட்டும் உத்தரவாதம் உள்ள விவாதம்' என்பதை உணர்ந்து தீவிரமாக இறங்கியிருக்கிறார்கள். ஆக, முழுவீச்சில் இந்தப் போராட்ட விவகாரம் சமூகப்பரப்பை எட்டியிருக்கிறது.

இந்தப் போராட்டம் தொடங்கிய அதன் ஆரம்ப கட்டத்தில், இத்தகைய தீவிரத்தை எட்டக்கூடும் என்று யாரும் எதிர்பார்த்திருக்கவில்லை. இவ்வளவு பெரிய அளவிலான மக்கள் பங்களிப்பு இதற்கு வரும் என்று யாரும் அனுமானித்திருக்கவில்லை. ஆக, 'போராட்டம்' என்பதன் வரையறைகளை இது மாற்றி எழுதியிருக்கிறது. அதேசமயம் 'அது உண்மைதானா...' என்ற குழப்பத்தையும் ஏற்படுத்தியிருக்கிறது. நம்முடைய அரசு எந்திரம், போலீஸ் ஆகியோர் இத்தகைய ஜனநாயக உணர்வு உள்ளவர்களா...? சிவில் சமூகத்தின் மீது இவ்வளவு மதிப்பு கொண்டவர்களா... என்று நெஞ்சு விம்ம விம்ம யோசித்துக்கொண்டே இருக்கிறார்கள் 'மரபான' சில போராட்டக்காரர்கள். சமீபத்தில்கூட மேடவாக்கத்தில் டாஸ்மாக்கிற்கு எதிரான போராட்டத்தில் கலந்துகொண்ட பெண்களிடம் எவ்வளவு 'நாகரீகமாக' நடந்துகொண்டது நமது காவல்துறை என்பதை யாரும் மறந்திருக்கமுடியாது. பிறகு இங்கு ஏன்

இந்த விஷயத்தில் இவ்வளவு கண்ணியம் காக்கிறார்கள் அவர்கள்? அதற்கு குறிப்பிட்ட ஒரு காரணத்தை மட்டும் சொல்லமுடியாது. காரணங்களின் தொகுப்பாக சிலவற்றை அனுமானிக்கலாம். அதனுடன் பிணைந்திருக்கிற அரசியலை உணர்ந்துகொள்வதன் வழியாக நாம் குறிப்பிட்டதொரு கருத்துநிலையை எட்டலாம்.

ஜெயலலிதாவின் மறைவிற்குப் பின் இங்கு ஏற்பட்டிருக்கிற வெற்றிடம், பல கணக்கு வழக்குகளை அரசியல் கட்சிகளின் அரண்மனைகளில் உருவாக்கி உலவவிட்டிருக்கிறது. அப்படியான ஒரு நேரத்தில், மக்களாட்சியின் சேவகர்களான மக்கள், எதாவது ஒரு காரணத்துக்காக போராட்டம் என்கிற வடிவத்தைக் கையிலெடுக்கிறபோது அதில் உடனே முடிவெடுக்காமல், அதில் இணைந்துகொள்வது அல்லது தூரமாக நின்று வேடிக்கை பார்ப்பது என்ற அளவில் ஆளுங்கட்சி ஒரு செயல்திட்டத்தைத் தேர்வு செய்கிறது. இதன் மூலம் மேலிருந்து அதாவது மத்திய அரசிலிருந்து வந்துகொண்டிருக்கும் அழுத்தத்திற்கு ஒரு பதிலைச் சொல்ல முயல்கிறது. என்ன அது? ‘மக்களின் போராட்ட உணர்வைத் தங்களாலும் தெளிவாகப் பயன்படுத்த முடியும்’ என்கிற செய்திதான் அது. மேலும் இந்தப் போராட்டத்தை அனுமதிக்கும் பட்சத்தில், அது மத்திய அரசின் மீதான கோபமாக மாறுவதற்கே சாத்தியம் அதிகம் என்பதும் எளிதில் யூகிக்கக் கூடியதுதான்.

அதனால்தான் இதில் கருத்து சொல்கிற எல்லா வலதுசாரிகளும், ‘இவ்வளவு நாள் இவர்கள் என்ன செய்தார்கள்... வழக்கு நிலுவையில் இருக்கும்போது மத்திய அரசு என்ன செய்ய முடியும்...’ என்று மாநில அரசின் மெத்தனத்தைக் கண்டித்து, ஆளும் பாஜக அரசுக்கு முட்டுக்கொடுக்கிறார்கள். பன்னீர்செல்வத்தின் அரசாங்கம் இந்தப் போராட்டத்தை அனுமதித்துக்கொண்டிருப்பதன் அடிப்படை இதுதான். மற்றபடி இந்தப் போராட்டத்தை மாநில அரசால் ஒடுக்க முடியாது என்று நினைப்பது, பன்னீர்செல்வத்தை ‘மிக்ஸர் சாப்பிடும் வெகுளியாக’ மட்டுமே உருவகிக்கும் அரசியல் பாமரத்தனத்தை ஒத்தது.

இந்த மக்கள் கூடுகையை பன்னீரின் அரசாங்கம் அனுமதிப்பதற்கு, கூடுகிற மக்களின் ‘அரசியல் தெளிவின்மை’ ஒரு முக்கியமான காரணம். பன்னீர் போன்ற ஒரு முதலமைச்சரை, கொஞ்சமும் சுயமரியாதை அற்ற ஒருவரை, பதவியைத் தாண்டி அதனால் வரும் ஆதாயத்தின் பொருட்டு யார் காலிலும் விழத்தயாராக இருக்கும் ஒரு ஊழல்வாதியின் ஆகிருதியை வெறும் ‘டம்மி பீசாக’ மட்டுமே உருவகித்துவிடமுடியுமா என்ன? ‘அவர் உண்மையிலேயே டம்மிதானா’ என்பதை சோதித்துப் பார்த்திருக்க வேண்டுமெனில், ஸ்டாலின் போராட்டக்காரர்களைப்

360° | 129

பார்க்க வந்தபோது அவருக்குப் பேசுவதற்கு வாய்ப்பளித்து அவரை அனுமதித்திருக்க வேண்டும். சீமான், ஈ.வி.கே.எஸ். இளங்கோவன், போன்றவர்களை வரவழைத்து பேசச் செய்திருக்க வேண்டும். இது முற்றிலும் இளைஞர்களால் நடத்தப்படுகிறது என்பதால் 'கண்ணையா குமார்' போன்றவர்களையோ, மத்திய அரசாங்கத்தை முழுமூச்சாக எதிர்ப்பதால் 'அருந்ததி ராய்' போன்றவர்களையோ அழைப்பது குறித்த திட்டமிடல்களை பொதுவெளியில் பரப்பிப் பார்த்திருக்கவேண்டும். இந்த அரசாங்கத்தின் வீச்சு என்ன, பன்னீர்செல்வம் யார், அதிகாரம் என்றால் என்ன என்ற புரிதல்கள் அப்போதுதான் புரிந்திருக்கும். இதன் பொருள் இந்தப் போராட்டத்தில் கூடுகிற மக்களுக்கோ, அதை நேர்மறையாகப் பார்ப்பவர்களுக்கோ இதுபற்றி ஒன்றுமே தெரியாது என்பதல்ல. ஜெயலலிதா என்கிற ஒரு சர்வாதிகாரியின் மரணம்தான் இத்தகைய போராட்டங்களைக் கூட தமிழகத்தில் சாத்தியமாக்கியிருக்கிறது என்பதை உணர்ந்தவர்கள்தான் அனைவரும். 'கிச்... கிச்' தொண்டையோடு போராட்டத்துக்கு அறைகூவல் விடுத்துக்கொண்டிருந்த சீமான் போன்ற தமிழ் தேசியர்களுக்கு ஜெயலலிதாவின் மரணம்தான் விக்ஸாகப் பயன்பட்டது. ஆனால் விக்ஸின் வீரியம் எவ்வளவு நாள் என்பதை நடராஜன் முடிவு செய்வார் என்பதுதான் அதில் உள்ள அபத்தம்.

இதன் ஊடாக, ஜல்லிக்கட்டுக்கு எதிர்ப்பு தெரிவித்து அதன் தொடக்கம் முதலே பேசிக்கொண்டிருந்த சில இயக்கவாதிகள், சமூக ஊடகங்களில் இயங்கும் நண்பர்கள், இந்தப் போராட்டத்தின் வீச்சை தங்களது தன்முனைப்புக்கு விடுக்கப்பட்ட சவாலாக எடுத்துக்கொண்டு எதிர்வினை புரிகிறார்கள் என்பதுபோலத் தோன்றுகிறது. இதை முழுக்கவும் எதிர்மறையாகவே பார்க்கிறார்கள் அவர்கள். ஸ்டாலின் திருப்பி அனுப்பப்பட்டதால் ஆதங்கப்படும் திமுகவினர், அரசியல்வாதிகளை நுழையவிடமாட்டோம் என்கிற போராடுபவர்களின் பிரகடனத்தால் காயப்படுகிற கம்யூனிஸ்டுகள் எனப் பெரும்பகுதி அரசியலாளர்களை இந்த மக்கள் எழுச்சி குழப்பத்திற்கு உள்ளாக்கியிருப்பதையும் உணரமுடிகிறது. எல்லா அரசியல்வாதிகளையும் 'புறக்கணிப்பதும்' எல்லார் மீதும் 'நம்பிக்கையிழப்பதும்' அரசியலில் சாத்தியம் இல்லை என்பது எவ்வளவு உண்மையோ அதே அளவு உண்மை, இப்போதைய இளைஞர்கள் 'எல்லா கட்சிகளின் மீதும் நம்பிக்கை இழந்திருக்கிறார்கள்' என்பதும் அதற்கு நியாயமான காரணங்களும் உண்டு. ஆதங்கப்படுபவர்கள் வெளிப்படையாக தங்களை மறுபரிசீலனை செய்துகொள்ள வேண்டிய இடம் இது.

இங்குதான் 'ஸ்டாலினைத் துரத்தாமல் அவர்கள் என்ன செய்வார்கள்...' என்ற கேள்வி எழுகிறது. பிரதான எதிர்க்கட்சியாக, இந்த விசயத்தைக்

கையிலெடுத்துப் போராடியிருக்க வேண்டிய கட்சி திமுக. அதுவொரு எதிர்க்கட்சியாக அடைந்த தோல்வியின் வெற்றிடத்தைத்தான் இந்த அரசியலற்ற இளைஞர் திரள் பூர்த்தி செய்கிறது என்கிறபோது அவர்களிடமிருந்து இதைத்தவிர வேறு என்ன எதிர்வினையை எதிர்பார்த்தார் அவர்? மிகவும் சோர்வான முறையில் ஸ்டாலின் இந்த விசயங்களைக் கையாளுகிறார் என்று தோன்றுகிறது. அரசியலில் கிட்டத்தட்ட 'திகட்டல் நிலையை' (saturated) அவர் அடைந்துவிட்டதான எரிச்சலே மிஞ்சுகிறது. ஒரு அரசியல் கட்சி இளைஞர்களிடம் இருந்து விலகிப்போவது என்பது அது அரசியலில் இருந்தே விலகிப் போவதுதான். இங்கு கூடியிருக்கும் இளைஞர்கள்தான் தமிழக இளைஞர்களை பிரநிதித்துவப் படுத்துகிறார்களா... பிறகு திமுகவில் உள்ள இளைஞர்கள் யார்... என்று இதற்கு பதில் சொல்லலாம். அதுவொரு சிறப்பான வாதமாக இருக்கும். ஆனால் திறமையான வாதம் நிஜத்தை பதிலீடு செய்யாது என்பதும் உண்மைதானே.

'விலங்குகள் நலம்', 'பீட்டா' போன்ற சொல்லாடல்கள் எல்லாம் 'மேல் தட்டு மக்களிடம்' புழங்கிக்கொண்டிருந்த வார்த்தைகள். உள்ளீடற்ற அந்த மனிதாபிமான சொற்களுக்குப் பின்னால், வலுவான அரசியல் காரணிகள் உண்டு. அதை மக்களிடம் கொண்டு செல்வதில், எல்லா இயக்கங்களும் குறிப்பிட்ட அளவில் தோல்வியடைந்திருக்கின்றன. சமூக ஊடகங்களின் வழியாக, இணையத்தின் வழியாக அந்த அரசியலின் மேற்பரப்பைப் புரிந்து வைத்திருக்கிற ஒரு இளைஞர் திரள், தமக்கான வழியில் எதிர்வினை புரியும் செயல்பாடே இத்தகைய போராட்டங்கள். அதில் தெளிவான அரசியல் புரிதல் இல்லாமல் இருக்கலாம். விடலைத்தனம் இருக்கலாம். ஆனாலும் இதை எல்லா இயக்கங்களும் நேர்மறையாகவே பார்க்க வேண்டும். எந்தெந்த வழிகளிலெல்லாம் அவர்களை இணைத்துக்கொள்ளலாம் என்பது குறித்தே திட்டமிட வேண்டும். அந்த இணைப்புக் கண்ணி அறுபடும் இடங்கள் எவை என்பதை உணர்ந்து அதைத் தமது இயக்கங்களுக்கு உள்ளே சரி செய்துகொள்ளும் வழிமுறைகளைக் கைக்கொள்ளவேண்டும். அதைத் தவிர மாற்று வழியே இல்லை. மக்கள் அரசியல் என்பது தம்மை நிராகரிக்கும் மக்களுக்கும் சேர்த்து சிந்திப்பதுதான்.

- ஜனவரி 20, 2017

மிக்ஸர் அரசும் மிதமிஞ்சிய போராட்டமும்

ஜல்லிக்கட்டுத் தடைக்கு எதிராக மெரினாவில் நடந்த போராட்டமும், அது முடிவுக்குக் கொண்டுவரப்பட்ட விதமும், அதன் தொடர்ச்சியாக காவல்துறை மேற்கொள்ளும் வன்முறை நடவடிக்கைகளும் இந்த அரசாங்கம் செயல்படும் அடிப்படைகள் குறித்த வலுவான கேள்விகளை எழுப்புகின்றன. இந்தப் போராட்டத்தையும் அது நடந்த போக்கையும் ஆராய்வதன் வழியாக, அரசு, போலீஸ், மக்களாட்சி, போராட்டங்கள் ஆகியன குறித்த நமது புரிதல்கள் என்ன, குறைபாடுகள் என்ன என்பது பற்றி நாம் விவாதிக்கவேண்டும்.

நடந்த போராட்டம் 'அரசின் குறைந்தபட்ச ஒப்புதலோடு' நடந்தது என்பதில் யாருக்கும் மாற்றுக்கருத்து இல்லை. இதன் உள்ளீடான பொருள், அரசு நினைத்திருந்தால் இந்தப் போராட்டத்தை 'தொடக்கத்திலேயே சிதறடித்திருக்க முடியும்' என்பதுதான். ஏன் அரசு அதைச் செய்யவில்லை என்பதற்கு, அரசு என்கிற பதத்துக்கு சொந்தம் கொண்டாடுகிற இந்த கும்பலுக்கு சுயநலமான காரணங்கள் இருந்தன என்பதைத் தவிர வேறு காரணங்கள் இல்லை. போராட்டத்தை அனுமதித்துவிட்டு, அவசரச் சட்டத்தின் மூலம் ஜல்லிக்கட்டை நடத்திக் காண்பித்து 'நாங்கள்தான் சாதித்தோம்' என்று மக்களிடம் 'ஸ்கோர்' செய்வது அரசின் நோக்கமாக இருந்தது. அதன் மூலம் அரசின் மீது மக்களுக்கு இருக்கும் அவநம்பிக்கை முதல், கட்சியின் மீது மக்களுக்கு இருக்கும் அசூசை முதலியவற்றிலிருந்து தற்காலிகமாவது ஆசுவாசம் அடையலாம் என்பது அதன் திட்டமாக இருந்திருக்கலாம்.

இந்த இடத்தில்தான், 'அரசு என்றால் என்ன...' என்கிற ஆதாரமான கேள்வி எழுகிறது. இந்த மக்கள் போராட்டத்தை 'அரசு நினைத்தால் ஒடுக்கியிருக்கும்' என்றால், இங்கு அரசு என்பது மக்களுக்கு வெளியே இருக்கும் ஒன்றா? அப்படி என்றால் இந்த அரசு எனும் கருத்தை தாங்கிப் பிடித்திருப்பது எது என்ற கேள்வி வருகிறது. அதற்கு பதில், இந்த அரசு யாரை பிரதிநிதித்துவப்படுத்துகிறது என்பதில் இருக்கிறது. நடந்த விஷயங்களை ஒட்டி, இதற்கு பதில் சொல்ல முயன்றால்,

இந்த 'அரசு' என்பது ஜல்லிக்கட்டுக்கு ஆதரவான அல்லது எதிரான இரண்டு தரப்புகளையும் பிரதிநிதித்துவப்படுத்துகிற ஒரு 'ஆளும் தரப்பு' என்பதாக நாம் புரிந்துகொள்ளலாம். இதுவும் தியரிதான். இப்படிப் புரிந்துகொள்வது, இந்த விவாதத்தை முன்னெடுப்பதற்கு உதவியாக இருக்கும். அவ்வளவுதான். அப்போதுதான், இந்த இரண்டு தரப்புகளிடமுமே அரசு தோற்றுப் போயிருக்கிறது என்பதைப் புரிந்துகொள்ளமுடியும். ஆக, இந்த ஆளும் தரப்பு என்ற 'மூன்றாம் தரப்பின்' பண்புகள், மற்றைய இரண்டு தரப்புகளின் நலன்களுக்கும் எதிரானதாகவே இருக்கிறது. ஏனெனில் இந்த இரண்டு தரப்புகளுடன் அதற்கு உணர்வுரீதியான எந்த உறவும் இல்லை. எப்படி? இதைப் புரிந்துகொள்வது என்பது வெறும் அரசைப் புரிந்துகொள்வது மாத்திரம் அல்ல. அதிகாரத்தைப் புரிந்துகொள்வதும் தான்.

இந்தப் போராட்ட விவகாரத்தில் பெரும்பான்மை மக்களின் உணர்வுக்கு மதிப்பளிப்பது போல பசப்பிய அரசு, கூடிய கூட்டத்தை தனது நிகழ்ச்சி நிரலுக்கு ஏற்றவாறு வளைக்க முடியவில்லை என்று தெரிந்தவுடன் இறுதியில் மூர்க்கமாக மாறியது. உண்மையில் இந்த மூர்க்கம்தான் அரசின் நிஜமான முகம். இந்தப்போராட்டம் இவ்வளவு வலுவானதாக மாறும் காரணங்களை ஆராய்ந்தபடியே அது கடற்கரையில் படுத்துக் கிடந்திருக்கிறது. அங்கு நடந்த ஒவ்வொன்றையும் கவனித்தபடி, அதன் அடுத்த கட்ட நகர்வுகளை திட்டமிட்டபடி இருந்திருக்கிறது. இந்த அமைதியின் மூலம்தான் அதுவொரு தவறான சமிக்ஞையை மக்களுக்குக் காட்டியது. நிகழும் போராட்டத்தை ஒரு பண்பட்ட மக்கள்நல அரசு எதிர்கொள்வதுபோல நடித்ததன் மூலம் பெரும் மக்கள் பரப்பு அதன் உள்ளே வருவதற்கு அரசே காரணமாக இருந்தது. இன்று அடிபடும் அடித்தட்டு மக்களும் அதனுள்ளே வருவதற்கு அரசும் ஒரு காரணம்.

அரசின் மூர்க்கத்திற்கு என்ன காரணம்? ஜல்லிக்கட்டை சாதிப்பதற்கு அது நிஜமாகவே உழைத்தது. ஆனால் அதன் அரசியல் பலன்களை அனுபவிக்க முடியாமல் போராடியவர்கள் தட்டிவிட்டார்கள். அரசின் திட்டமான 'அவசர சட்டம், அதனடிப்படையில் அவசர ஜல்லிக்கட்டு' என்ற கொண்டாட்ட அறிவிப்புகளை அரசின் வெற்றியாகக் கனியவிடாமல் தடுத்தவர்கள் அந்த போராட்டத்தினூடே இளைஞர்களுடன் கலந்திருந்த 'மற்றைய இயக்கங்கள்'. அதை சாத்தியப்படுத்தியதில் 'அடித்தட்டு மக்களின்' உணர்வுப்பூர்வமான பங்களிப்புக்கும் இடம் உண்டு. இயக்கங்கள், மத்தியதர வகுப்பைப் பிரதிநிதித்துவப்படுத்திய இளைஞர் திரள், அடித்தள மக்களின் இயல்பான குணத்தை பிரதிநிதித்துவப்படுத்தும் மீனவ மக்களின் ஒத்துழைப்பு என அங்கு சாத்தியப்பட்ட புரிந்துணர்வுதான், அரசுக்குச் சவால்விடும் பண்பாக இறுதி நாட்களில் களத்தில் மாறியது.

இதுதான் அரசு எதிர்பார்த்திராத திருப்பம். அல்லது அரசை மிகவும் எரிச்சலூட்டிய ஒத்திசைவு.

ஆனாலும் இந்த ஒத்திசைவை நோக்கி தொடர்ந்து நகரும் நிகழ்வுக்குப் பெயரே சமத்துவம். ஆனால் இதில் மாற்றுக்கருத்து உள்ளவர்களுக்கும் இடம் இருக்கவேண்டும் என்பதுதான் ஒரு பண்பட்ட சிவில் சமூகத்தின் இலக்கு. 'எனக்கு ஜல்லிக்கட்டில் உடன்பாடு இல்லை' என்று சொல்லும் ஒருவனுடனும் அந்த போராட்டக்களத்தில் இருக்கும் ஒருவன் உரையாட முடியும், புரிந்துகொள்ள முடியும் என்றால் அதுவே எந்த போராட்டத்திற்குமான இறுதி இலக்கு. அத்தகைய பண்பாட்டை நோக்கி நாம் நகர்ந்தோமா என்பதில்தான் இத்தகைய பண்பாட்டுப் போராட்டங்களின் வெற்றி இருக்கிறது. அரசு அஞ்சியதா, பதுங்கியதா என்பதில் இல்லை அது.

இங்குதான் ஊடகங்களின் பணி மிக முக்கியமான பங்கை வகிக்கிறது. போராட்டத்தில் இருந்த லாரன்ஸ், பாலாஜி, ஆதி போன்றவர்களை லாவகமாக அரசு வெளியே எடுத்துக்கொடுத்தவுடன் அவர்களது பிம்பத்தை வைத்து போராட்டத்தின் நோக்கத்தைக் கொச்சைப்படுத்தும் வேலையை மிகவும் நேர்த்தியாக செய்தன ஊடகங்கள். ஒன்று போராட்டத்திற்கு வந்த மத்தியதர வர்க்கத்தை மிரட்டிவிடுவது. இரண்டாவது இந்த இயக்கங்கள் மீண்டும் இத்தகைய மக்கள் திரளுடன் உரையாடும் வழிகளை அடைப்பது. இவ்வாறு செய்வதன் வழியாக ஜல்லிக்கட்டு ஆதரவு, எதிர்ப்பு என்று விவாதிக்கும் சிவில் சமூகத்தின் குரலை ஒரு சேர நெரித்துவிடுவது என்று அதன் கரங்கள் பல வழிகளில் அரசிற்கு உதவுகின்றன. ஒரு கட்டத்தில், அரசு வேறு ஊடகங்கள் வேறு என்ற கோட்டையே அவை அழித்துவிட்டன. முதலில் இந்தப் போராட்டத்தைக் கண்டும் காணாதது போல அவை கடக்க முயன்றன. அரசு கடைக்கண் காட்டுவது தெரிந்ததும் உடனே களத்துக்கு வந்தன. அரசு அவசரச் சட்டம் நோக்கி நகரவும் அவையும் தீவிர முஸ்தீபுடன் ஜல்லிக்கட்டுக்கு ஆதரவாக முழங்கின. இன்று அரசு தனது கோரப்பற்களுடன் குடிசைகளுக்குள் நுழைகிறபோது, மிகவும் மவுனமாக தங்களை இந்த விஷயத்தில் இருந்து அவை அப்புறப்படுத்திக்கொள்கின்றன. அரசின் ஒரு உறுப்பாக ஊடகங்கள் நிலைத்துவிடுவது எத்தனை ஆபத்தானது என்பது நமக்கு அப்பட்டமாகத் தெரிகிறது. ஊடகங்களின் ஆபாசம் முன் எப்போதையும் விட நம் முகத்தில் மோதுகிறது.

ஆக, 'தேசவிரோத சக்திகள்' போராட்டத்திற்குள் ஊடுருவிவிட்டன என்று அவை ஊதிப் பெருக்குவதன் பின்னுள்ள காரணம், இந்த போராட்டம் சாதித்த அந்த மக்கள் கூட்டை இல்லாமல் ஆக்குவதுதான்.

மத்தியதர வர்க்கத்துக்கு முன்னால் ஒடுக்கப்பட்ட மக்களை நிறுத்துவதன் வழியாகவே அரசு தனது அதிகாரத்தை உறுதி செய்துவருகிறது. ஆனால், இந்தப் போராட்டத்தில் அந்த வலுவான கோட்டை சற்றேனும் கடக்க முயலும் தன்னெழுச்சியான உந்துதல் இரண்டு தரப்பிலும் நிகழ்ந்தது. அதை சாத்தியப்படுத்தியவர்கள் போராட்டத்தில் ஊடுருவியிருந்த இயக்கங்கள். இது இயக்கங்கள் சாதித்த நேர்மறை அம்சம். அப்படியானால், எதிர்மறை அம்சங்களும் இருந்ததா என்றால் ஆம். இருந்தது.

இந்த இளைஞர் போராட்டத்தில் இருந்து அவர்கள் தங்களை விலக்கிக்கொண்டிருந்திருக்க வேண்டும். அவர்கள் அதில் இணைந்தது தவறு என்றே நான் புரிந்துகொள்கிறேன். ஏனெனில், அங்கு கூடியிருந்த இளைஞர்களைப் போல வெறும் உணர்வால் உந்தப்படுபவர்கள் அல்ல அவர்கள். எல்லாரும் அவரவர் பங்குக்கு அதில் ஆதிக்கம் செலுத்த இவர்களும் தங்களது பங்குக்கு சூழலில் ஆதிக்கம் செலுத்தினார்கள். இதன் பொருள் இவர்களின் பொருட்டுதான் அரசு வன்முறையை ஏவுகிறது என்பதல்ல. ஒரு அரசியலற்ற மக்கள் திரளின் கூடுகையில் தெளிவான அரசியல் பார்வை உள்ள இயக்கங்கள் ஊடுருவுவது அந்தப் போராட்டம் ஒரு உரையாடலாக மாறுவதைத் தடுத்துவிடுகிறது. போராட்டம் மிகவும் ஒற்றைப்படையானதாக மாறிவிடுகிறது. அரசின் வேலையை அது எளிதாக்கிவிடுகிறது. ஆனாலும் எல்லாவற்றையும் மீறி, 'அரசு' என்பது 'அதிகாரம்' என்பதை நிலைநிறுத்திய வகையில் இந்த அரசு மக்களுக்கு சொன்ன செய்தி மகத்தானது. பிம்ப வழிபாடும், புனிதத்துவமும், அதிக எளிமைப்படுத்தலும் ஆபத்தானது என்பதே அது.

- ஜனவரி 25, 2017

Mental Masturbation

இப்போது சென்னையில் நடந்திருப்பதைப் போன்ற கப்பல் விபத்தும் அதன் விளைவாக கடலில் எண்ணெய் கசிவதும் எல்லா இடங்களிலும் நடக்கக்கூடியது தானா?

ஆமாம். இத்தகைய விபத்துக்கள் நடக்கக்கூடியவைதான்.

கசிந்திருக்கும் எண்ணெயில் உயிருக்கு ஆபத்தான H2S போன்ற வாயுக்கள் கலந்திருக்க வாய்ப்பு உண்டு என்றும், அதனால் எந்த எண்ணெயை அப்புறப்படுத்த முயல்வது உயிருக்கு ஆபத்தானது என்றும் சொல்லப்படுகிறதே உண்மையா?

கசிந்திருப்பது அத்தகைய எண்ணெய் இல்லை என்பதுதான் இப்போது வெளிவந்திருக்கும் தகவல். அத்தைகைய வாய்ப்பு இருக்குமென்றால், அரசு இவ்வளவு மெத்தனமாக இருக்காது. மொத்த இடத்தையும் கட்டுக்குள் கொண்டுவந்திருப்பார்கள். இந்த சம்பவத்தையே முடிந்த அளவுக்கு ரகசியமாகக் கையாண்டிருப்பார்கள். மீனவர்களை விடுங்கள்; துறைமுகத்துக்கு எதுவும் பங்கம் வந்துவிடாமல் இருக்க அரசு வேகமாக செயல்படும். சிறிய அளவிலான அணுக்கசிவின்போதெல்லாம் அரசு அப்படித்தான் நடந்துகொள்கிறது.

இத்தகைய விபத்துக்களையே அரசால் தடுக்கமுடியவில்லையே... அணுக்கசிவு ஏற்பட்டால் என்ன நடக்கும் என்று சமூக ஊடகங்களில் பகிர்ந்துகொள்ளப்படும் கவலையை எப்படிப் பார்க்கிறீர்கள்?

இப்படிக் கவலைப்படுவது நம்முடைய சமூக அக்கறையையும், நமது போராளி குணத்தையும் உலகுக்கு பறைசாற்றுகிறது. அந்த அடிப்படையில் இந்தக் கவலைக்கு ஒரு சமூகப் பெறுமதி இருக்கிறது. அதைத்தாண்டி இதை நாம் பொருட்படுத்தவேண்டியதில்லை.

மற்ற நாடுகளில், குறிப்பாக மேற்கு நாடுகளில் இத்தகைய விபத்துக்களின் போது மக்கள் சென்று சுத்தப்படுத்தும் பணியில் ஈடுபடுவது உண்டா?

உண்டு. அத்தகைய நாடுகளில் மக்களுக்கு பாதிப்பு இல்லையென்று உறுதிசெய்தபிறகு, அவசியமான முன்னெச்சரிக்கை நடவடிக்கைகளுடன், தேவையான பாதுகாப்பு உபகரணங்களுடன் அரசு இதை அனுமதிக்கும். பெரும்பாலும் தன்னார்வத் தொண்டுநிறுவனங்களின் உறுப்பினர்களே அதில் கலந்துகொள்வார்கள். அவர்களுக்கு இத்தகைய விஷயங்களில் குறைந்தபட்ச பயிற்சி இருக்கும்.

இப்போது வாளியுடன் களத்தில் இறங்கியிருக்கும் பொதுமக்களை நீங்கள் எவ்வாறு பார்க்கிறீர்கள்?

இதற்குப் பெயர் 'Mental Masturbation'. இதுவொரு நோயாக நமது சமூகத்தில் வளர்ந்து வருகிறது. யாருக்கும் பிரச்சினை இல்லாத, எந்த அரசியல் கோரிக்கையும் இல்லாத ஒரு செயலில் தம்மை இணைத்துக்கொள்வதன் மூலம், தமது குற்றவுணர்ச்சியில் இருந்து வெளியேற முயலும் ஒருவித மொண்ணைத்தனம். தனது கருணையின் மீது தானே மையல் கொள்ளும் ஒருவித போதையும்கூட இது. இதனால் பெரிய பாதகம் ஒன்றும் இல்லை.

மக்கள் வாளிகளுடன் களத்தில் இறங்கியிருக்கக்கூடாது என்கிறீர்களா?

இறங்கலாம். அதெல்லாம் மக்களைக் குறைந்தபட்சம் மனிதர்களாகவாவது பார்க்கும் மேற்கு நாடுகளில் மட்டும். அங்கு வாளியுடன் பொதுமக்கள் சுத்தப்படுத்த இறங்குவார்கள்; அதேசமயம் கழிவைக் கொட்ட வரும் கப்பலை மறித்து நடுக்கடலிலும்கூட போய் போராடுவார்கள். ஒரு சிவில் சமூகத்தின் போராட்டத்தை அதே கண்ணியத்தோடு அரசும் எதிர்கொள்ளும். போராட்டக்காரர்களோடு உரையாடலை மேற்கொள்ளும். லத்தியால் அடிக்காது. முக்கியமாக, அவர்களது போராட்டம் முடிந்தவுடன், கடற்கரையை ஒட்டிய மக்களின் வீட்டை இடிக்காது.

- பிப்ரவரி 04, 2017

டூப்ளிகேட்

இப்போதைக்கு சசிகலாவைப் போல பொதுமக்களால் வெறுக்கப்படும் பிறிதொரு அரசியல்வாதி கிடையாது. அதை மிகவும் வெளிப்படையாக பொதுமக்களே வெளிப்படுத்துவதையும் காண ஆச்சர்யமாக இருக்கிறது. முகம் சிறியதாக அச்சிடப்பட்டிருக்கும் போஸ்டர்களிலும்கூட, அதுவும் ஜெயலலிதாவின் முகமும் சசிகலாவின் முகமும் நெருக்கமாக அச்சிடப்பட்டிருக்கும் புகைப்படங்களில்கூட மிகவும் நேர்த்தியாக சசிகலாவின் முகத்தை மட்டும் சேதப்படுத்துகிறார்கள்.

இது உண்மைதான். ஆனால் இந்த உண்மையில் ஒரு பொய் மறைந்திருக்கிறது. அது என்னவென்றால், 'ஒவ்வொரு காலகட்டத்திலும் மக்களின் அபிமானம் பெற்ற தலைவர்களே மக்களால் வெறுக்கப்பட்டேதான் வருகிறார்கள்'. தனது முதல் ஐந்தாண்டுகால ஆட்சியை நிறைவுசெய்து முடித்தபோது ஜெயலலிதாவைப்போல வெறுக்கப்பட்ட ஒரு அரசியல்வாதி கிடையாது. போட்டியிட்ட இரண்டு தொகுதிகளிலும் தோற்கடிக்கப்படுகிறார். பிரச்சாரத்தின் போது அவர் மீது செருப்பெல்லாம் வீசப்படுகிறது. இது வரலாறு. கருணாநிதி மீதான வெறுப்புக்கு சமீபத்திய உதாரணம், அவரது கடைசி ஐந்தாண்டுகால ஊழல் ஆட்சி. தேர்தலுக்கு ஆறுமாத காலத்துக்கு முன்னால், தனது அரண்மனையில் இருந்து சோம்பல் முறித்துக்கொண்டு வெளியில் வந்த ஜெயலலிதாவை நோக்கி வெள்ளமென பாய்ந்து சென்ற மக்கள், அவரது கையைப்பிடித்து கூட்டிவந்து அரியணையில் அமரவைக்கும் அளவுக்கு கருணாநிதி மீது வெறுப்பு இருந்தது. இதுவும் வரலாறுதான்.

ஆனால், சசிகலா மீது காட்டப்படும் வெறுப்பு என்பது இது எல்லாவற்றிலிருந்தும் முற்றிலும் வேறானது. அவர் இப்போதுதான் வெளிப்படையாக அரசியலுக்கு வருகிறார். நேரடியாக அவரது 'அரசியல் முடிவுகளால்' மக்கள் பாதிக்கப்பட்டிருக்கவில்லை. ஆனால், ஜெயலலிதாவின் முதல் ஐந்தாண்டுகால ஆட்சி முதல், தற்போது தொடங்கி ஒரு வருடத்தில் பாதியில் விட்டுவிட்டு மறைந்திருக்கும் இந்த ஆட்சி வரை ஜெயலலிதா நடத்திய அரசு குறிப்பிடத்தக்க அளவுக்கு சசிகலாவால்

ஆதிக்கம் செலுத்தப்பட்ட அரசுதான். இந்த 'ஆதிக்கம்' என்பதுதான் முக்கியமான கருதுகோள். ஆமாம். ஜெயலலிதா செயல்படுத்திய எந்த மக்கள்நலத் திட்டங்களுக்கும், சசிகலா உரிமை கோரிவிடமுடியாது. ஆனால் ஜெயலலிதா அரசாங்கத்தின் எல்லா தீவினைகளுக்கும் அவர் பொறுப்பாக்கப்படுகிறார். இது முழுக்கவும் தவறா? இல்லவே இல்லை. சசிகலா தனது அரசியல் வாழ்வில் அதற்கு பொறுப்பு கூற வேண்டியவர். ஆனால் ஜெயலலிதா சாதித்த எந்த மக்கள் நல அரசியலுக்கும் சசிகலா உரிமை கோரவே முடியாமல் போகிறதே அது ஏன்?

சசிகலா என்றால் ஊழலின் பிம்பம். இந்த ஒற்றைப் பரிமாணத்தின் பின்னேதான் ஜெயலலிதாவின் தேவதை இமேஜ் மறைந்திருக்கிறது. மேலும் நடந்த நல்லவை எதற்காவது சசிகலா உரிமை கோரினால் அது சட்ட விரோதமாகிவிடும். ஏனெனில் சென்ற அரசாங்களில் எல்லாம் 'நான் இத்தகைய முடிவுகளை எடுக்க உதவினேன்' என்றோ, 'ஆலோசனை வழங்கினேன்' என்றோ அவர் சொல்ல முடியாது. ஏனெனில் அவர் எந்தப் பொறுப்பிலும் இல்லை. ஜெயலலிதா அவரை அப்படித்தான் வைத்திருந்தார். ஆனால் அதிமுகவின் நிர்வாகிகளுக்கு சசிகலா என்னவாக இருந்தார் என்று தெரியும். சசிகலா மிக நுணுக்கமாக தோற்கும் இடம் இது. தணியாத வெறுப்பின் வேர் அங்குதான் இருக்கிறது. இதைச் சரிசெய்துகொள்ளும் வாய்ப்பு அவருக்குக் கிடைத்தது. ஆனால், சசிகலா அந்த பொன்னான வாய்ப்பை தனது அலட்சியத்தால் தவறவிட்டார். அது மட்டுமல்லாமல், தனது அகங்காரத்தின் மூலம் அந்தத் தவறை மேலும் பெரிதாக்கி மக்களை அவமதித்தார்.

மக்களை வெறுக்கத் தூண்டியதன் விதையை அவர் தூவிக்கொண்டது சுதாகரன் திருமணத்தில். பிறகு மிரட்டியும், ஏமாற்றியும் வாங்கிப்போட்ட சொத்துகள் தொடங்கி, மிடாஸின் வழியாக ஜாஸ் சினிமாவில் நிலைபெற்றது அந்த வெறுப்பின் நிழல். ஆனால், சசிகலா தம்மை கடும் வெறுப்பிற்கு உரிய நபராக மாற்றிக்கொண்டது ஜெயலலிதா அப்பல்லோவில் வைக்கப்பட்டிருந்த 'அந்த எழுபத்தைந்து நாட்களில்' தான். இத்தனை காலமும் அவர் மீது மக்களிடம் சிறுகச்சிறுக உருவாக்கி நிலைபெற்ற வெறுப்பு திரண்டுவந்து அசைக்க முடியாத பாறையைப்போல ஆனது அப்போதுதான். ஜெயலலிதாவை மக்களிடம் இருந்து மறைத்து வைத்து எல்லோரையும் கையறு நிலைக்குத் தள்ளியதன் மூலம் இன்று 'வேலைக்காரி' என்றும் 'சூனியக்காரி' என்றும் அவர் தூற்றப்படுவதற்கு அவரே காரணமாகிப்போனார். மற்ற அரசியல்வாதிகள் சம்பாதித்தது வெறுப்பு என்றால் இவர் சம்பாதித்தது மக்களின் அவமதிப்பிலிருந்து வரும் கசப்பை அடிப்படையாகக் கொண்ட அருசை.

இந்த வெறுப்புக்கு சசிகலா மட்டும்தான் காரணமா? இல்லை. இந்த விஷயத்தில் செயல்படக்கூடிய மூன்று காரணிகள் உண்டு. ஒன்று ஜெயலலிதாவின் பிம்பம், இரண்டாவது அதை விதந்தோதும் பொதுமக்களின் உளவியல், மூன்றாவது சசிகலாவின் சொந்த ஆகிருதி மற்றும் அவரது விரிந்த கிளைகளுள்ள ஊழல் குடும்பம்.

ஜெயலலிதாவின் நிலைநிறுத்தப்பட்ட பிம்பத்திற்கு சசிகலாவின் மீதான வெறுப்பில் பங்குண்டு. இந்த மனநிலை எளிய மக்களிடம் எவ்வாறு செயல்படுகிறது அது அரசியல் திரட்சிக்கு எவ்வாறு உதவுகிறது என்று பார்க்கலாம். குறிப்பாக ஒரு எளிய மனிதனுக்கு, தனது தெருவில் உள்ள கவுன்சிலரை மதிக்க வேண்டியிருக்கிறது. எம்எல்ஏவுக்குப் பணியவேண்டியிருக்கிறது. மந்திரிக்கு அஞ்ச வேண்டியிருக்கிறது. ஆனால் இவர்கள் எல்லாம் ஒரே நேரத்தில் ஜெயலலிதாவின் காலில் விழுந்து எழுகிறபோது, ஜெயலலலிதாவின் பிம்பத்தைத் தொழுது மண்டியிடுகிற எளிய மக்களின் மனநிலை, காலில் விழும் அதிகாரமிக்கவர்களை தமக்கு நிகராக வைத்து ஒருவித கானல் இன்பத்தில் திளைக்கிறது. கடைசி வரை இந்த இன்பத்தை அடித்தட்டு மக்களுக்கு வழங்கிக்கொண்டே இருந்தவர்கள் எம்ஜியாரும் ஜெயலலிதாவும். அப்படி வழங்கும் தகுதியை அவர்கள் அடைந்ததற்கு அவர்களது சாதி, பளிச்சிடும் அழகு, செலிப்ரிட்டி ஸ்டேடஸ், கடைசிவரை அவர்கள் கைக்கொண்ட மிடுக்கு எல்லாம் காரணம். எவ்வளவு ஊழல், எவ்வளவு சட்டவிரோத போலீஸ் கொலைகள் என்று தறிகெட்டுத் திரிந்தபோதும் எம்ஜியாரும் ஜெயலலிதாவும் எளிய மக்களால் கொண்டாடப்பட்டதற்கு இந்த உளவியல் பண்புதான் காரணம். நீ யாராக, எவ்வளவு பெரிய ஆளாக இருந்தாலும் கடைசியில் எனது தலைவனுக்கும் தலைவிக்கும் கீழேதான். தீர்ப்பெழுதும் நிலையில் இருப்பவர்கள் அவர்கள்தான். உன்னால் அவர்களை நெருங்கவோ மீறவோ முடியாது. அந்தக் கடவுள்களுக்கு எங்கள் மீது அபிமானம் உண்டு. அதனால் எளிய மக்களாகிய நாங்கள் கடவுள்களுடன் ஒன்றாகக் கலந்தவர்கள் என்னும் தொழுகை மனநிலையாக மாறிவிடுகிறது. இந்த இடத்தில் சசிகலாவின் இடம் என்ன? மக்களுக்கு அவர் யார்?

இந்தப் பின்புலத்தில் வைத்து சசிகலாவின் ஆகிருதியை நாம் மதிப்பிடுவோம். அவர் எம்ஜியாரோ ஜெயலலிதாவோ அல்ல. கலைஞரோ ஸ்டாலினோ அல்ல. சீமானோ வைகோவோகூட அல்ல. பிறகு அவர் யார்? ஜெயலலிதாவுடன் இருந்தவர். இருந்தவர் என்றால், ஜெயலலிதாவின் அபிமானத்தையும் அன்பையும் பெற்றவரா என்றால், அவசர அவசரமாக பொது உளவியல் அதை மறுத்துப் பேசுகிறது. சசிகலாவை நிந்தித்து தெருவில் நின்று பேசும் கட்சிப் பெண்களின் உளவியல் அதுதான். ஏனெனில் ஜெயலலிதாவுக்கு சசிகலாவின் மீது அபிமானம் உண்டு

என்பதை ஏற்றுக்கொண்டால், ஜெயலலிதாவின் 'தேவதை' இமேஜுக்கு சேதாரம் வந்துவிடும். சரி வந்துவிட்டுப் போகட்டுமே என்று விடவும் முடியாது. ஏனென்றால் ஜெயலலிதாவைத் தொழுவதற்கு அந்த தேவதை இமேஜ் தேவையாக இருக்கிறது. அவரை நேர்மையாளராக, இரும்புப் பெண்மணியாக உருவகித்துக்கொள்ளும் போது சசிகலாவின் பிம்பம் அதில் உடைப்பை உண்டாக்குகிறது. அதே சமயம் சசிகலாவோ தம்மை அடுத்த ஜெயலலிதாவாக நிறுவிக்கொள்ள முயல்கிறார்.

ஆனால் ஜெயலலிதாவைப் புனிதராக்கித் தொழுகிற பொதுமக்களின் உளவியல், சசிகலாவை நிராகரிக்கவே விரும்புகிறது. இந்த நிராகரிப்பின் பின்னுள்ளது அரசியல்பூர்வமான விமர்சனமா என்றால் இல்லை. ஏனெனில் அவ்வாறு நிராகரிக்கத் தொடங்கினால், அது ஜெயலலிதாவையும் நிராகரிக்கவே வேண்டியிருக்கும். ஆக, அதற்கு இருக்கும் ஒரேவழி சசிகலாவை வெறும் 'வேலைக்காரி' என்று வரையறுத்துவிடுவதுதான். சசிகலாவை அவமதிக்கும் பொதுஉளவியலின் புள்ளி இங்கிருந்துதான் விரிகிறது. சமூக ஊடகங்களில் நிறைந்து வழியும் சசிகலா மீதான கேலிகளின் அடிப்படை இதுதான்.

இதை சசிகலா நேர்மையாக எதிர்கொண்டிருக்க முடியுமா... தனக்கு சாதகமாக மாற்றியிருக்க முடியுமா... என்றால் முடியும். ஆனால் அவர் அதை அப்பல்லோவில் தொடங்கியிருக்கவேண்டும். ஆம். ஜெயலலிதாவை அவர் மக்களிடம் ஒப்படைத்திருக்கவேண்டும். ஜெயலலிதாவுக்கு என்ன நடந்துகொண்டிருக்கிறது என்பதை, மிக வெளிப்படையாக அவர் மக்களிடம் பகிர்ந்து கொண்டிருக்க வேண்டும். தம்மை எளிய வேலையாளாக மட்டுமே மக்களின் முன்னால் வெளிப்படுத்தியிருக்க வேண்டும். அவ்வாறு செய்வதன் வழியாக மட்டுமே அவர் பொதுமக்களின் உளவியலுடன் நெருங்கியிருக்க முடியும். அங்கிருந்துதான் அவர், ஜெயலலிதா ஆட்சியின் தீவினைகளுக்கு மட்டுமல்ல, அதன் நலன்களுக்கும் கூட தாம் உரிமை கோரமுடியும் என்பதை நோக்கி முன்னேறியிருக்க முடியும். ஆனால் அவர் மிகப்பெரும் தவறிழைத்தார். தனது இருப்பைத் தானே ஊதிப் பெருக்கி அடுத்த ஜெயலலிதாவாக மக்கள்முன் வைத்து தம்மை மேலும் மேலும் வெறுக்கும் நிலைக்கு மக்களைத் தள்ளினார்.

மருத்துவமனை ரகசியம் முதல், கடற்கரையில் கொண்டுவந்து ஜெயலலிதாவை இருத்தியது வரை, சசிகலாவின் ஆளுமைப்பண்பு ஒரு 'வேலைக்காரியின்' அபகரிப்பாக புரிந்துகொள்ளப்பட்டது. அதை 'சூனியக்காரியின்' நிலைக்கு மாற்றியது அவரையும் ஜெயலலிதாவின் உடலையும் சுற்றி நின்றுகொண்டிருந்த சசிகலாவின் குடும்பம். மக்களிடமிருந்து முழுக்கவும் அவர் அந்நியப்பட்டது அங்குதான். இது

பற்றிய எந்த புரிதலும் இல்லாமல் ஜாக்கெட்டையும், கொண்டையையும், மாற்றிக்கொண்டால் ஜெயலலிதாவாக மாறிவிடலாம் என்று நினைத்து அவர் செயல்பட்டு கேலிப்பொருளாக ஆகிப்போகிறார். இதுதான் சசிகலா தோற்கும் இடம். இந்த இடத்தில்தான் பன்னீரின் வெற்றி தொடங்குகிறது. ஜெயலலிதா அடைத்துக்கொண்டிருந்த 'டாம்பீகத்தின்' இடத்தை 'எளிமையான மற்றும் பணிவான முதல்வர்' எனும் பிம்பத்தை வைத்து மக்களிடம் ஊடுருவ முயல்கிறார் அவர். அதில் பொருட்படுத்தத்தக்க அளவுக்கு வெற்றியும் அடைகிறார். இது ஒருவகையில் மக்களை ஏமாற்றுவதுதான். எம்ஜியாரின் குல்லாவைப் போல உள்ளீடற்றதுதான் பன்னீரின் எளிமை. அதன் உள்ளே இருப்பது புரையோடிப்போன ஊழலும் அடிமைத்தனமும்தான். ஆனால் ஜெயலலிதாவை நகல் செய்ய முயலும் வகையில் சசிகலா ஆளுமை, எளிமை இரண்டிலுமே கோட்டைவிடுகிறார் என்பதுதான் அபத்தம்.

- பிப்ரவரி 11, 2017

நான்கு குற்றவாளிகள்

ஜெயலலிதா, சசிகலா உள்ளிட்ட நால்வரும் குற்றவாளிகள் என்று உச்சநீதிமன்றம் தீர்ப்பு வழங்கியிருக்கிறது. கிட்டத்தட்ட இருபது ஆண்டுகள் போராட்டத்துக்குப் பிறகு கர்நாடக உயர்நீதிமன்ற நீதிபதி குன்ஹாதான் 'தண்டனை' அறிவித்து தீர்ப்பை வழங்குகிறார். அதற்குப் பிறகான அப்பீலில் தடாலடியாக மற்றொரு நீதிபதி குமாரசாமி எல்லோரையும் நிரபராதிகள் என்று விடுவிக்க, இப்போது குற்றவாளிகள் என்று அறிவிக்கப்பட்டிருக்கிறவர்கள் தேர்தலை சந்தித்து ஆட்சியும் அமைக்கிறார்கள். இப்போது சுப்ரீம் கோர்ட், அவர்கள் வழக்கிலிருந்து விடுவிக்கப்பட்டதைத் தள்ளுபடி செய்து குன்ஹாவின் தீர்ப்பையே உறுதி செய்திருக்கிறது. இந்த விவகாரத்தில், ஜெயலலிதா மற்றும் சசிகலா உள்ளிட்ட வெளிப்படையான குற்றவாளிகளைத் தவிர்த்து அரூபமான குற்றவாளிகளும் இருக்கிறார்கள். அவர்கள் யாரென்று பருந்துப் பார்வையாகப் பார்ப்போம்.

முதலில் நீதித்துறை. 'சமூகத்தில் ஊழல் என்ற பிரச்சினை தலைவிரித்தாடுவது எங்களுக்குக் கவலையளிக்கிறது' என்று பினாத்தும் நீதிபதிகள் முதலில் ஒத்துக்கொள்ளவேண்டியது 'நீதித்துறை செல்லரித்துப் போயிருக்கிறது' என்கிற எதார்த்தத்தைத்தான். இந்த வழக்கின் ஆரம்பம் முதல் ஆராய்ந்தால், இது பதினேழு ஆண்டுகளாக இழுத்தடிக்கப்படுவதற்கு உச்சநீதிமன்றமே பல வகையிலும் உதவியிருக்கிறது என்பதைப் புரிந்துகொள்ளமுடியும். 'ஜெயலலலிதா & கோவைப்போல நீதித்துறையைக் கேலிக்குள்ளாக்கிய, அவமதித்த வேறொரு அரசியல் பகுதியினரைக் காண்பது அரிது. அதற்காக நாம் அவர்களைப் பாராட்ட வேண்டும். நீதிமன்றங்களின் ஊதிப் பெருக்கப்பட்ட புனிதத்தின் மீது தங்களது இடதுகாலை வைத்து கடந்து வந்த வகையில் அவர்கள் பொதுச் சமூகத்துக்கு நடத்தியது ஒரு அரசியல் பாடம்.

இந்த வழக்கை சட்டக்கல்லூரியில் பாடமாக வைத்தால், 'படிப்பைப் பாதியில் நிறுத்திவிட்டு கவுன்சிலர் ஆகிவிடுவது உத்தமம்' என்று மாணவர்கள் நினைக்கக்கூடும். அவ்வளவு காமெடி. இந்த வழக்கு விசாரணையில் இருந்து பாதியில் மனம் நொந்து வெளியேறிய அரசுத்தரப்பு வழக்கறிஞர் ஆச்சார்யா, உயர்நீதிமன்றத்திலேயே இந்த தண்டனையை

உறுதிசெய்திருக்க முடியும்; குமாரசாமி செய்த 'arithmetical error' தான் அவர்கள் விடுதலை ஆனதற்குக் காரணம் என்று சொல்கிறார். நீதிபதி அந்த 'error' ஐச் செய்வதற்கு எது காரணம் என்பது எல்லோருக்கும் தெரியும். அது நீதிமன்றத்துக்கும் தெரியும். 'இன்னா.. இப்ப...' என்று நம்மை நோக்கித் தோரணையாக ஒரு பார்வை பார்க்கிறாரே சசிகலா, அந்த தைரியத்தை அவருக்கு வழங்குவது இவ்வாறு error செய்யும் நீதிபதிகள்தான். மட்டுமல்லாது சசிகலா போன்ற 'வாடிக்கையாளர்களைத்தான்' நீதிமன்றம் தண்டிக்க முடியுமே தவிர நீதி வழுவும் நீதிமான்களை அல்ல. ஏனெனில் அவர்கள் செய்வது வெறும் error மட்டுமேதான். அதில் மேற்கொண்டு கவனம் செலுத்த யாருக்கும் உரிமை இல்லை. சோதனை முயற்சியாக யாராவது ஒருவர், வேண்டுமானால் குமாரசாமி மீது வழக்குதொடர முயலட்டுமே. இதே நீதிபதிகள் அதை எப்படி எதிர்கொள்கிறார்கள் என்று பாருங்கள். அப்போது தெரியும்.

இரண்டாவதாக சிவில் சமூகம். இப்போது வரை, கொள்ளையடிக்கப்பட்டது தங்களது சொத்து என்றோ, ஆள்பவர்கள் அவ்வாறு அத்துமீறுவது தங்கள் மீது செலுத்தும் வன்முறை என்றோ, ஒரு ஜனநாயக சமூகத்தில் அதற்கான எதிர்வினையை ஆற்றும் வாய்ப்பு தேர்தலின்போது கிடைக்கிறது; அதைப் பயன்படுத்தவேண்டும் என்றோ பரந்துபட்ட புரிதலுக்கு அது இன்னும் வரவே இல்லை. அவ்வாறு வரமுடியாமல் போவதற்கு மிக முக்கியமான ஒரு காரணம், 'தகுதியான மாற்றுகள்' இல்லை என்பதே. அதைக் கடந்து தனிப்பட்ட வகையில் தனிமனிதர்களாக நாம் ஒவ்வொருவரும் நிறைய சீரழிந்திருக்கிறோம் என்பதும் முக்கியம். சசிகலாவின் கைதுக்கு குதூகலிக்கிற, குமாரசாமியின் மீது உமிழ முயல்கிற எல்லா தனி மனிதர்களும் ஏதோ ஒருவகையில் இந்த அபத்தத்தின் ஒரு கூறாகவே இருக்கிறோம்.

ஒரு தொகுதியில் இரண்டு லட்சம் ஓட்டு என்றால், மிகவும் நேரடியாக இருபது கோடி ரூபாய் பணம் அந்தத் தொகுதியில் புழங்குகிறது. தேர்தல் என்பது திருவிழா இங்கு. பணத்தை வைத்து அரசியல் கட்சிகள் ஆடும் சூதாட்டம். அதில் பணயம் வைக்கப்படுவது வாக்காளர்களின் கண்ணியமும், சுயமரியாதையும். படித்தவன் முதல், படிக்காதவன் வரை எந்தக் குற்றஉணர்ச்சியும் இன்றி கைநீட்டி ஓட்டுக்குப் பணம் வாங்கும் வேசைத்தனத்தைக் கைவிடாதவரை இதற்கு விடிவு இல்லை. நமது பணத்தைத்தானே அவன் தருகிறான் என்கிற சப்பைக்கட்டு ஒரு வகையில் முகத்தை மூடிக்கொண்டு கூட்டிக்கொடுக்கும் செயல்தான். இந்தத் தவறில் பெரும் மக்கள்திரள் ஈடுபடுகிறபோது, ஒருபக்கம் மாற்று அரசியலுக்கான வழிகள் அடைபட்டுப் போகின்றன. மறுபக்கம் 'அரசியல் என்றால் என்ன...' என்பதன் புரிதலே மாறிவிடுகின்றன. உரிமை

என்பதை விடுத்து அபிமானம் என்பதில் போய் நமது அரசியல் பார்வை முடிந்துவிடுவது அதனால்தான். அதன் அடுத்த கட்டம் வசீகரத்துக்கு பலியாவது. இந்த இடத்தில்தான் ஊடகங்கள் வருகின்றன.

இந்தச் சீரழிவில் முக்கியப்பங்கு ஊடகங்களுக்கும் இருக்கிறது. செய்திகளைச் சொல்வதிலேயே அரசியல் இருக்கிறது. அதாவது எதைச் சொல்வது, எதை இருட்டடிப்பு செய்வது என்பதில் தொடங்குகிறது அதன் அரசியல். வெளிப்படையாகத் தங்களது அரசியல் பார்வையுடன் இயங்கும் ஊடகங்களை அவை எவ்வளவு தவறாக இருந்தபோதும் ஏற்றுக்கொள்ளலாம். ஆனால், மிவும் தந்திரமாக தமது அரசியல் சாய்வை மறைத்துக்கொள்ளும் ஊடகங்களே ஆபத்தானவை. அத்தகையவை பெருகியிருக்கின்றன. எப்போதும் உண்மையைச்சுற்றி பூஞ்சையான பொய்களைக் கட்டமைத்தபடியே வருகின்றன செய்திகள். எவ்வளவு வதந்திகள் இருந்தாலும் சமூக ஊடகங்கள் மட்டும் இல்லையென்றால், இவர்கள் நமக்கு என்ன உண்மையைச் சொல்லியிருப்பார்கள்... என்று கற்பனை செய்துபாருங்கள். எப்போதும் அவர்களுடன் இருப்பது வெளிப்படையான நிலைய வித்துவான்கள். இல்லையென்றால் அவ்வப்போது துண்டை மாற்றிக்கொள்ளும் தேங்காய் மூடிகள். மக்களின் அரசியல் சொரணையை திட்டமிட்ட அளவில் காயடித்துவிட்டதில் இத்தகைய ஊடகங்களுக்கு பெரும்பங்கு உண்டு. உதாரணத்துக்கு, இந்த வழக்கு விவகாரத்தில் காத்திரமான விமர்சனங்களை முன்னெடுத்த, மக்களுக்கு உண்மையை அறிவிக்கிற வகையில் செயல்பட்ட ஊடகங்கள் எவை என்று பாருங்கள். உங்களுக்கே ஆச்சர்யமாக இருக்கும். சொன்னதையே சொல்லிச்சொல்லி நம்மைச் சோர்வூட்டிய அற்ப ஊடகங்களே அதில் பெரும்பான்மை.

இந்தத் தீர்ப்பின் மூலமும், தண்டனையின் மூலமும் என்ன நடந்துவிடும் என்று கேட்கலாம். எல்லா லௌகீக நலன்களையும் தாண்டி நடந்திருப்பது கருத்தியல்ரீதியான ஒரு ஆசுவாசம். தவறு செய்தவர்கள் தண்டனையை அனுபவிப்பார்கள் எனும் எளிய மக்களின் எதிர்பார்ப்பின் மீது பாய்ச்சப்படும் சிறிய வெளிச்சம். இதன் பின்னுள்ள எல்லா அரசியல் கணக்குகளையும் மீறி, விழுமியங்களின்பாற்பட்ட லட்சியவாதத்தின் வெற்றி அது. வேறு எதற்குப் பயன்படுகிறதோ இல்லையோ, இன்னும் நிறைய ஊழல்களைச் சகித்துக்கொள்ளும் மனவலிமையைப் பெற நமக்கு இது பயன்படும். இந்த சமரச சமூகத்தில் குன்ஹாக்களும் தொடர்ந்து உருவாகமுடியும் என்று நாம் நம்புவதற்கான அடிப்படையையும் இவைதான் வழங்குகின்றன. அந்த வகையில் இது முக்கியமான தீர்ப்பு!

- பிப்ரவரி 11, 2017

வனஸ்பதி சபதம்

சசிகலா சபதம் செய்த காட்சி எனது நெஞ்சை உருக்கிவிட்டது. யார் செய்த புண்ணியமோ, எது அவரைத் தடுத்ததோ தெரியவில்லை, அந்த சபதத்தை எல்லோருக்கும் கேட்கும்படி உரக்கச் சொல்லாமல் தவிர்த்துவிட்டார். அந்த கையறுநிலை மிகவும் துயரமானது. அவருக்கு செய்யப்பட்டிருப்பது துரோகமா என்றால், அது துரோகம்தான். அதன் வலி கூடுதலாகத்தான் இருக்கும். ஏனென்றால், இந்த துரோகம் நீண்ட தாமதத்துக்குப் பிறகு செய்யப்படுகிறது. உதாரணத்துக்கு இந்த வழக்கு தொடுக்கப்பட்ட ஓராண்டுக்குள், விசாரணை முடிந்து அவருக்கு தீர்ப்பு வழங்கப்பட்டிருந்தால் இப்படியா நடுங்கிக்கொண்டே அவர் சத்தியம் செய்திருப்பார். இவ்வளவு முதுமை இருந்திருக்காது. ஒருவேளை மிகவும் சத்தமாக 'ங்கொம்மால... வாக்கா... வந்து பாத்துப்போம்...' என்று சொல்லிவிட்டு தனது உடன்பிறவா சகோதரியுடன் அவர் வண்டி ஏறியிருக்கக்கூடும். இல்லாவிட்டால் 'let us see these fucking assholes later on...' என்று சொல்லி ஜெயலலிதா கூட மிக்க மாண்புடனும், கண்ணியத்துடனும் சசிகலாவை அழைத்துச்சென்றிருக்கக்கூடும். என்ன இருந்தாலும் காண்வென்ட்டில் படித்த இந்து மேல்சாதி, உயர்தட்டுப் பெண்மணி இல்லையா அவர். தமிழில் கெட்டவார்த்தை பேசுவது இழுக்கு. பிறகு காசு வெட்டிப் போடுவது, சீட்டெழுதிக் கட்டுவது எல்லாம் கீழ்சாதிகளின் பொறுக்கித்தனம். பங்களாவுக்கு வரச்சொல்லி, அவன் ஆடிட்டராக இருந்தாலும் கூட, ரெண்டு அறைவிட்டு அப்போதே வேலையை முடிப்பதுதான் மேல்தட்டுப் பக்குவம். அவர் இவ்வாறெல்லாம் தனது பலவீனத்தை வெளிப்படுத்தியிருக்கமாட்டார்.

இந்த நேரத்தில் assholes என்னும் பதத்தை, யார் மீதெல்லாம் சசிகலா பிரயோகிக்க விரும்பியிருப்பார் என்பது ஒரு பக்கம். அதற்கு யாரெல்லாம் deserved என்பது மறுபக்கம். அதை வேண்டுமானால் கற்பனை செய்து பார்க்கலாம். இது வெறும் கற்பனைதான். படிப்பவர்கள் தனது கற்பனை மூலம் மெருகேற்றிக்கொள்ள வேண்டும் சரியா...! இந்த assholes பட்டியல் மிகவும் பெரியது என்பதால், இதைப்படிக்கும் நீங்களும்கூட இந்தக் கட்டுரைக்குப் பங்களிக்கலாம். படிப்பவர்களும்

பங்கேற்பதுதான் இலக்கியத்தில் முக்கியம்; அதுதான் அதிகாரநீக்கம் என்றும் சொல்லப்படுகிறது.

முதலில் இந்த வழக்குத் தொடுப்பதற்குக் காரணமாக இருந்த சுப்ரமணியசாமி. மற்றவர்களாவது அரசியல் செய்யவேண்டும். அதற்காக மக்களிடம் போகவேண்டும். அதற்குப் பணம் வேண்டும். அதைக் களத்தில் இறக்க அடிமைகள் வேண்டும். கலவரம் வரும்போது சமாளிக்க பொறுக்கிகள் வேண்டும். இதை எல்லாம் சேர்த்துப் பிடிக்க 'கொள்கை' என்ற ஒரு மொக்கை வஸ்து வேண்டும். ஆட்சிக்கு வந்தபிறகு, பங்களித்த எல்லாத் தரப்புகளின் அயோக்கியத்தனங்களையும் குறிப்பிட்ட அளவுக்கு அனுமதித்து முன்நகர வேண்டும். இப்படி எந்த 'வேண்டும்களும்' இல்லாமலேயே கிட்டத்தட்ட நாற்பது ஆண்டுகளுக்கு மேல் இந்திய அரசியலில், கோலோச்சிக்கொண்டிருக்கிற ஒரு 'elite broker' அவர். இப்போதுகூட அவர் அதையேதான் செய்துகொண்டிருக்கிறார். அவர் சார்ந்திருக்கிற கட்சியின் நிலைப்பாட்டிற்கு எதிரான ஒரு கருத்தைக் கொண்டிருப்பது போன்ற தோற்றம் காட்டிக்கொண்டிருக்கிறார். அவர் விஷயத்தில் 'எது உண்மை... எது பொய்...' என்று யாராலும் பிரித்து உணரமுடியாது. ஏனெனில் அங்கு வரையறுக்கப்பட்ட உண்மையும் கிடையாது, பொய்யும் கிடையாது. அது இரண்டுக்கும் இடையில்தான் தரகர்கள் ஜீவிக்க முடியும். அதுவும் அறிவுஜீவித் தரகர்களின் இருப்பு என்பது HIV வைரஸின் இருப்பை ஒத்தது. இப்போது நடப்பதும் அதுதான்.

அடுத்து இந்த வழக்குடன் தங்களை இணைத்துக்கொண்டு இடையறாத சட்டப்போராட்டத்தை முன்னெடுத்த திமுகவின் க. அன்பழகன். எந்தக்காலத்திலும் 'இந்த வழக்கு ஜெயலலிதாவின் தலைக்குமேலே தொங்கும் கத்தி' என்பதை மிகச்சரியாக இனம்கண்ட வகையில், தன்னை தமிழ்நாட்டின் சிறந்த அரசியல்வாதியாக கருணாநிதி நிரூபித்த பல விஷயங்களில் இது ஒன்று. இந்த விஷயத்தில் இவர்கள் என்ன துரோகம் செய்தார்கள் என்று கேட்கலாம். செய்தார்களே...! எந்த ஊழலைச் சொல்லி ஆட்சியைப் பிடித்தார்களோ, எந்த ஊழலாலும் படாடோபத்தாலும் மக்கள் இந்த சகோதரிகளை வெறுத்தார்களோ, அதே ஊழலை இன்னும் பரவலாகச்செய்து மக்களிடம் சகோதரிகளுக்கு நல்ல பெயர் வாங்கிக்கொடுத்தவர்கள் யார்? அந்த வகையில் மக்களை அந்தப்பக்கம் துரத்தி சகோதரிகளின் அரசியல் வாழ்க்கைக்கு எந்த பங்கமும் வராமல் பார்த்துக்கொண்டு, இந்த நீ...ண்...ட.... துரோகத்துக்கு அவர்கள் அப்படித்தான் காரணமானார்கள். மேலும், இவர்களே வெளியே இருக்கும்போது நாம் என்ன சிறைக்கா போய்விடப்போகிறோம்... என்று மிதப்பாக இருக்கும் தத்துவ அடித்தளத்தையும் சகோதரிகளுக்கு வழங்கியவர்கள் திமுகவினர். சகோதரிகளுக்கு இருந்த ஒரே தத்துவப்

புரிதலும் இதுதான். இது மட்டும்தான். ஆனால் அது முழு புரிதலாகக் கனியாமல் போனதுதான் காவியத்துயரம். இந்த கையறுநிலைக்குக் காரணம்.

இறுதியாக, (இந்த கட்டுரையைப் பொறுத்தவரை) மோடி. சகோதரப் பாசத்தில் எல்லாரையும் மிஞ்சியவர். சகோதரி இல்லாமல் பதவியேற்றுக்கொள்ளமாட்டேன் என்று அடம் பிடித்ததாகட்டும். சகோதரிக்கு உடல் நலனில் கோளாறு என்றவுடன் பதறிப்போய் விசிட் அடித்ததாகட்டும். குஜராத்திலிருந்து பிரத்யேக நர்ஸை அனுப்பிவைத்ததாகட்டும், ஜெயலலிதா மீதான அவரது பாச வெள்ளத்துக்கு இணையாக ஒன்றைச் சொல்லவேண்டுமானால் சென்னை வெள்ளத்தைத்தான் சொல்லமுடியும். அந்தப் பாசமழை காலகட்டம் முழுக்க சகோதரி இந்த வழக்கிற்காக வாய்தா மேல் வாய்தா வாங்கிக்கொண்டிருந்தார். கொஞ்சகாலம் தனது கட்சிக்காரர்தான் சகோதரியின் வக்கீல் என்பதும் அண்ணனுக்குத் தெரியும். எய்ம்ஸ் மருத்துவர்களின் வழியாகவும், கவர்னரின் வழியாகவும், உளவு அமைப்புகளின் வழியாகவும் 'தனது சகோதரியின் மரணம்' குறித்த எல்லா உண்மைகளும் தெரிந்தபோதும் கூட, அதைப்பற்றி மூச்சே விடாமல், இழவுக்கு வந்து இளைய சகோதரிக்கு தலையைத் தொட்டு ஆசிர்வதித்துவிட்டு, அதே சூட்டோடு ஒரு ஆள்காட்டியை உருவாக்கி குழப்பம் விளைவித்து அதே இளைய சகோதரியை பரப்பன அக்ரகாரத்துக்கு பேக் செய்து அனுப்பியதுவரை அவரது அரசியல் மகாபாரதத்தை மிஞ்சியது. இந்த வழக்குக்குக் கோர்ட்டில் தண்டனை கிடைத்திருக்கிறது. இதற்கும் மோடிக்கும் என்ன தொடர்பு... என்று கேட்கலாம். இருக்கிறது அம்பிகளே...! மோடி போன்றவர்கள் எந்த வழக்கிலும் தண்டிக்கப்படாமல், பிரதமராக கோலோச்சும் ஒரு நாட்டில் சசிகலா போன்றவர்கள் ஜெயிலுக்குப் போகிறபோது, ரவுத்திரமாக சத்தியம் செய்யத்தான் செய்வார்கள். குற்றத்தில் என்னடா மேல்தட்டு குற்றம்... கீழ்தட்டு குற்றம்...? அதுவும் இல்லாமல் ரத்தத்துக்கே இந்த நாட்டில் தண்டனை இல்லை என்கிறபோது வெறும் சத்தத்திற்கே நாலு வருஷம் ஜெயிலா... என்ற அவர்களது கோபத்திலும் நியாயம் உண்டுதான். மாஃபியாத்தனத்தை ஒத்த அரசியல் நியாயங்களில் பொதுமக்களாக நமக்கு பரிச்சயம் இல்லை என்பதால் அப்படி ஒன்று இல்லை என ஆகிவிடுமா என்ன!

- பிப்ரவரி 15, 2017

பொறுக்கிகளுக்கு இருக்கும் தெனாவெட்டு

சசிகலா, ஜெயலலிதாவின் கல்லறையில் அறைந்து சத்தியம் செய்ததை 'பொறுக்கிகளுக்கு இருக்கும் தெனாவெட்டு' என்பதாக கிழக்கு பதிப்பக உரிமையாளர் பத்ரி சேஷாத்திரி கருத்து தெரிவித்திருக்கிறார். அவரது இந்தக் கூற்றுக்காக சமூக வலைத்தளங்களில் அவர் கடுமையாக விமர்சிக்கப்படுகிறார். இதையொட்டிய பலரது கண்டன நிலைத்தகவல்களில், பத்ரியின் மீதான வசைகள் பின்னூட்டப் பெட்டியை நிறைக்கின்றன. வெறும் கோபம் மட்டும் அல்லாது, ஜெயலலிதா கைது செய்யப்பட்டபோது இதே 'பொறுக்கி' என்ற வார்த்தையே ஏன் நீங்கள் சொல்லவில்லை... சங்கராச்சாரி கைது செய்யப்பட்டபோதும், பின்னர் விடுவிக்கப்பட்டபோதும் இத்தகைய அற ஆவேசத்தை நீங்கள் காட்டினீர்களா...' போன்ற கிடுக்கிப்பிடி கேள்விகள் அவரை நோக்கி எழுப்பப்படுகின்றன. ஒரு கட்டத்தில், 'பொறுக்கி' என்ற வார்த்தையை அவரது நிலைத்தகவலில் இருந்து நீக்கிவிட்டு யாரும் கருத்து கூற முடியாதபடி அந்தத் திரியையும் மூடி வைத்திருக்கிறார் அவர். இந்த விவகாரத்தின் ஊடாக, இங்கு நிலவும் அரசியல், மற்றும் நமது சாதியப் புரிதல் குறித்த ஒரு உரையாடலைத் துவங்கலாம்.

முதலில் சசிகலாவின் ஆவேசத்தை 'பொறுக்கித்தனம்' என்று வரையறுத்த பத்ரியின் கோபத்தை நாம் வரவேற்போம். இதில் பலருக்கு மாற்றுக்கருத்து இருக்கலாம். அது என்ன மாற்றுக்கருத்து? சசிகலாவின் அரசியல் முழுக்க ஊழலும் பொறுக்கித்தனமும் மிகுந்தது என்பதிலா? இருக்க முடியாது...! ஏனெனில் ஒட்டுமொத்த தமிழ்ச் சமூகமும் இதைவிட வன்முறையான எதிர்வினையைத்தான் அவர்மீது கடந்த ஒரு மாதமாக காண்பித்துவருகிறது. இன்று பத்ரிக்கு எதிராகக் கொந்தளிப்பவர்களில் பெரும்பான்மை சசிகலாவை இதைவிட கூசும் வார்த்தைகளால் அர்ச்சித்தவர்கள்தான். அதில் எல்லா அரசியல் இயக்கத்தவர்களும் உண்டு. திமுகவினர், திகவினர், அதிமுகவினர், பிஜேபியினர், நடுநிலை என்று சொல்லிக்கொள்ளும் நான்காம் தரப்பினர் என்று சசியை வசை பாடியதில் எல்லோரும் இருந்தார்கள். இவர்கள் எல்லோருக்கும் எதிர்வினை புரிய இருக்கும் உரிமை பத்ரிக்கு எங்கு இல்லாமல் போகிறது என்று பார்த்தால்,

‘அவர் ஒரு பார்ப்பனராக இருப்பதனால்’ இல்லாமல் போய்விடுகிறது. மேலும் குற்றம்புரிந்த மற்ற பார்ப்பனர்கள் மீது கடுமையாக அவரது எதிர்வினையைப் பதிவுசெய்து தனது நேர்மையை நிரூபிப்பதிலும் அவர் தவறியிருக்கிறார் என்கிறபோது பத்ரி மீது வசைபாடும் உரிமை சசியைக் கழுவி ஊற்றியவர்கள் உட்பட எல்லோருக்கும் வந்துவிடுகிறது.

‘பத்ரி ஒரு பார்ப்பனர் இல்லையா... அவர் எப்படி பார்ப்பனரல்லாத சசிகலாவின் செயலைப் பொறுக்கித்தனம் என்று சொல்லலாம்...’ என்று வாதிட்டால், வந்திருக்கும் இந்தத் தீர்ப்பைக் கொண்டாட பார்ப்பனர்கள் தவிர வேறு யாருக்கும் தகுதி கிடையாது என்றே நான் சொல்வேன். ஏன்...?

முதலில் இந்த வழக்கைத் தொடுத்தது சுப்ரமணிய சாமி என்கிற பார்ப்பனர். பிறகுதான் அன்பழகன் என்கிற சூத்திரர் அதில் இணைந்துகொள்கிறார். அதை விடாப்பிடியாக ஏற்று நடத்திய, எந்த விதத்திலும் வளைந்து கொடுக்காமல், உயிரே போனாலும் பரவாயில்லை என்று போராடிய கர்நாடக உயர்நீதிமன்ற வக்கீல் B.V ஆச்சார்யா ஒரு பார்ப்பனர். இதைச் சொல்கையில், இந்த வழக்கை நீர்த்துப்போகச்செய்த, இதை இந்த அளவுக்கு இழுத்தடிப்பதில் உதவிய பார்ப்பனர்கள் இல்லையா... என்று கேட்கலாம். மேலும் இந்த வழக்கில் தண்டனை அனுபவிக்காமலேயே இறந்து போன ஜெயாவுக்கு அவர் பார்ப்பனராக இருந்த தகுதி உதவவில்லையா என்றும் கேட்கலாம். அது மிகச்சரியான கேள்வி. அதற்கான பதில் என்னவென்றால், மற்ற எல்லா சாதிகளிலும் இருப்பதுபோலவே பார்ப்பனர்களிலும் சாதி வெறிகொண்ட, மேட்டிமைத்தனம் கொண்ட, ஒடுக்குமுறையைக் கையிலெடுக்கிற ஒருதரப்பும் இதையெல்லாம் எதிர்த்துக் குரல்கொடுக்கிற, அதற்காக தனது உயிர் உள்ளிட்ட சக்தி முழுவதையும் பணயம் வைக்கிற மற்றொரு தரப்பும் வரலாறு நெடுக இருந்துகொண்டே இருக்கிறது என்பதுதான். ஆனால், நாம் பார்ப்பனராக இல்லை என்கிற ஒரு காரணத்தாலேயே, இதில் கருத்து சொல்கிறவன் ஒரு பார்ப்பனன் என்கிற ஒரு காரணத்தை மட்டுமே வைத்துக்கொண்டு கம்பு சுத்துவது ஆபாசம் இல்லையா என்பதுதான் எனது கேள்வி. முத்தாய்ப்பாக குமாரசாமி என்ன சாதி என்ற ஆராய்ச்சியில் இறங்காமல் பொதுச்சமூகம் அமைதியாக இருப்பது கள்ள மவுனத்தில் வருமா வராதா என்பதும் முக்கியமான கேள்விதான்.

இதுதான் ஒரு எதிர்வினைக்கான அடிப்படை என்றால், இவ்வாறுதான் விமர்சிப்பவர்களின் தகுதியை வரையறை செய்வோம் என்றால், இந்த அடிப்படையில்தான் பத்ரி தகுதி இழக்கிறார் என்றால் சசிகலாவின் ஊழல் வழக்கு மீது கருத்துசொல்லும் தகுதியை யார் யாரெல்லாம் இழக்கிறார்கள் என்று பார்ப்போம்.

முதலில் ஊழலுக்கு எதிரான ஒரு வழக்கில் தம்மை இணைத்துக்கொள்ளும் தகுதியே திமுகவுக்கு கிடையாது. திறமையாக ஊழல் செய்யும் திறமையை வைத்திருப்பதாலேயே அதற்கு அந்தத் தகுதி வந்துவிடுமா என்ன ? திமுக தகுதியிழக்கிறது என்றால், திமுக அபிமானிகளுக்கும் இதில் கருத்து சொல்ல ஒன்றுமில்லை இல்லையா? அவர்கள் இப்போது பட்டியலில் இல்லை. வெளியேறிவிடுகிறார்கள். இரண்டாவது, தாம் யாரைக் கடவுளராகக் கொண்டாடுகிறோமோ அவர் முதல் குற்றவாளியாகவும் அவருக்கு உதவிபுரிந்த நபர் இரண்டாவது குற்றவாளியாகவும் தீர்ப்பளிக்கப்பட்டிருக்கக் கூடிய சூழலில், அந்த இரண்டாவது குற்றவாளி முதல்வராவதை எதிர்க்கிறார்கள் என்பதால் மட்டும் இந்தத் தீர்ப்பைக் கொண்டாடி பட்டாசு வெடிக்கும் அதிமுகவினரின் செயல் ஆபாசம் இல்லையா? ஆக, அவர்களும் நாக் அவுட்.

அடுத்ததாக பன்னீர்செல்வம். இப்போதும்கூட முதல் குற்றவாளியின் ஆன்மாவுடன் பேசிக்கொண்டிருக்கும், இதுவரை நிரூபிக்கப்படாததாலேயே ஊழல் விவகாரத்தில் நிரபராதியாக இருந்துகொண்டிருக்கும் பன்னீரின் அரசியல் நிலைப்பாடு மக்கள் விரோதம் இல்லையா? எளிமையின் திருவுருவாக பன்னீரை முன்னிறுத்திய, ‘அதோ அங்க்கிளைப் பார்...’ என்று தனது குழந்தையைத் தோளில் தூக்கி பன்னீரின் முகத்தைக் காட்டியவர்கள் இதோ இந்த தீர்ப்பு வந்தபிறகும்கூட முதல் குற்றவாளியைத் தலையிலேயே சுமந்து திரியும் பன்னீரை நோக்கிக் கேள்வி எழுப்பவேண்டாமா? சசிகலா குற்றவாளி என்றால் ஜெயலலிதாவும் குற்றவாளிதானே அதை ஒத்துக்கொள்ளுங்கள் என்று கேட்கவேண்டாமா? ஒரு குற்றவாளியின் காலில் விழுவதும் இன்னொரு குற்றவாளியின் முதுகில் குத்துவதும் இந்த அங்க்கிளுக்குப் பிடிக்கும் என்று தனது குழந்தையிடம் சொல்லித்தர வேண்டாமா ஒருவன். அப்படி கேள்வி எழுப்பாதபட்சத்தில், பன்னீரின் மீது இந்த அரசியல் அழுத்தத்தைத்தர திராணி இல்லாதபட்சத்தில், அவரை ஆதரித்த நடுநிலை சமூகத்தின் செயல் பாரபட்சமானது இல்லையா? ஆக இங்கு யார்தான் அறத்தின் பாற்பட்டு கேள்வி எழுப்புபவர்களாக இருக்கிறீர்கள் என்ற கேள்வி நியாயமானதா இல்லையா? ஆக அவர்களும் அவுட்.

நடந்த ஊழலுக்கு எதிராக அதன் ஆரம்ப காலத்திலேயே போராடியிருக்க வேண்டிய திகவின் வீரமணி போன்றவர்களின் பாராமுகம் மானத்திற்கு எதிரானதா இல்லையா? பார்ப்பனர்கள் X பார்ப்பனரல்லாதவர்கள் என்ற இருமையில் மட்டுமே எல்லாவற்றையும் பார்க்கமுடியும் என்றால், ஒரு பாப்பாத்தியுடன் சேர்ந்துகொண்டு இவ்வளவு ஊழல்கள் செய்த சசிகலா இனத் துரோகியா இல்லையா? அவரைப் பார்ப்பன அடிவருடி என்று வரையறுப்பதை விட்டுவிட்டு ஒடுக்கப்படுபவனின் நியாயத்தையும்

சேர்த்து அவர் பார்ப்பனரல்லாதவர் என்கிற ஒரே காரணத்துக்காக அவரது காலடியில் கொண்டு சமர்ப்பிக்கும் வீரமணி, நெடுமாறன் வகையறாக்களின் அரசியல் அயோக்கியத்தனம் இல்லாமல் வேறென்ன. இவர்களுக்கெல்லாம் பத்ரியின் செயலை அயோக்கியத்தனம் என்று வரையறுக்கும் தகுதி எங்ஙனம் வந்துவிடும். மட்டுமல்லாது, சசிகலாவின் அரசியல் அதன் தொடக்கம் முதலே தலித்விரோத அரசியல். ஜெயலலிதாவின் பிறப்பின் அடிப்படையான மனநிலை தத்துவார்த்தரீதியாக இந்து உயர்சாதி ஒடுக்கும் அடிப்படையைக் கொண்டது என்றால், சசிகலாவின் பிறப்பு என்பதும் அந்த ஒடுக்குமுறைக்கு ஸ்தூலமான ஆதரவை வழங்குகிற அதைச் செயல்படுத்தும் உடல் வலிமையை வழங்குகிற ஆதிக்கசாதிக் கருத்து நிலை. ஒன்றில்லாமல் மற்றொன்று இயங்கமுடியாது. அந்த அளவுக்கு பின்னிப்பிணைந்து அவை ஒன்றுக்கொன்று உதவிக்கொள்பவை. உதவிக்கொண்டவை. ரத்தப்பூர்வமான அவ்வளவு உதாரணங்கள் உண்டு. பரமக்குடி முதல் தற்போதையை ஜல்லிக்கட்டுப் போராட்டக் குடிசை எரிப்பு வரை.

இந்த ஊழல் விவகாரத்தில், சசிகலாவை 'ஒடுக்கப்படும் தரப்பாக' மக்கள்முன் வைக்கும் செயல், அடிப்படையிலேயே மக்கள் விரோதமானது. அவருக்கு அந்தச் சலுகையை வழங்குவதன் மூலம், அவரைமட்டும் இவர்கள் விடுவிப்பதில்லை. அவருடன் கைகோர்த்துக் கொண்டிருக்கும் பார்ப்பனியத்தின் ஆபத்தையும் சேர்த்தேதான் இவர்கள் மூடிவைக்கிறார்கள். பத்ரி சேஷாத்திரி போன்ற 'மத்தியதர வர்க்க லௌகீகப் பார்ப்பனரை' ஒரு தத்துவ அடிப்படைகொண்ட ஆளும்வர்க்கப் பிரதிநிதியாக வரித்து மக்கள் முன்பு நிறுத்துவதன் மூலம் இந்த அரைவேக்காட்டு முற்போக்காளர்கள் செய்வது ஒருவகையில் பார்ப்பன சேவைதான். போட்டியின்போது காட்டப்படும் சிவப்புத் துணியை நோக்கி மூர்க்கத்துடன் பாயும் காளை தன் முதுகில் ஈட்டியால் குத்து வாங்குவதுபோல ஓரளவு அற அடிப்படைகொண்ட பொதுச்சமூகம் இந்த போலி சமூகநீதியாளர்களால் காயடிக்கப்படுகிறது என்பதே உண்மை. ஆமாம். பத்ரி போன்றவர்களின் ஆகிருதியை ஊதிப் பெரிதாக்கி அந்தத் திரையின் பின்னால், ஊழல்வாதிகளை மறைந்துகொள்ளச்செய்யும் அற்பத்தனமே இங்கு நிகழ்வது. இதன் பொருள் பத்ரி புனிதர் என்பதல்ல. அவர் விமர்சனத்துக்கு அப்பாற்பட்டவர் என்பது அல்ல. இதேபோன்ற ஒன்றிற்கு பழைய உதாரணம் ஸ்பெக்ட்ரம் ராசாவை தலித் என்றும் அதனால்தான் வழக்கில் சிக்கவைக்கப்பட்டார் என்றும் இவர்கள் வைத்த ஒப்பாரி.

மக்களை அரசியல் மயப்படுத்துவது என்பது அவர்கள் முன்னால் பொருத்தமற்ற 'conspiracy theory'களை கடைவிரித்து அவர்களை வெருட்டுவது அல்ல. அவர்கள் செய்வது தவறு என்றாலும் அவர்களது முகத்திலடித்தாற்போல் அதைச் சொல்வதுதான். அதுதான் மார்க்சீய,

பெரியாரிய, அம்பேத்கரிய அடிப்படை. குறைந்தபட்சம் நான் அவ்வாறுதான் அதைப் புரிந்துகொள்கிறேன். மேலும் பத்ரியை வலதுசாரி ஆதரவாளராகப் புரிந்துகொள்வது வேறு. அவரை வலதுசாரி ஆதிக்க அரசியல் பிரதிநிதியாகப் புரிந்துகொண்டு எதிர்வினை புரிவது வேறு.

தாம் அரசியலைவிட்டு துரத்தப்படும் சூழலில் கூட, 'இந்தக் குழப்பங்களுக்குப் பின்னால், பிஜேபி இருப்பதாக நினைக்கிறீர்களா... என்று பத்திரிகையாளர்கள் கேட்கிறபோது, ஆமாம்... இருக்கிறார்கள்' என்று சொல்லத் திராணியற்ற கோழை சசிகலா, 'உங்கள் எல்லோருக்கும் உண்மை தெரியும், நான் சொல்ல என்ன இருக்கிறது' என்று பசப்புகிறார். அந்த பதிலின் பின்னுள்ளது ஊழலில் ஊறிப்போன சொரணை உணர்வு மங்கிய கபடம். பத்ரியிடம் ஒருமுறை IIT களில், இப்போதும் பார்ப்பன ஆசிரியர்கள்தானே பெரும்பான்மையாக இருக்கிறார்கள், அவர்கள்தானே ஆதிக்கம் செலுத்துகிறார்கள் என்ற கேள்வியை முன்வைத்தபோது எச்சில் விழுங்கிக்கொண்டே அந்தக் கேள்வியை எதிர்கொள்வதில் இருந்து நழுவினார். அதுவொரு மேட்டுக்குடி பார்ப்பனரின் லௌகீக மொண்ணைத்தனம் என்பதைத்தாண்டி அதற்கு அரசியல்ரீதியான எந்த பெறுமதியும் கிடையாது. அவரை முன்வைத்தெல்லாம், பார்ப்பன பயங்கரவாதம் என்று முட்டியை மடக்குவதும் அந்த அடிப்படையில் சசிகலாவை முட்டுக்கொடுப்பதும் அரசியல் புரிதலில் சேராது. சொந்த நலன்களுக்காக சோரம்போவது என்பதே அதன் பொருளாக வரலாற்றில் நிலைக்கும்!

- *பிப்ரவரி 16, 2017* Thetimestamil.com.

ஆதியோகி

நண்பர்களுடனான நேற்றைய உரையாடல் பிரமாண்ட 'ஆதியோகி' சிலையில் தொடங்கி, மோடி, எடப்பாடி பழனிசாமி வழியாகப் பயணித்து 'வந்தேறி மாட்டின்' முகநூல் பக்கத்தில் புர்காவைக் கிண்டலடித்து அவர்கள் போட்ட மீம்ஸின் கமெண்ட்டில் போய்க் கொந்தளிக்கும் இஸ்லாமிய நண்பர்களின் செயலில் வந்துமுடிந்தது. என்னுடன் உரையாடுகிற, ஹிந்துத்துவத்தை உயர்த்திப்பிடிக்காத ஹிந்து நண்பர்கள் என்னிடம் பலமுறை இதைக் கேட்டிருக்கிறார்கள். 'வந்தேறி மாடு' பற்றிய விவகாரத்திலும் இந்த விஷயம் உரையாடலுக்குள் நுழைந்தது. அதாவது, மாற்று மதத்தைக் கிண்டலடிக்கிறபோது அதனுடன் இணைந்துகொள்கிற இஸ்லாமியர்கள், அவர்களிடம் உள்ள பெண்ணடிமைத்தனம் குறித்தோ, உடைக்கட்டுப்பாடு குறித்தோ விமர்சனம் செய்கிறபோது இவ்வளவு தீவிரமாக மல்லுக்கட்டுகிறார்களே ஏன்... எதற்காக அவர்கள் இவ்வளவு பதட்டமடைகிறார்கள்... என்பது ஒரு நண்பரின் கேள்வி. அவர் ஒன்றும் இந்து மதவெறியர் அல்ல. சமூக ஊடகங்களில் புழங்கும் எல்லோருக்கும் அவர் சொல்லவருவது என்ன என்பது தெளிவாகப் புரியும். எங்களுக்குள் நடந்த அந்த உரையாடலின் ஒரு பகுதியைத் தொகுத்து இங்கு வைக்கிறேன்.

முதலில் இந்த 'பிரமாண்ட ஆதியோகி சிலை' அதற்கு 'மோடியின் வருகை' என்கிற விஷயத்தைப் பார்ப்போம். இந்திய சூழலில் இந்து மதம் என்பதே ஒரு இஸ்லாமியனின் பார்வையில் பிரமாண்டமானது. 'பிரமாண்டம்' என்பதன் பொருள் என்ன என்பது இங்கு முக்கியமானது. 'பிரமாண்டம்' என்பது ஒருவகையில் 'அதிகாரத்தின் திரண்ட வடிவம்'. வெற்றியின் குறியீடு. உங்களின் முன்னால் எழுப்பப்படும் மிகப்பெரும் திரை அது. அதைத்தாண்டி, இருக்கிற ஒன்றை உங்களது காட்சிக்கு எட்டாத அளவில் அது மறைக்கிறது என்பது அதன் பொருள். உங்களது பரந்த எல்லையின் மீது அதுவொரு குறுக்கீட்டை நிகழ்த்துகிறது. வெள்ளியங்கிரி மலையின் மீது தன்னை சூப்பர் இம்போஸ் செய்துகொள்வதில் இருக்கிறது ஆதியோகியின் ஆகிருதி. அந்த வகையில் 'பிரமாண்டம்' என்கிற ஒரு கருதுகோள் உங்களுடன் பொருதுகிறது. ஆனால் நீங்கள், பொருதத்

தலைப்படும் முன்பே உங்களது தோல்வியை அது முன்னறிவிக்கிறது. எந்த பிரமாண்டத்தின் தத்துவ இருப்பும் அது அறிவித்துக்கொள்ளும் வெற்றிப் பிரகடனத்தில்தான் நிலைகொண்டிருக்கிறது. ஆக, பெரும்பான்மையை உயர்த்திப்பிடிக்கும் ஒரு தரப்புக்கு அதுவொரு எக்காளம். அந்த வகையில் ஒரு சிறுபான்மையினனின் மனதில் அது விளைவிப்பது ஒருவகைப் பதட்டம்.

இதில் பதறுவதற்கு என்ன இருக்கிறது என்று நீங்கள் குழம்பினால், இதை ஏற்றுக்கொள்வதில் உங்களுக்கு தயக்கம் இருந்தால், இதை இப்படிப் பார்க்கலாம். உதாரணத்துக்கு உலகத்திலேயே மிகப்பெரும் மசூதி ஒன்றை இஸ்லாமியர்கள் இமயமலை அடிவாரத்தில் நிறுவுகிறார்கள் என்று வைத்துக்கொள்வோம். அதை ஒரு இந்துவின் மனம் எவ்வாறு எதிர்கொள்ளும்? கொண்டாட்டமாகவா, அசூசையாகவா அல்லது துணுக்குறுமா... என்ற கேள்வி இருக்கிறது. இதற்கு நேர்மையாக பதில்சொல்ல முயன்றால், ஆமாம்... எங்கோ ஓர் இடத்தில் அது பெரும்பான்மை மக்களிடம் ஓர் ஒவ்வாமையைக் கொண்டுவரும், பதட்டமான ஒரு சிந்தனையைத் தோற்றுவிக்கும் என்பதாகத்தான் இருக்கும். இது ஏன்? நமது சூழலில் இந்த ஒவ்வாமையின் பிறப்பிடம் தான், இஸ்லாம் உள்ளிட்ட சிறுபான்மை மதங்களின், மற்றைய இனக்குழுக்களின் பதட்டம் தொடங்குகிற இடம்.

எப்படி ஒரு ஆதிக்க சாதிச்சூழலில் ஒரு தலித்தின் இடம் நெருக்குதலுக்கு உட்பட்டதோ அதேபோல இந்தியச் சூழலில் ஒரு இஸ்லாமியனின் இருப்பு என்பது எப்போதும் நெருக்குதலுக்கு உட்பட்டது. இதன் பொருள் பெரும்பான்மை இந்துக்கள் அவர்களுக்கு எதிராக இருக்கிறார்கள் என்பதல்ல. அவர்கள் ஒரு முற்றுகையில் இருக்கிறார்கள் என்று பீதியூட்டுவதல்ல. எந்த பெரும்பான்மைச் சூழலிலும், ஒரு சிறுபான்மை கொள்ளும் தத்தளிப்பு அது. இதை இனம், மொழி, பாலினம் போன்ற எந்த சிறுபான்மை அலகுகளுடனும் பொருத்திப்பார்த்து நாம் புரிந்துகொள்ளலாம். இஸ்லாமியர்கள் செறிவுடன் இருக்கிற இடங்களில் புழங்குகிற சிறுபான்மை இந்துக்களை உள்ளடக்கியும் இதைப் புரிந்துகொள்ளலாம். ஆக, மதம் என்று வருகிறபோது சிறுபான்மையினரின் இந்த 'உளவியல் தகிப்பை' பெரும்பான்மை சமூகம் அங்கீகரித்து அரவணைத்துக்கொள்ளாதவரை எந்த ஒரு சிறுபான்மையினனும் தனது 'insecurity' மனநிலையை விட்டு வெளியேறாமல் பதட்டமடைந்துகொண்டேதான் இருப்பான்.

இந்தப் பதட்டம் வினைபடும் இடங்களில் முக்கியமானது தனது பலவீனங்களைக்கூட அது மறைத்துக்கொள்ள முயலும் எத்தனம். அவர்களது மதப் பழக்கவழக்கங்கள் என்று வருகிறபோது மிகவும்

'defensive mode'க்குப் போவதன் அடிப்படை இதுதான். இதை நாம் கனிவுடன் பார்க்கவேண்டிய அவசியம் இருக்கிறது. இப்படி நான் சொல்வதன் பொருள் அவை விமர்சனத்துக்கு அப்பாற்பட்டவை என்றோ, அதைக் காணாது கடந்துவிடவேண்டும் என்றோ அல்ல. இந்த விஷயங்களையும் கணக்கில் எடுத்துக்கொண்டேதான் அதைப் பேச முடியும் என்பதே நான் குறிப்பிடுவது. சிறுபான்மை சமூகத்துடன் வெளிப்படையான உரையாடலுக்குத் தயாராகும் பெரும்பான்மை மதத்தைச் சேர்ந்த முற்போக்காளன் வரித்துக்கொள்ள வேண்டிய அடிப்படைகளில் முக்கியமானது இந்த புரிதல். அது பெரியாருக்கு இருந்தது. அம்பேத்கருக்கு இருந்தது.

இந்த சிறுபான்மை உளவியல் அடிப்படைதான் அமெரிக்காவில் ட்ரம்புக்கு எதிராகக் கையைப் பிசைந்துகொண்டு நிற்கிறது. அங்கு பாரில் சுட்டுக்கொல்லப்பட்ட ஒரு 'இந்திய இந்து' அந்த நாட்டில் கைவிடப்பட்ட சிறுபான்மையின் பிரதிநிதி. 'அவனை இஸ்லாமியன் என்ற நினைத்து சுட்டுவிட்டேன்' என்ற கொலைகாரனின் வாக்குமூலம் ஒரு இஸ்லாமியனை நோக்கிச் சொல்வது என்ன என்பதில் இருக்கிறது இத்தகைய பதட்டங்களைப் புரிந்துகொள்வதன் தொடக்கம். அந்த சுயவிமர்சனத்தில் இருந்துதான் நமது அரசியல் பார்வையை நாம் கட்டமைத்துக்கொள்ளவேண்டும். பெரும்பான்மை என்ற அளவில் நமக்கு இருக்கும் சொகுசு என்ன, நம்முடன் சக பயணியாக இருக்கும் 'மற்றவனுக்கு' அது இருக்கிறதா என்ற கேள்வியை நமக்குள்ளேயே கேட்டுக்கொண்டு விடையைத் தேடுவதுதான் ஒரே வழி. நாம் பிரமாண்டம் என்று ஒன்றை உயர்த்திப் பிடிக்கும் ஒவ்வொரு முறையும் அது எத்தனை நியாயமானது என்றாலும் புனிதமானது என்றாலும், ஸ்தூலமான எந்த வன்முறையும் இல்லாமல் அது சிறுபான்மையை அச்சமூட்டவே செய்யும். இதைப் புரிந்துகொள்ளவில்லை என்றால் இங்கு உரையாடல் சாத்தியமில்லை. ஏனெனில் இதுவொரு முன்நிபந்தனை. நிறைய வைத்திருப்பவன்தான் கூடுதலாக விட்டுத்தரவேண்டும். இது குடும்பத்திற்கு மாத்திரம் அல்ல சமூகத்திற்கும் பொருந்தும்!

- பிப்ரவரி 28, 2017

ஐரோம் ஷர்மிளா: ஓர் எதிர் அழகியல்

நடந்து முடிந்திருக்கும் ஐந்து மாநிலத் தேர்தல்களில் உத்தரப் பிரதேசத்தில் பெரும் வெற்றியை ஈட்டியதன் மூலம் மற்றைய மாநிலங்களில் அது தவறவிட்ட செய்தியை இல்லாமல் ஆக்கியிருக்கிறது பிஜேபி. இந்த வெற்றி குறித்து தெரிவிக்கப்படுவது அச்சம் என்றால், மணிப்பூரின் 'ஐரோம் ஷர்மிளா' வெறும் தொண்ணூறு வாக்குகள் மட்டுமே வாங்கி தோல்வியைத் தழுவியிருப்பது நாடுமுழுக்க ஆழ்ந்த கசப்பை உருவாக்கிவிட்டிருக்கிறது. அவரது தோல்வி ஏன் இந்தியா முழுக்க விவாதத்தைக் கிளப்புகிறது என்றால் அதுவொரு லட்சியவாதத்தின் தோல்வி என்பதால்தான். இத்தகைய போராட்டங்கள் எல்லாக் காலத்திலும் குறியீட்டுத்தளத்தில் மட்டுமே நிகழும் சாத்தியத்தைக் கொண்டிருப்பதும் அது அரசியல் வெற்றியாகக் கனியாமல் போவதும் மற்றொரு காரணம். இந்தத் தோல்வியைப் புரிந்துகொள்ளவேண்டும் என்றால், இங்கு தேர்தல் வெற்றி என்பதன் பொருள் என்ன, அரசு என்பதன் 'இருப்பு' எதில் பொதிந்திருக்கிறது என்பவற்றிலிருந்து உரையாடலைத் தொடங்கவேண்டும்.

இங்கு 'அரசு' என்பதை நிர்வாக அமைப்பு என்பதாக மட்டும் நாம் புரிந்துகொண்டிருக்கிறோம். அந்தப் புரிதல் ஒற்றைப்படையானது. நமது ஒவ்வொருவரது மனதிலும் அரசு என்பது குறித்த சித்திரம் என்ன? அரசு என்றால் அது வலுவானதாக, நிலைத்ததாக, நீடித்த அதிகாரங்களைக் கொண்டதாக இருக்கவேண்டும் என்பதுதான். ஆக அரசு என்று வருகிறபோது மூர்க்கமானதொரு ஒழுங்கை ஏற்படுத்தும் அதிகார அமைப்பாக நம்முள் அது விரிந்து நிலைத்திருக்கிறது. இப்படியான ஒரு கருத்தாக்கத்தை நாம் ஏன் வரித்துக்கொள்கிறோம் என்றால் நாம் நிறைய அச்சமடைபவர்களாக இருக்கிறோம் என்பதுதான் காரணம். யார் மீது அச்சம்? ஒவ்வொரு தனி மனிதரும் மற்ற தனிமனிதர்கள் மீது கொள்ளும் அச்சம்தான் அது.

இந்த அச்சத்தில் இருந்து விடுபடுவது அத்தனை எளிதானது அல்ல. ஏனென்றால் அரசு, ராணுவம், போலீஸ் போன்ற நிர்வாக அமைப்புகளை,

பாதுகாப்பு வழங்கும் புறஅமைப்புகளாக நாம் நம்பத்தொடங்கி நூற்றாண்டுகள் ஆகின்றன. ஏனென்றால் நமது நாகரீக வளர்ச்சி என்பது நமது பழங்குடி மனநிலையின் அமைப்பு முறையில் இருந்து விலகி வந்து அவற்றை வேறு ஒரு அமைப்பிடம் கையளிப்பதாக இருக்கிறது. எந்தப் பெரிய அமைப்பும் அவ்வாறுதான் உருவாகிறது. போலீஸ் என்ற அமைப்பு உருவாகிறபோது நமது தனிப்பட்ட பாதுகாப்பை அவர்களிடம் கையளித்துவிட்டு நாம் சற்று உறங்கமுடியும் என நினைக்கிறோம். ராணுவம் என்று வருகிறபோது ஒரு பழங்குடி அமைப்பின் தற்காப்பு முறைகளைக் களைந்துவிட்டு நாம் குறைந்தபட்ச சுதந்திர தனிமனிதர்களாகிவிட முடியும் என்று நம்புகிறோம்.

ஆக, இங்கு அமைப்பு என்பது தன்னளவில் இருவேறு தோற்றம் கொண்டதாக நம்முள் இருக்கிறது. நமக்குத் தேவையான ஒன்று மற்றும் நாம் வெளியேற நினைக்கும் ஒன்று. அதேசமயம் நாம் நம்மீது செலுத்தப்படும் அதிகாரத்தை வெறுப்பவர்களாக இருக்கிறோமே தவிர அதிகாரத்தையே வெறுப்பவர்களாக இல்லை. இங்குதான் நாம் மற்றவர்கள் மீது செலுத்தும் அதிகாரத்தின் முனை இருக்கிறது. இதுதான் ஐரோம் ஷர்மிளாவின் தோல்வியைப் புரிந்துகொள்ளும் புள்ளி. ஷர்மிளாவின் போராட்டம் என்பது இராணுவ அத்துமீறலை எதிர்ப்பதன் வழியாக குறியீட்டு ரீதியிலான அதிகார நீக்கத்தை மக்களிடம் கோருகிற ஒன்றும் கூட. ஆக ராணுவத்தை ஒரு தரப்பாகவும் மணிப்பூரின் மக்களை மற்றொரு தரப்பாகவும் புரிந்துகொள்ளும் தன்மையில் இருந்து நாம் முதலில் வெளியேற வேண்டும். அப்படி ஒரு இருமை அங்கு இல்லை.

ராணுவம் என்கிற கருத்தாக்கத்தை இல்லாதொழிப்பதும் அதன் அத்துமீறலை இல்லாதொழிப்பதும் ஒன்றின்மீது ஒன்று தம்மைப் பொருத்திகொண்டு கலந்துபோயிருக்கிறது அங்கு. இந்த முரண்களை அரசியல் ரீதியாகப் புரிந்துகொள்வதில் ஐரோம் தோற்றிருக்கிறார் என்பது இந்த தோல்வியின் பின்னுள்ள காரணங்களில் ஒன்று. மேலும் அரசியல் என்பதை புனிதத்துவத்துக்கு எதிரான பாவமாக வரித்துக்கொண்டிருக்கும் மக்களின் மனநிலையும் முக்கியமான ஒரு காரணம். ஆச்சரியமாக இருந்தாலும் இதில் உண்மை இருக்கிறது. உனக்கு ஏன் இந்த வேலை... நீ புனிதவதி இல்லையா... என்கிற எண்ணம்தான் அது.

ஐரோமுக்காக நம்மிடம் கசியும் கண்ணீரில் இருப்பதும் இந்த பரிதாபம்தான். இந்த அவமதிப்பில் இருந்து முதலில் ஷர்மிளாவை நாம் விடுவிக்கவேண்டும். இந்த தோல்விக்காக நாம் வருந்துவதற்கு ஒன்றும் இல்லை. ஏனெனில் எந்த அமைப்பின் வன்முறைக்கு எதிராக அவர் போராடினாரோ அந்த அமைப்பின் பகுதியாக அவர் மாறுவதில்

இருந்து தடுக்கப்பட்டிருக்கிறார். இதை மிகவும் எளியமொழியில் சொல்வதானால், சுதந்திரத்துக்குப்பிறகு காந்தி பிரதமராகியிருந்தால் அவர் மீதான நேர்மறைச் சித்திரங்களை அழித்துவிட்டே அவர் இறந்துபோயிருக்கக்கூடும். காந்தியின் இடம் என்பது அரசியல் அதிகாரத்துக்கு வெளியில் மட்டுமே பொருள்கொள்ளக்கூடியது. அதிகாரத்தின் மையத்தில் அது ஆவியாகிவிடும். வெளியில் இருக்கும் வரைதான் அது அறம் சார்ந்த உரையாடலை நிகழ்த்திக்கொண்டிருக்கும். அத்தகைய போராளிகளின் உச்சபட்ச சாத்தியமும் அவசியமும் அதுவே. ஷர்மிளாவுக்கும் இது பொருந்தும்.

ஐரோம் ஷர்மிளாவின் குறைந்த வோட்டு என்பது இரண்டாவது. முதலில் அவரது தோல்வி உறுதியாவது அவர் யாரை எதிர்த்து நின்றார் என்பதில் இருக்கிறது. முதலமைச்சர் ஒக்ரம் இபோபி சிங்கை எதிர்த்து நிற்கிறார் ஐரோம் ஷர்மிளா. அந்த வகையில் மக்களை மிகுந்த தர்மசங்கடத்தில் ஆழ்த்தும் ஒரு காரியத்தை செய்தவராகிறார் அவர். அவரது பதினாறு ஆண்டுகால போராட்டம் என்பது ஒரு எளிய மனுஷியின் பிடிவாதம். அதுவொரு அரசியல் அறிதல் முறையாகக் கனியவே இல்லை என்பதையே அவரது தேர்தல் பங்கேற்பு காட்டுகிறது. இந்த லட்சியவாத மூர்க்கத்தை அவரது தோல்வியாகக் கருதவேண்டியதில்லை. மாறாக அந்தக் குறியீட்டு இருப்பை கவுரவிப்பதன் மூலம் அவரை மதிக்கவேண்டும். அப்படியான குரல்களை மேலும் மேலும் உருவாக்கி நிறுத்துவதிலேயே ஜனநாயகத்தின் உயிர் இருக்கிறது. இதில் சோர்வடைய ஒன்றுமில்லை.

அப்படி என்றால் அவரைத் தோற்கடித்ததன் மூலம் அந்த மக்கள் செய்தது துரோகம் இல்லையா என்று கேட்கலாம். இல்லை என்றே நான் நம்புகிறேன். ஏனெனில் ஐரோம் ஷர்மிளாவின் இடமும் இருப்பும் இதற்காக அல்ல என்று அந்த மக்கள் நினைத்தால் அது சரியாகவே இருக்கும். தொண்ணூறு பேர் ஷர்மிளாவுக்கு வாக்களித்திருக்கிறார்கள். நூற்று நாற்பத்து மூன்று பேர் நோட்டா பட்டனை அமுக்கியிருக்கிறார்கள். ஒக்ரம் இபோபி சிங்கை அந்த மக்கள் ஜெயிக்க வைத்திருக்கிறார்கள். அதுவும் எப்படி? சிங்கை எதிர்த்துப் போட்டியிட்ட பிஜேபியின் வேட்பாளரைவிட இரண்டு பங்கு வாக்குகளை அவருக்கு அளித்து. என்ன சொன்னாலும் சரி, ஐரோம் ஷர்மிளா எனும் பெயரில் இருக்கும் அழகியல் வசீகரம் மிக்கது. காலத்தால் நிலைத்திருக்கும் கருத்துநிலை அது!

- மார்ச் 12, 2017

குழந்தைகள் பெண்கள் குற்றங்கள்

சமீபத்தில் அடுத்தடுத்து குழந்தைகளின் மீதான மூன்று பாலியல் வன்முறைகள் நடந்தேறின. அவை வன்கொலைகளாகவும் முடிந்திருப்பது சமூகப் பரப்பில் அதிர்ச்சியை ஏற்படுத்தியிருக்கிறது. அந்தக் குரூரத்தின் அதிர்ச்சியைப் பொறுத்துக்கொள்ள முடியாதவர்களால், ஆத்திரமான எதிர்வினைகளும் எழுப்பப்படுகின்றன. எதன் பொருட்டும் குழந்தைகளின் மீதான வன்முறை சகித்துக்கொள்ள முடியாதது. இந்த சம்பவங்களில் பாதிக்கப்பட்டிருப்பவை மூன்றும் பெண் குழந்தைகள் என்கிற போது பெண்களின் தரப்பில் இருந்து மிகவும் ஆத்திரமான கருத்துகள் பகிர்ந்துகொள்ளப்படுகின்றன. எந்த வன்முறையும் சமூக இயக்கத்துடன் ஆழமான பிணைப்பைக் கொண்டவையே. பெண்குழந்தைகள் மற்றும் பெண்களின் மீதான வன்முறைகள் என்று வருகிறபோது ஆண் என்கிற ஒடுக்கும் தரப்புக்கு, அப்படியான ஆண்மைய கருத்து நிலைக்கு அதன் மீதான விமர்சனமாக அவை மாறுவது தவிர்க்க முடியாமல் ஆகிறது.

சிறார்கள் மீதான வன்முறையை எவ்வாறு அணுகுவது, அதை சமூகத்தளத்தில் வைத்து எவ்வாறு புரிந்துகொள்வது என்பதில் நமக்கு நிறைய குழப்பங்கள் உண்டு. திருட்டுக் குற்றங்களைப் போல, இவற்றை மேலோட்டமான 'மீறல்கள்' என்றோ 'பழக்க ரீதியான குற்றங்கள்' என்றோ வரையறுத்துவிட முடியாத சிக்கலை அது கொண்டிருக்கிறது. பாலியல் சமத்துவமின்மையை இத்தகைய குற்றங்களுடன் பொருத்திப் பார்க்கிறபோது, கொடுமைகளுக்கு உள்ளாகிற குழந்தைகள் பெண்களாக இருக்கும்போது, மிக எளிதாக 'ஆண் சமூகத்தின்' மீதான பொதுப்படையான குற்றச்சாட்டாகவும் அது மாறிவிடுகிறது. ஆக, இந்தக் குற்றங்களின் தன்மைகளைப் புரிந்துகொள்வது என்பது எந்த ஒரு பாலினமும் குற்றத்தின் பொறுப்பை மற்றதன் மீது சுமத்தி தப்பித்துக்கொள்ளும் வழிமுறையைக் கையாளாமல், அதன் வேர்களை நோக்கி கவனம் செலுத்துவதன் மூலம் ஒரு உரையாடலை சாத்தியப்படுத்தி அதன் வழியாகத் தீர்வை நோக்கி முன்நகர்வதாக இருக்க வேண்டும் என்கிற அடிப்படையில் மிக முக்கியமானதாகிறது.

இத்தகைய வன்கொலைகள் நிகழ்கிறபோது இரண்டுவிதமான உடனடி எதிர்வினைகளை நாம் பார்க்கிறோம். முதலில் இதை ஒரு சட்டம் ஒழுங்கு பிரச்சினையாகப் பார்ப்பது. அதன் அடுத்த கட்டமாக குடிமக்களுக்கு பாதுகாப்பை வழங்கமுடியாத அரசின் கண்காணிப்பு உறுப்புகளின் தோல்வியாக அதை அனுமானித்து கண்டனங்களைப் பதிவு செய்வது. இரண்டாவது, இத்தகைய கொலைகளின் பின்னுள்ள சமூகக் காரணிகளை ஆராய்ந்து கொலை மனநிலையின் வேர்களை நோக்கிச்செல்வது. பால்சமத்துவமின்மையை ஒரு தவிர்க்க முடியாத கூறாக உருவகித்து அதனடிப்படையில் எதிர்வினை புரிவது.

நடக்கும் இத்தகைய கொலைகளை நோக்குகையில் அவை பெரும்பாலும், அந்தக் குழந்தைக்கு நெருக்கமானவர்களால், குறிப்பாக அண்டையில் வசிப்பவர்களால் நிகழ்த்தப்படுவதாக இருக்கிறது. சில அரிதான சமயங்களில் மட்டுமே, அவை புற மனிதர்களால் செய்யப்படுபவையாக இருக்கின்றன. அதனால்தான் அரசின் கண்காணிப்பு உறுப்புகளால் இதில் குறிப்பாக செய்வதற்கு ஒன்றுமில்லாமல் போகிறது. காவல் அமைப்புகளால் செய்ய முடிந்தது, நடந்துவிட்ட குற்றங்களை உடனடியாகத் துப்பு துலக்கி குற்றவாளிகளைக் கண்டறிவதும், அவர்களை சட்டத்தின் முன் நிறுத்துவதும்தான். அதில் நமது அமைப்புகள் மிகவும் மெத்தனமான போக்குகள் கொண்டவை. தாமதப்படுத்துவதன் மூலம், நீதியை இல்லாமல் செய்வதில் அவை சாதனை புரிந்தவை. அதனால் இரண்டு வகையில் மக்களிடம் அவை வினைபுரிகின்றன. ஒன்று அடைந்த இழப்பில் தம்மால் எந்த சாந்தியையும் அடையமுடியாத கையறு நிலை. இரண்டாவது நிரந்தரமாக பீடிக்கக்கூடிய அச்சம். இதையெல்லாம் கவனத்தில் கொண்டு இவற்றைக் கையாளக்கூடிய பண்பட்ட அரசு அமைப்புகள் நம்மிடம் கிடையாது. அதனால் குழந்தைகளின் பாதுகாப்பு என்பது முழுக்க முழுக்க பெற்றோரைச் சார்ந்தே இருக்கிறது. ஒரு வகையில் இது அரசுகளின் தோல்வி. நாம் அந்த வழியில் இன்னும் வெகுதூரம் பயணிக்க வேண்டியிருக்கிறது.

ஒரு சிவில் சமூகமாக நம்முடைய குறைபாடுகள் என்னவென்று பார்ப்போம். முதலில் குழந்தைகள் மீதான இந்த வன்முறைகள் குறித்த தெளிவு நம்மிடம் கிடையாது. 'எது வன்முறை', 'எது அத்துமீறல்' என்னும் அடிப்படைப் புரிதல்களே இல்லாத பெற்றோர்களே இங்கு அதிகம். கிட்டத்தட்ட புறவழிச் சாலைகளில் வாகனம் வரும் வேகத்தை அனுமானிக்க முடியாமல் அடிபட்டுச் சாகும் கிராமப்புற முதியவர்களின் நிலையிலேயே இருக்கிறது சமூக எதார்த்தம். பாலியல் வக்கிரங்கள் எல்லாப்பக்கங்களில் இருந்து நம்மீது விதைக்கப்படும் வேகத்தை ஒப்பிட நமது தற்காப்பு மனநிலை அதல பாதாளத்தில் இருக்கிறது.

தமது குழந்தையுடன் பழகுபவர்களில் யார் அவர்களைத் தவறாகக் கையாள்கிறார்கள் என்று அனுமானிப்பதில் நாம் நிறைய தவறு செய்கிறோம். ஏனெனில், நமது குழந்தைகளுடன் பழகும் ஒருவரை அவ்வாறு பார்ப்பதற்கு நாம் பயின்றிருக்கவில்லை. அதனால்தான் குற்றம் நடந்து முடிகிறபோது முதலில் அடைவது கடும் அதிர்ச்சியாக இருக்கிறது. 'இப்படி நடந்துவிட்டதே என்ற அச்சத்தை விட, இப்படியும் கூட நடக்க முடியுமா' என்கிற அதிர்ச்சியில் இருந்து மீளமுடியாமல் போவது அதனால்தான். ஒரு கூட்டு சமூகமாக நாம் கவனம் செலுத்தவேண்டிய முக்கியமான இடம் இது.

நமது வாழ்முறையை முழுக்கவும் தனி மனிதர்களின் உணர்வு சார்ந்ததாக, சுதந்திரம் சார்ந்ததாக வடித்தெடுக்காதவரை இத்தகைய குற்றங்களை நாம் தடுக்கமுடியாது. அவ்வாறு நம்மை தனித்து வைத்துக்கொள்வது சக மனிதர்களின் மீதான சந்தேகத்தைக் கூட்டுவதாக அமையும், பரஸ்பர இணக்கத்தை இல்லாமலாக்கிவிடும் என்பது போன்ற விமர்சனங்கள் வரலாம். ஆனால், அது உண்மையல்ல. ஏனெனில், நமது சமூகம் குறிப்பிட்ட அளவில் அடுத்தவர்களின் விஷயத்தில் ஆர்வம் செலுத்துகிற அற்ப சமூகம். எது தனிமனித சுதந்திரம், அடுத்தவர்கள் விஷயத்தில் எந்த அளவுக்கு நாம் தலையிடலாம் என்ற நாகரீக விழுமியங்களிள் தேவையான அளவுக்கு இன்னும் வளராத காட்டுமிராண்டி சமூகமும் கூட. எப்போதும் மற்றவர்களின் இடத்தை ஆக்கிரமித்துக்கொண்டே இருக்கிற அதில் ஆதிக்கம் செலுத்த முயல்கிற புத்திக்கு இதில் நிறைய பங்கு உண்டு. அதனால்தான், தமது வீட்டுக்கு வருகிற ஒரு வெளி ஆளை அவரது இடத்தில் நிறுத்துவதற்கு சங்கடப்பட வேண்டியிருக்கிறது. எது நாகரீகம் என்பது பெரிய குழப்பம் இங்கு. குழந்தைகளின் மீதான மற்றவர்களின் புழக்கத்தை மட்டுப்படுத்துவதும் அவர்களைக் கண்காணிப்பில் கொண்டுவருவதும் பெற்றோர்கள் செய்தே ஆகவேண்டிய முக்கியமான வேலை.

மேலும், இத்தகைய பாலியல் சார்ந்த கொலைகளை, சமூகத்தளத்தில் வைத்து எவ்வாறு புரிந்துகொள்வது என்பதில் கருத்துருவாக்குபவர்களுக்கு இருக்கும் தத்தளிப்பு மிகவும் முக்கியமான ஒன்று. அரசின் ஒற்றைப்படையான உறுப்புகள் அவற்றை சட்டம் ஒழுங்குப் பிரச்சினையாக மட்டுமே பார்க்கப் பழகியிருக்கின்றன. அதனால்தான் குற்றம் நிகழ்ந்தபிறகு, பாதிக்கப்பட்டவர்களுக்கு அளிக்கவேண்டிய 'கவுன்சிலிங்' பற்றி கூட அவை கவனம் செலுத்துவதில்லை. உற்றுக் கவனிக்கையில் அதற்கு சற்றும் குறைவில்லாத அளவில், பொதுச்சமூகத்திலும் ஒற்றைப்படையான எதிர்வினைகள் குவிகின்றன. அவற்றில் முதன்மையானது, குற்றமிழைத்தவர்களை உடனே கொல்லவேண்டும் எனும் சமூகத்தின்

ஆத்திரம். இது புரிந்துகொள்ளக் கூடியதே. குற்றம் என்று வருகிறபோது அதன் மீதான உடனடி எதிர்வினை, கடுமையான தண்டனை என்பதாகத்தான் இருக்கும்.

இத்தகைய எதிர்வினைக்கு சில அடிப்படையான உளவியல் காரணிகள் இருக்கின்றன. ஒரு குற்றம் நிகழ்ந்தவுடன், நாம் ஏன் அதற்கு எதிர்வினை புரிபவர்களாக இருக்கிறோம் என்பதை ஆராய்ந்து பார்த்தால், ஒன்று நம்மை பாதிக்கப்பட்ட தரப்புடன் பொருத்திக்கொள்வதன் மூலம், குற்றத்தில் நமக்கு இருக்கும் தார்மீகரீதியான பங்களிப்பில் இருந்து உடனடியாக வெளியேற விரும்புகிறோம். இரண்டாவது நம்மை இத்தகைய குற்ற மனநிலைகள் இல்லாதவர்களாக மிக அவசரமாக நிரூபிக்க விரும்புகிறோம். மூன்றாவதாக நடந்த கொடூரம் குறித்து மனம் கசிபவர்களாக, அதேசமயம் அச்சமடைபவர்களாக ஆகிறோம். அதனால்தான் குற்றத்திற்குப் பின்னான உடனடி எதிர்வினைகள் ஒவ்வொன்றும் தண்டனையைக் கோருபவையாக இருக்கின்றன. இதன் பின்னுள்ளது, தண்டனைகள் குற்றத்தைக் குறைக்கும் எனும் கருதுகோள் அல்ல. பதிலுக்கு எதாவது செய்து குற்றத்தின் வீரியத்தால் சிதையும் மனதை ஆற்றுப்படுத்திக்கொள்ளும் தவிப்பு. இவை ஒவ்வொன்றும் அதனதன் அளவில் முக்கியமானவையே. கனிவுடன் நோக்கப்படவேண்டியவையே. இவற்றைப் புரிந்துகொள்வதன் வழியாக மட்டுமே நாம் இதிலிருந்து மீள்வதன் பாதையில் முதல் அடியை எடுத்துவைக்கமுடியும்.

சமீபத்தில், கணினித்துறையில் பணிபுரியும் இளைஞன் ஒருவனால் ஒரு குழந்தை கொல்லப்பட்ட சம்பவத்தில், எதிர்வினை புரியும் எல்லாருமே அவனுக்குக் கடுமையான தண்டனை தரவேண்டும், அவனை உடனே கொன்றுவிட வேண்டும் என்று பொதுவெளியில் பேசுகிறார்கள். இவர்களில் அவனது வயதை ஒத்த மகன்களைக் கொண்ட பெற்றோரும் அடக்கம். யாராவது ஒரு பெற்றோர் அந்த குற்றம் புரிந்தவனின் நிலையில் தனது மகனை வைத்துக் கற்பனை செய்து, இதில் எங்கு தவறிழைத்திருக்கிறோம் என்று ஒரு கருத்தை முன்வைக்கிறார்களா என்று நான் ஆர்வமாகக் கவனித்தேன். ஏமாற்றமே மிஞ்சியது. ஆம். இதில் எந்தப் பெற்றோரும் விதிவிலக்கல்ல. குற்றமிழைத்தவனின் பெற்றோரும், குழந்தையை இழந்த பெற்றோரும் ஒரே வாழ்முறையில் உள்ளவர்கள்தான். சமூகப் பொருளாதார நிலையில் சமமாக உள்ளவர்கள்தான். இங்கு ஒடுக்கும் தரப்புக்கும் ஒடுக்கப்படும் தரப்புக்குமான கோடு மிக மெல்லியது. பிறகு எங்கு தவறு நிகழ்கிறது?

மிக எளிதான ஒரு கேள்வியில் இருந்து துவங்கலாம். தனது மகன் பாலியல் படங்களைப் பார்க்கத் துவங்கியிருக்கிறானா, அந்த வயதை

360° | 163

எட்டிவிட்டானா, சுய மைதுனம் செய்யத் துவங்கியிருக்கிறானா என்பதைக் கவனிக்கிற பெற்றோர் எத்தனை சதவிகிதம் இன்று. தனது இருபதுகளில் இருக்கும் இளைஞனின் முன் இன்று கொட்டப்படும் பாலியல் குப்பைகளை அவன் எவ்வாறு எதிர்கொள்கிறான் என்பதைப் பார்ப்பது பெற்றோர்களின் கடமை இல்லையா. அவர்களது மகள்களுக்கும் இது பொருந்தும். இந்த கண்காணிப்பில் மற்றும் வழிநடத்துதலில் ஒரு அம்மாவாக ஒரு பெண்ணின் பொறுப்பு என்ன, ஒரு அப்பாவாக ஒரு ஆணின் பொறுப்பு என்ன. பாலியல் ரீதியான ஒரு மீறலில் தனது மகனோ அல்லது மகளோ ஈடுபடுகிறபோது அதை எவ்வாறு எதிர்கொள்வது என்கிற பயிற்சியில்லாத பெற்றோரே அதிகம். அதை சமூகத்தின் கண்ணிலிருந்து மறைக்க வேண்டும் என்கிற பதட்டத்தில் பத்தில் ஒரு பங்குகூட அதைக் களைவதில் காட்டுவதில்லை அவர்கள். ஒரு குற்றம் நடந்தவுடன், வேக வேகமாக அவர்கள் மற்றவர்களின் மீது கைகாட்டுவதுதான் நடக்கிறது. ஆனால், இதுவரை தனது மகன் தவறிழைக்கவில்லை என்பதால் மட்டுமே பல பெற்றோர்கள் நிரபராதிகளாக நடமாடுகிறார்கள். 'அவனைக் கொன்றுவிடு...' என்று குற்றமிழைத்தவனை நோக்கி கூக்குரலிடுகிறார்கள். அதனால்தான் அந்தக் குரலை அதில் எவ்வளவு நியாயம் இருந்தபோதும் 'நான் கும்பல் மனப்பான்மை' என்று கூற விரும்புகிறேன். ஆனால் அறிவுத்தளத்திலிருந்து வெளிவரும் குரல் இதிலிருந்து மாறுபட்டதாக இருக்கவேண்டும். ஆனால் இங்கு என்ன நடக்கிறது?

இதற்குச் சற்றும் குறைவில்லாத மூர்க்கம்தான் அறிவுஜீவித் தரப்பு என்று தம்மை அறிவித்துக்கொள்ளும் ஒரு பகுதி பெண்ணியத் தரப்பிலிருந்தும் கொட்டுகிறது. 'எல்லா தவறுகளுக்கும் ஆண்கள்தான் காரணம்' என்று வேக வேகமாக கையை உதறிக்கொண்டு அவர்கள் குரலை உயர்த்துகிறார்கள். மட்டுமல்லாது 'உங்களது குறிகளை அறுத்துக்கொள்ளுங்கள்' என்று ஆண்களை நோக்கி குரலை உயர்த்துவதற்கும் அவர்கள் தயங்குவதில்லை. நான் உண்மையிலேயே குழப்பம் அடையும் இடம் இதுதான். இத்தகைய பொதுமைப்படுத்தலுடன் இந்த விவகாரத்தை அணுகமுடியுமா? ஒரு வன்புணர்வை நடத்துபவன் ஒரு ஆண் என்றால், அவனை ஆண் வர்க்கத்தின் பிரதிநிதியாக வரித்துக்கொண்டு மொத்த ஆண் வர்க்கத்தையும் குற்றவாளிக்கூண்டில் நிறுத்திக் கேள்வி கேட்க முடியுமா?

கிட்டத்தட்ட ஐம்பது சதவிகிதத்துக்கு மேல் ஆண் சிறார்களும் பாலியல் வன்முறைக்கு ஆளாகும் சூழலில், அவனுக்கு ஆண்குறி இருக்கிறது என்பதாலேயே அவனும் குற்றவாளி என்று ஆகிவிடுமா? அவனும் பாதிக்கப்பட்டவன்தான் என்பதை, அவனை பாதிப்புக்கு உள்ளாக்கியவனும் ஒரு ஆண் என்ற காரணம் மட்டுமே இல்லாமலாக்கிவிடுமா? குற்றங்களின் சமூகக் காரணிகளை ஆராயுமிடத்து அறிவுஜீவிகள் கவனமாக

இருக்கவேண்டிய பகுதி இது. அதற்கு முதலில் அவர்கள் செய்யவேண்டியது இந்த விஷயத்தில் ஒரு இருமையைக் கட்டமைக்காமல் இருப்பது. ஏனெனில் அந்த இருமையின் இடம்தான் உரையாடலை இல்லாமல் ஆக்கும் இடம். அதுதான் பொறுப்பை உதறச்செய்து ஒன்று மற்றதை நோக்கி கைகாட்டும் செயலாகத் திரியும். பாதிக்கப்பட்டவளின் குரலாக ஒலிப்பதற்கு அறிவுஜீவித் தரப்பில் இருக்கும் ஒரு முக்கியத்தகுதி, அது தீர்வை நோக்கிப் பேசவேண்டும், அந்த வழியில் அது கொஞ்சமாக முன்நகரவேண்டும் என்கிற அடிப்படையை வரித்துக்கொள்வதே. செரிக்காமல் தங்கிப்போயிருக்கிற கருத்தியல் அரைவேக்காட்டுத்தனத்தை பாதிக்கப்பட்டவளின் மீதான அன்பென்ற பெயரில் பொதுவெளியில் துப்புவது ஒருவகையில் திசைதிருப்பும் செயல்தான்.

ஒரு வன்முறை சம்பவத்தை முன்னிட்டு குற்றவுணர்ச்சியைத் தூண்டுவதும் உரையாடுவதும் வேறுவேறு. முன்னது அதிகாரத்துடன் தொடர்புடைய தண்டனை மனநிலையின் மிச்சம். பின்னது மானுட அன்பில் கிளைக்கும் நேர்மறைச் செயல்பாடு. ஒரு பெண்குழந்தை பாதிக்கப்படுகிறபோது, அதனுடன் பால்ரீதியான அணுக்கத்துடன் அதை தொடர்புபடுத்திக்கொண்டு எதிர்வினை புரிவதில் பொதுச்சமூகத்துக்கும் பெண்ணிய அறிவுஜீவி சமூகத்துக்கும் பொருட்படுத்தத்தக்க வேறுபாடு இருக்கவேண்டும். அத்தகைய அறிவுஜீவிக்குரல் எப்போதும் ஆண்களின் பாத்திரத்தை உள்ளடக்கியதாக, பெண்களின் பொறுப்பையும் உரையாடல் தளத்தில் பொதிந்து வைத்திருப்பதாக, எப்போதும் சமரசத்தை நோக்கி நிலைத்த நீடித்த ஒழுங்கில் நகர்வதாக அமையவேண்டும். அதில் தவறுகிறபோது அது கும்பல் மனநிலையைப் பிரதிநிதித்துவப்படுத்தும் ‘attention seeking’ குரலாக மட்டும் அது சீரழிந்துவிடும்.

அறிவிலித்தனத்தை பூச்சாகக் கொண்டிருக்கிற ஒரு குரல் அது பெண்ணுடையது என்பதால் மட்டுமே பெண்ணியக் குரலாக மாறிவிடாது. சமூகத்தின் ஆழ்பரப்பை எட்டும் குரலுக்குத் தேவை அதை சாத்தியப்படுத்தும் தொண்டை மாத்திரம் அல்ல, எல்லாத் துயரங்களையும் உரையாடலாக மாற்றி ஒடுக்கும் தரப்புடனான கருத்தியல் வெற்றியை சாத்தியப்படுத்தும் நேர்மை. எந்த இடத்திலும் ஜனநாயக விழுமியங்களை விட்டுத்தராமல் இருப்பது அதில் முக்கியமான பண்பு.

ஒடுக்கப்பட்டவர்களது தரப்பிலிருந்து மேலெழுகிறது என்பதாலேயே அது கொண்டிருக்கும் மூர்க்கத்துக்கு நியாயம் வந்துவிடாது. அதன் நியாயம் என்பது அது கொண்டிருக்கிற தீர்வு குறித்த தேட்டத்தில் பொதிந்திருக்கிறது. இதன்பொருள் ஒடுக்கும் தரப்பையும் ஒடுக்கப்படும் தரப்பையும் ஒரே தட்டில் வைத்து பார்ப்பதாகாது. அத்தகைய மூர்க்கக் குரல்கள்

மேலெழுந்து வருகிறபோது, தனது செல்லரித்துப்போன வழமையை மாற்றிக்கொள்ளாத அரசின் காவல் அமைப்புகள், ஒரு என்கவுண்ட்டர் மூலம் நீதி வழங்கி பொதுச்சமூகத்தை கிளுகிளுப்பூட்டுகின்றன. அப்படியான சம்பவங்களின்போது கட்டமைக்கப்படும் தற்காலிக வன்முறை ஆதரவு மனநிலை, ஒருகட்டத்தில் மக்கள் உரிமைத் தளத்தில் போராடுகிற இயக்கங்களின் வேலைத்திட்டத்தில் கடும் பின்னடைவைக் கொண்டுவருகின்றன. அதனால் பொதுச்சமூகத்தின் கூட்டு உளவியலை சொறிந்துகொடுக்கும் தன்மைக்கு எதிராகச் செயல்படுவது அறிவுஜீவித்தனத்துக்கு அவசியமாகிறது.

இன்று எல்லாவற்றிலும் வெளிப்படைத்தன்மையை நோக்கி நகரவேண்டிய நிர்ப்பந்தத்தில் நாம் இருக்கிறோம். பாலியல் தேவை குறித்து இளைஞர்கள் சொல்லும்வரை பெற்றோர்கள் காத்திருக்க வேண்டியதில்லை. முதலில் மதம், கற்பு என்கிற கருத்தாக்கங்களை உதறி எறியவேண்டிய தேவை இருக்கிறது. 'நான் உன்னைக் காதலிக்கிறேன்' என்று சொல்வது மிகவும் நாகரீகமானது என்றும், பிடிக்கவில்லை என்றால் அதை நேர்மையாக மறுத்துவிட்டுக் கடக்கலாம்; அதில் ஒன்றும் தவறு இல்லை என்றும் நமது இலக்கியங்கள் பேசி முப்பது ஆண்டுகளுக்கு மேல்ஆகிறது. ஆனால் காமத்தைக் கையாளும் வழிகுறித்து ஒரு இன்ச்கூட நகராமல் நமது சமூகம் தேங்கிக்கிடக்கிறது. அடிப்படையான பாலியல் இன்பத்தைத் துய்ப்பதற்கு ஒன்று போலியாகவாவது காதலிக்க வேண்டியிருக்கிறது அல்லது திருமணம் வரைக் காத்திருக்கவேண்டியிருக்கிறது. 'சுயமைதுனம்' என்பதை தேசியகீதமாக வரித்துக்கொண்டிருக்கும் நாட்டில் பெண்ணிய இயக்கங்கள் ஆண்குறியை நோக்கி வெட்டுக் கத்தியை அசைப்பது ஸ்தூலமான நிலையில் மட்டும் அல்லாது குறியீட்டுத்தளத்திலும் கூட ஆபாசமானது.

இங்கு அவை கையிலெடுக்க வேண்டியது பாலியல் தேவையை எதிர்பாலினத்திடம் தயக்கமின்றி வெளிப்படுத்துகிற அதற்கு நேர்மையாக பதிலளிக்கிற பொருத்தமான சொல்லாடல்களை உருவாக்கி உலவ விடுவதும் அதற்கு அரசியல் ரீதியான பெறுமதியை வழங்குவதும்தான். ஆனால் இங்கு பெண்ணியம் என்பது யோனியைச் சுற்றி அரூபமான வேலியை நெய்துகொண்டு, எப்போதும் அது களவாடப்பட்டுவிடும் என்பதான கற்பனையில் பதட்டமடைந்துகொண்டே இருக்கிறது. ஒரே நேரத்தில் அதையே வாளாகவும், அதையே கேடயமாகவும் உருவகித்து நிறுத்துகிறது. தான் கைவிட நினைக்கும் யோனி மீதான புனிதத்தையே தனக்கான பாதுகாப்பு வளையமாக உருவாக்கிக்கொண்டும் மருகுகிறது. வெறும் உடல் ரீதியான வன்முறையின்போதும் அதுவே பாலியல் ரீதியான வன்முறையாக இருக்கிறபோதும் பெண்களின் நனவிலி மனம்

செயல்படுவதில் உள்ள வேறுபாடு சொல்வது இதைத்தான். இங்கு உருவாக்கி உலவவிடப்படுகிற பெண்ணியப்பிரதிகளில் பெரும்பான்மை இந்த பதட்டத்தைப் பிரதிநிதித்துவப்படுத்துபவையே.

மேலும் அவை ஆண்குறியை வன்முறை அலகாக நிறுவுவதில் அதீத கவனம் செலுத்துகின்றன. அதே சமயம் யோனியை மதிப்பற்ற புனிதத்துடன் நிறுவ முயன்றுகொண்டே இருக்கின்றன. இது அடிப்படையிலேயே மிகவும் பூஞ்சையான கருதுகோள். முதலில் அவர்கள் தமது யோனிகளைக் கைவிடவேண்டும். இப்படிச் சொல்வதை ஆண்களின் நுகர்ச்சிக்கு ஏதுவான கருத்துநிலையைக் கட்டமைப்பதாக புரிந்துகொள்ள வேண்டியதில்லை. ஏனெனில் ஆண்மைய வன்முறை மனநிலையை உற்பத்தி செய்யும் கேந்திரமாக யோனி மாறிப்போயிருக்கிறது. யோனிகளின் மீதான புனிதத்தைக் கைக்கொள்ளமுடியாதபோது தாம் வேசியாக அறிவிக்கப்பட்டு சமூகத்தில் முன்னிறுத்தப்படுவோம் என்கிற அச்சத்திலிருந்து அவர்கள் வெளியேற வேண்டும். இந்த ஆதி அச்சத்தை விட்டு வெளியேறுவதுதான் பாலியல் ரீதியான அடிமைத்தனத்திலிருந்து வெளியேறும் வழி. யோனியின் புனிதத்தை ஆணிய வன்முறையுடன் பேரத்தில் ஈடுபடத் தேவையான அலகாக வரித்துக்கொள்வதில் தொடங்குகிறது ஆண்குறியின் செறிவூட்டல். ஆண்குறியின் மீதான வன்முறையை வெற்றிகொள்வது என்பது அதனுடன் பொருதும் சூழலை இல்லாமல் ஆக்குவதில் இருக்கிறது. கற்பு என்கிற கருத்தாக்கம் தரும் சொகுசிலிருந்து பெண்கள் வெளியேறும் புள்ளியில்தான் ஆண்குறி சுருங்கி உதிர்வது தொடங்கும். இந்த வழியில் மேற்கொள்ளப்படும் உரையாடல்களே ஆண் மைய சிந்தனையைப் பதட்டத்திற்குள்ளாக்கும். அதில் உடைப்பை உண்டாக்கும். இதை பரந்துபட்ட விவாதமாக வளர்த்தெடுக்கும்போதுதான் பெண் என்பதை அதிகார உற்பத்திக் கருதுகோளாக ஆக்கிக்கொள்ளாமல் ஆணிய அதிகாரத்தை நீர்த்துப்போகச் செய்யமுடியும். அப்படியல்லாது வெற்று பாலியல் வசைச் சவடால்களை பெண்ணியப் பிரகடனங்களாக அறிவித்துக்கொண்டிருந்தால் அவற்றை ஆணின் ஆதிக்கத் தன்னிலை 'voyeuristic pleasure' ஆக கற்பனை செய்துகொண்டு ரசிக்கத் தொடங்கும். இப்போது நடப்பது அதுதான்!

- மார்ச் 2017 'உயிர்மை'.

அடையாளங்களில் பெருகும் இரத்தம்

நேற்றைய இரவு இங்கிலாந்தின் மான்செஸ்டர் நகரத்தில் நடந்த இசை நிகழ்ச்சி ஒன்றில் குண்டு வெடித்திருக்கிறது. பதினெட்டு பேர் இறந்துபோயிருக்கிறார்கள். ஐம்பதுக்கு மேற்பட்டவர்கள் காயமடைந்திருக்கிறார்கள். இறந்தவர்களில் எட்டு வயது சிறுமியும் உண்டு என்று 'கண்ணியமான' பத்திரிகைகள் அழுத்தி உச்சரிக்கின்றன. 'நான் நொறுங்கிப் போய்விட்டேன்' என்று சொல்லியிருக்கிறார் அந்த இசை நிகழ்ச்சியின் பாடகர் Grande. உலகத்தலைவர்கள் கண்டனம் தெரிவித்திருக்கிறார்கள். நமது மோடியும் அதில் உண்டு.

இந்த துயர சம்பவம் எவ்வளவு வேகமாக மறக்கப்படுகிறதோ அதன் வேகத்துடன் மான்செஸ்டர் மக்களின் மன உறுதி ஒப்பீடு செய்யப்பட்டு புகழாரம் சூட்டப்படும். இந்த காட்டுமிராண்டித்தனமான தாக்குதலுக்கு ஐஎஸ் அமைப்பு பொறுப்பேற்றிருப்பதாக ஆரம்பகட்டத் தகவல்கள் சொல்கின்றன.

தெரிவிக்கப்படும் உலகத்தலைவர்களின் கண்டனத்தில் 'அப்பாவி மக்களின் மீதான தாக்குதல்' என்பது குறிப்பிடப்பட்டு 'பயங்கரவாதிகளின் கோழைத்தனம்' கண்டிக்கப்படுகிறது. இந்த இரண்டு விஷயங்களை மட்டும் எடுத்துக்கொண்டு இந்த சம்பவத்தைப் பற்றி ஆராய்வோம். அப்பாவி மக்கள் கொல்லப்படாத அரசு சார்ந்த தாக்குதல்கள் எதுவும் இந்த உலகத்தில் உண்டா? ஆப்கன் ஊடுருவல் முதல் இப்போதைய சிரியா வரை அப்பாவிக் குழந்தைகள் கொல்லப்படாத ஒரு தாக்குதல் சாத்தியமா?

ஆனால், 'சொந்த மக்களைக் காப்பதாக' சொல்லிக்கொண்டு ஏகாதிபத்தியங்கள் நிகழ்த்திய எல்லாப் போர்களிலும் கொல்லப்படுபவர்கள் அப்பாவி மக்கள்தான். கடந்த இருபது ஆண்டுகளில் அமெரிக்கா, இங்கிலாந்து, பிரான்சு, இத்தாலி உள்ளிட்ட முன்னேறிய மேற்குலக மற்றும் அமெரிக்க நாடுகள் ஈடுபட்ட ஆதிக்கப் போர்களில் மாத்திரம் கோடிக்கணக்கான மக்கள் கொல்லப்பட்டிருக்கிறார்கள். கொல்லப்பட்டுக்கொண்டே இருக்கிறார்கள்.

அதனால் இந்த மான்செஸ்டர் தாக்குதலையும், அதில் கொல்லப்பட்டிருக்கிற குழந்தைகள் உள்ளிட்ட அப்பாவிப் பொதுமக்களையும் 'ஒரு எதிர்வினைத் தாக்குதலால் உயிரிழந்தவர்கள்' என்கிற அளவில் புரிந்துகொண்டு சகித்துக்கொள்ளவேண்டுமா... என்றால் இல்லவே இல்லை! ஆனால் எந்த ஒரு போரிலும் கொல்லப்படுபவர்கள் அப்பாவிகள் என்பது எவ்வளவு உண்மையோ அதேபோல சிவில் சமூகம் அப்பாவியாக இருப்பதும் இத்தகைய கொலைகளுக்கு ஒரு காரணம் என்கிற எதார்த்தத்தையும் நாம் புரிந்துகொள்ளவேண்டும். எந்த ஒரு அப்பாவித்தனமும் அதன் ஒரு கட்டத்தில் ரத்தத்தையே கோருகிறது.

இந்த தாக்குதல் நடந்த உடனேயே, 'ஒரே அணுகுண்டில்' மொத்தத் தீவிரவாதிகளையும் அழித்துவிடவேண்டும் என்று சொந்த குண்டு மேலேற கீ போர்டைக் காயடிக்கும் தேசபக்தர்களின் அப்பாவித்தனம் இதற்கு ஒரு உதாரணம். இதில் வலது, இடது, நடுசெண்டர் என எல்லா கீ போர்டும் உண்டு என்பதால் எந்த ஒன்றில் பொருத்திக்கொண்டு அறச்சீற்றமடைந்தாலும் பதில் ஒன்றுதான்.

நிகழும் ஸ்தூலமான வன்முறைக்குப் பின்னால், கொஞ்சம் கொஞ்சமாக குவிக்கப்படுகிற 'கருத்து வன்முறைக்கு' பெரும்பங்கு இருக்கிறது என்கிற புரிதலில் இருந்துதான் 'நமது கோழைத்தனத்தை' ஆராயவேண்டும். அத்தகைய கோழைத்தனம் எவ்வாறு ஒரு கட்டத்தில் 'பயங்கரவாதிகளின் கோழைத்தனமாக' திரள்கிறது என்பதை நாம் அப்போதுதான் புரிந்துகொள்ளமுடியும்.

நாம் நம்பும் ஒன்று, நாம் வழிபடும் ஒன்று, நாம் கைக்கொண்டிருக்கும் ஒன்று என 'நாம்' 'நம்முடைய' என்பதைக் குவிமையமாக வைத்திருக்கும் ஒவ்வொரு 'சார்பு கருத்துநிலையும்' அதனதன் அளவில் வன்முறையைப் பொதிந்துவைத்திருக்கும் கருத்து நிலையே. சிந்தும் ரத்தத்தின் ஒவ்வொரு துளிக்கும் வண்ணம்சேர்ப்பது நமது 'கருத்து சாய்வு' தான்.

இந்த மான்செஸ்டர் தாக்குதலில் நாம் கொல்லப்பட்ட அப்பாவிகளின் பக்கம் நிற்பதும் கொன்ற தீவிரவாதிகளின் பெருமிதத்தின் பின் நிற்பதும் அடிப்படையில் ஒன்றுதான். ஒரு நாணயத்தின் இரண்டு பக்கங்களாக கொலை மனநிலைகள் மாறிப்போயிருக்கின்றன. அதை சாத்தியப்படுத்தியதில் நமது 'கருத்து மூர்க்கத்துக்கு' பங்குண்டு.

நான் இஸ்லாமியன், நான் ஹிந்து, நான் கிறிஸ்தவன் என்கிற பெருமித அறைகூவல்கள் எல்லாவற்றின் திரண்ட வடிவம்தான் குண்டு வெடிப்பாக ஒரு கட்டத்தில் தன்னை வெளிப்படுத்துகிறது. இந்த இடம்தான் தனிமனிதர்கள், குறிப்பாக, கொல்லப்படும் அப்பாவிகள்

கவனம் செலுத்தவேண்டிய இடம். மிக முக்கியமாக 'அடையாளம் சார்ந்த பெருமிதங்களை முன்னெடுக்கும்' தனி மனிதர்கள்.

ஒரு தனித்த அடையாளம் தன்னளவில் சுயத்தைத் தீவிரமாக தக்கவைத்துக்கொள்ள முயல்கிறபோது அதன் இயல்பிலேயே மற்றதை ஒடுக்க எத்தனிக்கும். அதேசமயம் எந்த ஒரு அடையாளமும் அதுஒரு அடையாளமாக நிலைத்திருக்க வேண்டுமெனில் தனது மூர்க்கத்தைக் கைவிடவும் முடியாது.

இங்கு ஒடுக்குபவன் X ஒடுக்கப்படுபவன் என்று நாம் நம்மை யாருடன் பொருத்திக்கொண்டாலும் தன்னியல்பாக நம்மை ஒரு அடையாளத்துடன் பொருத்திக்கொண்டுதான் விசனப்படுகிறோம். இந்த அடையாள நீக்கம் என்பது ஒரு அரசியல் செயல்பாடு. ஆனால் அதுவோ அடிப்படை மானுட அச்சத்தின் மீது தன்னை கவித்துக்கொண்டிருக்கிறது. இதை ஒரு உரையாடலாக வடித்தெடுக்கக்கூட நமது அச்சம் நம்மை அனுமதிப்பதில்லை. எந்த ஒரு அடையாளப் பெருமிதத்துக்குப் பின்னால் இருப்பதும் கோழைத்தனமே. விடுதலைக்கு எதிரானதே அது.

இறந்துபோன ஒரு மான்செஸ்டர் மனிதனுக்காகக் கண்ணீர்விடும் ஒரு அப்பாவி இஸ்லாமியனின் 'இஸ்லாமிய அடையாளம்' என்பது என்ன? ஏனெனில் இந்தக் கொலையை நிகழ்த்தும் ஒருவன் தன்னை இஸ்லாமியனாக முன்னிறுத்தி அதைச்செய்கிறபோது இந்த கண்ணீர்விடும் இஸ்லாமியன் அவனுக்கு முழுக்கவும் எதிரானவன் ஆகிவிடுவானா? 'இல்லை, நான் அவனை இஸ்லாத்துக்கு வெளியில் வைக்கிறேன்' என்று அப்பாவி இஸ்லாமியன் பிரகடனப்படுத்துகிறபோது அவன் இஸ்லாத்தின் ஒருதரப்பு மட்டும்தான் அல்லவா?

ஆக, ஒரு சாத்வீக இஸ்லாமியனுக்கும் கொலைத்தொழிலில் ஈடுபடும் இஸ்லாமியனுக்கும் இடையில் 'இஸ்லாமியன்' எனும் பொது அடையாளம் செயல்படும் உத்வேகத்தின் பெறுமதி என்ன? ஒருவிதத்தில் இஸ்லாமியன் vs மற்றவன் எனும் கருத்தில் அது உடைப்பை ஏற்படுத்துகிறது. அடையாளங்களுக்குள் நிகழும் நேர்மறை முரண் அது. அதேசமயம் தனது அடையாளத்தை முழுக்கவும் கைவிடாத ஒரு சாத்வீக இஸ்லாமியனையும் நிகழும் கொலைகளுக்கு பொறுப்புகூற வேண்டிய நிர்ப்பந்தத்தை அது ஏற்படுத்துகிறது. அவனையும் நிகழும் வன்முறையுடன் பிணைத்துவிடுகிறது.

நமது இந்தியச் சூழலில் சிறுபான்மையை ஒடுக்கும் ஹிந்துவுக்கும் இலங்கை போன்ற சூழலில் ஒரு சிங்களனுக்கும் இது பொருந்தும். ஆக, நிகழும் வன்முறைகளுக்கு நாம் பிரதிநிதித்துவப்படுத்தும் அடையாளத்தின்

வழியாக நமது பங்கை உறுதி செய்துவிடுகிறோம். இந்த அரூவமான பங்கேற்பிலிருந்து நாம் எவ்வாறு வெளியேறப்போகிறோம், சமத்துவத்தை எவ்வாறு உறுதிசெய்துகொள்ளப்போகிறோம் என்பதுதான் நவீன சமூகம் எதிர்கொள்ளும் முக்கியமான சவால்.

இதை நமது கலைகளில் இலக்கியங்களில் எவ்வாறு கையாளப்போகிறோம் என்பதுதான் இங்கு நிகழ்த்தப்படவேண்டிய உரையாடல். அடையாளங்கள் அதிகாரத்தின் கூறாக இங்கு நிலைத்துப் போயிருக்கிறது. அடையாள நெகிழ்வு என்பது ஒரு வகையில் அதிகார நீக்கம்தான்.

ஆக, அடையாளங்கள் மேலும் மேலும் நெகிழ்வதை நோக்கி நாம் நகரவேண்டும். அவை ஒன்றையொன்று மிகத் தீவிரமாக செரித்துக்கொள்ளவதை நாம் ஊக்குவிக்கவேண்டும். அதன் தூய்மையில் உடைப்பு ஏற்படுவதை அனுமதிக்கவேண்டும். அதைக் கொஞ்சம் கைவிடவேண்டும்.

ஆனால் நாமோ அடையாள நீக்கம் என்பதை பதட்டத்துடன் அணுகுகிறோம். அதனால் வேகமாக சுற்றும் வன்முறைச் சக்கரத்தின் ஒரு சட்டமாக மாறி நிரந்தரமாக நிலைத்துவிடுகிறோம். நமது பௌதிக வாழ்வு முதல் நாம் உருவாக்கி நிறுத்தியிருக்கிற கலைகள் தத்துவங்கள் எல்லாவற்றிலும் இந்த வன்முறையின் சுவடுகள் புனிதத்தின் பெயரால், தனித்துவத்தின் பெயரால் படிந்து கிடக்கின்றன. அதை உரித்தெடுப்பதில் இருக்கிறது குருதியை நிறுத்துவதன் சூட்சுமம்.

- மே 23, 2017